Að búa til skýra hugsun

Að búa til skýra hugsun

Að búa til skýrra hugsun

ég J N

Indlandi
2023

INNIHALD

KYNNING

HVERS VEGNA ÞAÐ ER MIKILVÆGT AÐ HEIMSÆKJA KIRKJUGARÐA

GERIR HARVARD ÞIG SMÁRÍKARI?

AF HVERJU SÉR ÞÚ FORM Í SKÝJUM

NÚMERIÐ ER MÓTÍF

AF HVERJU ÁTTU AÐ GEYMA FORTÍÐINU

EKKI ÞIGGJA ÓKEYPIS DRYKKI

    Gagnkvæmni

FYRIR „SÉRSTAKA MÁLI"

    ÞEGAR STAÐFESTING BIES VARÚÐ! (1. hluti).

MORÐU ELSKAR ÞÍNAR

    Staðfestingarhlutdrægni 2. hluti

TAKIÐ AÐ ORÐ YFIRVÖLDUNA

    Hlutdrægni yfirvalda

ANDSTÆÐUÁHRIF

ADDRÁTTARAFL HLUTDRÆGNI

AF HVERJU Á „ENGIN SJÁRUR, ENGINN GÁTT" AÐ HLJÓMA VIÐVÖRUNARBJÖLLUR

    „Það mun versna áður en það verður betri rökvilla"

JAFNVEL SANNAR SÖGUR GETA VERIÐ DÆMISÖGUR

AF HVERJU ÞÚ ÆTTIR AÐ HALDA DAGBÓK

AF HVERJU OFMEUM VIÐ STAÐFLEGT ÞEKKINGU OKKAR OG GETU?

EKKI TAKA FRÉTTARAÐIR ALVARLEGA

ÞÚ HEFUR MINNI STJÓRN EN ÞÚ HELDUR

BORGAÐU ALDREI LÖGFRÆÐINGNUM ÞÍNUM MEÐ HVATNINGU Á KLUKKUSTUND

    Ofursvörunartilhneiging

LÆKNAR, RÁÐGJAFAR OG GEÐLÆKNIR GETA VERIÐ ÓÁREIÐANLEGAR HEIMILDIR TIL HJÁLPAR

    Regression to Mean

ALDREI META ÁKVÖRÐUN EFTIR NIÐURSTÖÐU HENNAR

    Útkoma hlutdrægni

AF HVERJU ER MINNA MER

ÞÉR LÍST MJÖG VEL Á MIG; MYNDIR ÞÚ EKKI BARA SEGJA MÉR ÞAÐ??!

EKKI HALDA FAST VIÐ HLUTI / EKKI HALDA FAST VIÐ HLUTI

ÓUMFLÝJANLEIKI ÓLÍKLEGRA ATBURÐA

    Tilviljun

Samræmi er ekki framfylgt í öllum aðstæðum

AF HVERJU muntu brátt spila megatríljónir

Vanræksla á líkindum

AF HVERJU ER SÍÐASTA KAKKAN Í KRUKKUNUM AÐ GERA MUNNI

Þegar þú heyrir hoobbeats, ekki búast við einum!

Vanræksla á grunnverði

Jafnvægisaflið

AF HVERJU GERIR LYFJAHJÓLIÐ OKKUR AÐ SPIRAL?

Hvernig getum við frelsað milljónir af eymdum þeirra

AF HVERJU HÆRUR ILLA HARÐA EN GOTT?

AF HVERJU LIÐSMENN ERU LITIR

Félagslegt loafing

UMGIFT AF PAPPI?

Veldisvöxtur

Stjórnaðu eldmóði þínum

Winner's Curse

Rithöfundar ættu aldrei að spyrja rithöfund HVORT Skáldsagan hans sé sjálfsævisöguleg

Grundvallartilvísunarvilla

AF HVERJU ÁTTU EKKI AÐ TRÚA ÞVÍ ÞVÍ SAGNAÐURINN SEGIR

Falsk orsakasamband

Í kjarna þeirra eru allir fallegir

Til hamingju! Þú hefur unnið rússneska rúlletta

Aðrar leiðir

FALSSPÁMENN

Spá Illusion

Svik einstakra mála

Það er ekki það sem við segjum heldur frekar hvernig við segjum það

AÐ HORFA OG BÍÐA er sársaukafullt

Aðgerðarhlutdrægni

Af hverju ertu lausnin, eða hluti af vandamálinu?

Fordómaleysi

EKKI KENNA MIG

Sjálfsafgreiðslu hlutdrægni

HORFAÐ HVAÐ ÞÚ ÓSKAR!

Hedon hlaupabretti

Við ættum öll að muna að undrast ekki okkar eigin tilveru og lifa í samræmi við það!

Hvers vegna reynsla getur skaðað dómgreind okkar

Samtaka hlutdrægni

ATHUGIÐ ÞEGAR Hlutirnir fara að gerast hratt

Byrjendaheppni

LÍTAR LÍTLAR LYGAR

Vitsmunaleg dissonance

NJÓTTU HVERRAR STUNDAR EINS OG HÚN VÆRI ÞÍN SÍÐASTA; EN BARA Á SUNNUDÖGUM!

Hyperbolic afsláttur

EINHVER LAME AFSÖKUN FYRIR FRESTUN

Ástæða og rökstuðningur

ÁKVEÐIÐ SNJALLARI - ÁKVEÐIÐ MINNA

Ákvörðunarþreyta

MYNDIR ÞÚ VERA HITLER'S PEYSU?

Hlutdrægni í smiti

AF HVERJU ÞAÐ ER EKKERT MEÐALSTRIÐ

BÓNUSAR EYÐA HVEITINGA

Hvatning mannfjöldi

EF ÞÚ HEFUR EKKERT AÐ SEGJA, SEGÐU EKKERT

Twaddle tilhneiging

HVERNIG GETA TVÖ RÍKI AUKIÐ MEÐALGREINDARHLUTFALLIÐ

EF ÞÚ ÁTT ÓVIN, GEFÐU UPPLÝSINGAR

SERTIR SVO GOTT

AF HVERJU DREIST SMÁLITIR SAMAN?, AF HVERJU SKÍNA ÞESSIR HLUTI SJÁLFLEGT

GERAÐU VARLEGA VIÐ MEÐHÖNDLUN Á ÞESSU EFNI!

Væntingar

HRAÐAGILDRUR UM BORÐ!

Einföld rökfræði

HVERNIG Á AÐ AFHJÚPA CHARLATANS (SKREF-FYRIR-SKREF LEIÐBEININGAR)

AF HVERJU ER SJÁLFBOÐAÐASTARF FYRIR FUGLA

Heimska sjálfboðaliða

AF HVERJU ERT ÞÚ ÞJÓNUÐUR

TIL AÐ BÚA TIL ÞINN EIGIN VILLUTRÚ!

AF HVERJU ÞÚ ÆTTIR AÐ KVEIKJA Í SKIPUM ÞÍNUM

VIÐVÖRUN UM NEOMANIA

AF HVERJU ER KAPPREIÐAR ALDREI BARA TVEIR HESTAR?

Alternativ blindness

AF HVERJU VIÐ MENUM AÐ UNGUM BYSSU

Félagslegur samanburður hlutdrægni

HVERS VEGNA FYRSTU BIRTINGAR ERU VILLANDI

Forgangs- og nýleg áhrif

AF HVERJU HEIMLAGERÐ ER BEST

Ekki-uppfinning-hér heilkenni

HVERNIG Á AÐ HAGNAST Á ÓSENNILEGUM EIGNUM

ÞEKKING ER EKKI FRAMSELJANLEG

Goðsögnin um svipað hugarfar

Munur á áhættu og óvissu

    Tvíræðni andúð

AF HVERJU HELDUR ÞÚ ÁFRAM MEÐ STÖÐU QUO

AF HVERJU „SÍÐASTA TÆKIFÆRI" GERÐU OKKUR TIL HANN

Áberandi smáatriði sem leiða okkur afvega.

AF HVERJU ER PENINGAR EKKI NAKIR.

Frestun

BYGGÐU ÞINN EIGIN KASTALA

Af hverju þú kýst skáldsögur fram yfir tölfræðinga

Þú áttar þig ekki á hverju þú ert að missa af

Strategísk rangfærsla betri

    Ofhugsa

AF HVERJU SKULDIR ÞÚ OF MIKIÐ (91. kafli).

    Skipulagsvilla

VILLIHAMAR SJÁ AÐEINS NEGLAR

    Faglegt aflögunarkerfi

VERKEFNI UNNIÐ

    Zeigarnik áhrif

Bátasmíði er mikilvægara en róðra

    Af hverju eru svo fáir raðathafnamenn

Hvers vegna gátlistar geta villt þig

STAÐFESTINGARSHENDING Á MILLI ÖR OG SPÖR

    Kirsuberjatínsla

STEINALDARVEIÐIN AÐ FRÆÐA

    Bilun í greiningu á stakri ástæðu

Villa í ásetningi til að meðhöndla

Af hverju fólk les ekki fréttirnar.

EÐALÁR

KYNNING

Í október 2004 bauð evrópskur fjölmiðlamógúl mér til München vegna þess sem þeir lýstu sem óformlegum skiptum á menntamönnum. Þó að ég hefði ekki litið á mig sem menntamann sjálfur - eftir að hafa lært viðskiptafræði frekar en bókmenntir - hljóta tvær bókmenntaskáldsögur mínar að hafa gert mig hæfan fyrir slíkt boð.

Nassim Nicholas Taleb sat við borðið. Á þeim tíma var hann óljós Wall Street kaupmaður með ástríðu fyrir heimspeki sem ég hitti sem sérfræðing í enskri og skoskri upplýsingaheimspeki, sérstaklega David Hume. Augljóslega hafði mér verið skakkt fyrir einhvern annan. Hneykslaður yfir mistökum mínum, en reyndi samt að halda æðruleysi, brosti ég með semingi um herbergið í von um að þögnin myndi þjóna sem sönnun fyrir heimspekilegum hæfileikum mínum. Á því augnabliki dró Taleb yfir lausan stól og klappaði sæti hans; að bjóða mér að sitja. Ég gerði það. Eftir stutta umræðu um Hume færðist samtal okkar fljótt yfir á Wall Street. Við dáðumst að kerfisbundnum mistökum í ákvarðanatöku forstjóra og leiðtoga fyrirtækja - þar með talið okkur sjálfum! Við ræddum hvers vegna óvæntir atburðir virðast líklegri eftir á að hyggja, en ræddum hvers vegna fjárfestar neita að selja hlutabréf þegar verðmæti þeirra fer niður fyrir kaupverð.

Eftir atburðinn sendi Taleb mér síður úr handriti sínu; ótrúlegur gimsteinn sem ég fór yfir og tjáði mig um að hluta; þetta varð hluti af Svarta svaninum, alþjóðlegum metsölubók hans sem kom honum í vitsmunalega stjörnustöðu. Á meðan var matarlystin mín kveikt; Ég byrjaði að éta bækur skrifaðar af vitsmuna- og félagsvísindamönnum um efni eins og heuristics og hlutdrægni auk þess að auka tölvupóstsamtöl við rannsakendur auk þess að heimsækja rannsóknarstofur þeirra - árið 2009 hafði ég áttað mig á því að samhliða því að vera skáldsagnahöfundur var ég orðinn nemandi í félagslegri vitsmunafræði. sálfræði líka.

Sérfræðingar skilgreina vitræna villur sem kerfisbundin frávik frá rökfræði - ákjósanleg, skynsamleg hugsun og hegðun sem víkur frá hugsjónaástandi. Með „kerfisbundnu" á ég við að þessi frávik frá ákjósanlegri hugsun séu ekki bara einstaka rangar matsgerðir eða dómgreindarvillur heldur eru frekar endurtekin mistök, hindranir í rökfræði sem við lendum í tíma eftir annan í gegnum kynslóðir og aldir. Ofmeta þekkingu okkar er algengara en að vanmeta hana! Til dæmis.
Vanmat er það sem gerist oftast. Að auki hvetur ótti við að missa eitthvað okkur miklu meira en horfur á að ná svipuðum ávinningi; þegar við erum í návist annars fólks oft aðlaga hegðun okkar til að passa við þeirra; sögusagnir hafa tilhneigingu til að hylja tölfræðilega dreifingu (grunnhlutfall) á bak við atburð, sem gerir það að verkum að villur hrannast upp eins og óhreinn þvott í einu horni á meðan önnur horn eru tiltölulega hrein (þ.

Ég byrjaði að gera lista yfir vitsmunalegar villur til að forðast fjárhættuspil með þeim auði sem ég hafði safnað mér allan bókmenntaferil minn og til að verjast óþarfa áhættu með þann auð, án þess að ætla að birta listann í framtíðarútgáfum. Ég ætlaði upphaflega að nota þennan lista eingöngu fyrir sjálfan mig. Sumar hugsanavillurnar hafa verið við lýði um aldir á meðan aðrar eru kannski nýlega viðurkenndar. Sumir koma líka með tvö eða þrjú nöfn; Ég valdi þá sem mest voru notaðir. Fljótlega komst ég að því að það að búa til slíkan lista gæti ekki aðeins hjálpað fjárfestingarákvörðunum mínum, heldur einnig viðskiptalegum og persónulegum málum. Þegar búið var að búa til þennan lista hjálpaði mér að líða rólegri og skýrari. Ég byrjaði að þekkja villurnar mínar áðan, sem gerði mér kleift að leiðrétta stefnuna áður en varanlegt tjón varð. Að auki gat ég í fyrsta skipti á ævinni greint hvenær aðrir gætu líka verið fórnarlamb þessara kerfisbundnu mistöka. Með listanum mínum gæti ég nú staðist átak þeirra - og jafnvel náð yfirhöndinni í viðskiptum mínum. Nú hafði ég flokka, hugtök og skýringar til að bægja frá ógn rökleysunnar - eins og Benjamin Franklin fljúgandi flugdreka sínum í þrumuveðri; þrumur og eldingar hafa ekki orðið sjaldgæfari, kröftugar eða háværar - samt verða minna áhyggjuefni; eitthvað sem ómaði djúpt innra með mér þegar ég stóð frammi fyrir eigin rökleysu núna.

Vinir tóku fljótt mið af ritgerðinni minni, sýndu áhuga og kölluðu fram vikulegan blaðadálk í Þýskalandi, Hollandi og Sviss auk fjölda kynninga (aðallega fyrir lækna, fjárfesta, stjórnarmeðlimi, forstjóra og embættismenn) þar til þessi bók varð til.

Hafðu þessi þrjú atriði í huga þegar þú skoðar þessar síður: Í fyrsta lagi er þessi listi ófullnægjandi - það kunna að finnast nýjar villur. Í öðru lagi virðast flestar villur tengdar og ættu ekki að koma á óvart; þegar öllu er á botninn hvolft eru öll heilasvæði tengd með taugavörpum sem ferðast um líkama okkar.
Í þriðja lagi liggur sérfræðiþekking mín fyrst og fremst sem skáldsagnahöfundur og frumkvöðull frekar en félagsvísindamaður; sem slíkur á ég ekki mína eigin rannsóknarstofu til að framkvæma vitsmunalegar villutilraunir eða ráða vísindamenn til að fylgjast með hegðunarvillum. Þannig að þegar ég skrifaði þessa bók hugsaði ég um sjálfan mig meira eins og þýðanda sem hefur það hlutverk að túlka og sameina það sem ég hef lesið og lært svo aðrir gætu átt auðveldara með að skilja það. Fyrir það ber ég gríðarlega þakklæti til þeirra vísindamanna sem hafa í áratugi leitt í ljós hegðunar- og vitrænavillur; Rannsóknir þeirra eru skuldsetning skilar arði sem gerir þessa bók mögulega, sem þeir eiga skilið þakklæti mitt fyrir um leið og ég þakka þeim mikið.

Þessi bók er ekki leiðbeiningabók; það verða ekki sjö skref að villulausu lífi hér. Vitsmunalegar villur eru orðnar of rótgrónar til að við getum nokkurn tíma losað okkur alveg við þær, né ætti þetta einu sinni að vera markmið okkar; sumar vitsmunalegar villur geta jafnvel verið nauðsynlegar til að lifa hamingjusömu lífi og ættu því að vera þar áfram; Þó að þessi bók geymi kannski ekki lykilinn að hamingju, virkar hún að minnsta kosti sem vernd gegn óhóflegri óhamingju af sjálfum sér.

Markmið mitt er einfalt: Ef við gætum lært að viðurkenna og forðast meiriháttar mistök í hugsun í persónulegu, faglegu og pólitísku lífi okkar, gæti velmegun aukist verulega. Það eina sem það krefst er minna rökleysu - ekkert af þessum auka slægð eða nýju græjum sem þarf hér.

Rick getur fundið rokkstjörnur hvert sem hann lítur: sjónvarpsskjáir, tímaritasíður, tónleikaþættir og aðdáendasíður á netinu eru yfirfullar af myndum og lögum af þeim; Ekki er hægt að forðast nærveru þeirra í verslunarmiðstöðinni eða líkamsræktarstöðinni - þeir eru hundruðir! Rick telur að það hljóti að vera eitthvað að honum þar sem þessar stjörnur birtast svo oft og áreiðanlega í lífi hans. Rick var innblásinn af sögum margra gítarhetja til að stofna sína eigin hljómsveit og byrja að flytja lifandi tónlist, en líkurnar eru á því að hann nái því ekki eins og þeir; eins og svo margir á undan honum mun hann að öllum líkindum ganga til liðs við þúsundir misheppnaðra tónlistarmanna sem búa í kirkjugarði misheppnaðra tónlistarmanna sem hýsir 10.000 sinnum fleiri tónlistarmenn en sviðið gerir enn enginn blaðamaður kærir sig um að fjalla um mistök önnur en fallnar stórstjörnur - sem gerir þennan kirkjugarð ósýnilegan fyrir utanaðkomandi. .

Í vinnunni og í daglegu lífi virðist árangur oft sýnilegri en mistök, sem veldur því að við ofmetum líkurnar á árangri. Rétt eins og Rick falla utanaðkomandi aðilar oft fyrir þessari blekkingu og meta rangt líkurnar á henni. Rick er bara enn eitt fórnarlamb „Survivorship Bias".

Á bak við hvern farsælan höfund geta verið 100 aðrir rithöfundar sem bækur þeirra munu aldrei seljast; önnur 100 hafa ekki fundið útgefendur; og enn 100 sem ókláruð handrit liggja ólesin í skúffum. Á bak við hverja og eina af þessum bókum eru 100 manns sem dreymir um að gefa út bók einn daginn - en þú heyrir aðeins um farsæla rithöfunda (sem margir hverjir gefa út sjálfir), sem ekki kunna að meta ótrúlegar líkur þeirra á velgengni í bókmenntum. Ljósmyndarar, frumkvöðlar, listamenn, íþróttamenn, arkitektar, Nóbelsverðlaunahafar, sjónvarpsmenn og fegurðardrottningar verða líka að grafa sig undan hlutdrægni eftirlifenda til að berjast gegn áhrifum hennar. Enginn annar mun gera það fyrir þig! Til að sigrast á hlutdrægni eftirlifenda sjálfur.

Lifunarhlutdrægni kemur einnig fram við fjárhagslegar ákvarðanir: íhugaðu að vinur þinn opnar sprotafyrirtæki. Sem einn af hugsanlegum fjárfestum þeirra sérðu ótrúlegt tækifæri hér: það gæti orðið næsta Google eða Amazon. Hins vegar, athugaðu raunveruleikann: í flestum tilfellum mistakast slík verkefni beinlínis eða loka innan nokkurra mánaða eða ára frá upphafi; önnur líkleg niðurstaða felur í sér annað hvort gjaldþrot eða einfaldlega að lifa af - annar hvor valkosturinn er jafn líklegur.
Niðurstaða: líkur eru á því að fyrirtæki sem myndast verði gjaldþrota innan þriggja ára; af þeim sem lifa svo lengi, ná flestir aldrei lengra en tíu starfsmenn. Svo ættirðu aldrei að hætta harðöfluðu peningunum þínum í neinu verkefni? Ekki endilega; mundu bara að hlutdrægni eftir að lifa af skekkir líkurnar á árangri eins og skorið gler.

Tökum sem dæmi Dow Jones Industrial Average Index: hún samanstendur aðeins af vel heppnuðum fyrirtækjum; mistókst og lítil fyrirtæki komast ekki inn á hlutabréfamarkaðinn þrátt fyrir að vera fulltrúi flestra fyrirtækja. Þannig lýsir hlutabréfavísitala ekki hagkerfi nákvæmlega og að sama skapi greinir pressan ekki jafnt frá öllum tónlistarmönnum; á sama hátt ætti gnægð bóka og þjálfara sem fjalla um velgengni að gera þig á varðbergi þar sem þessir misheppnuðu einstaklingar skrifa ekki bækur eða halda fyrirlestra um mistök sín.

Lifunarhlutdrægni getur verið sérstaklega hættuleg þegar maður verður hluti af sigurliði. Jafnvel þegar árangur verður til vegna tilviljunar gæti líkt með öðrum sigurvegurum freistað okkur til að bera kennsl á þessi líkindi sem lykilþætti árangurs; enn heimsókn í kirkjugarða misheppnaðra einstaklinga og fyrirtækja mun sýna marga svipaða eiginleika meðal leigjenda þess sem stuðlaði að þínum!

Ef nógu margir vísindamenn rannsaka fyrirbæri munu sumar rannsóknir leiða til tölfræðilega marktækra niðurstaðna fyrir tilviljun - til dæmis fylgni milli rauðvínsneyslu og mikillar lífslíkur. Slíkar „falskar" rannsóknir ná fljótt vinsældum og athygli - ólíkt rannsóknum með minna spennandi en réttar niðurstöður sem eru enn falin á baksíðum háskólans.

Lifunarhlutdrægni vísar til þess að fólk ofmetur möguleika sína á árangri. Ein leið til að berjast gegn því er að heimsækja grafir áður lofandi verkefna, fjárfestinga og starfsferla reglulega; þó að þetta gæti stundum verið óþægilegt ætti það að hjálpa til við að hreinsa hugann og veita nauðsynlega lokun.
Sjá einnig Self-Serving Bias (kafli 45); Byrjendaheppni (kap. 49); Vanræksla á grunnvexti (kafli 28); Innleiðing (kafli 31); Vanræksla á líkindum (kap. 26); Tálsýn um kunnáttu (kafli 94) & villur í ásetningi til að meðhöndla (kafli 98).

GERIR HARVARD ÞIG SMÁRÍKARI?

Nassim Taleb ákvað að gera eitthvað í þrjósku aukakílóunum sínum með því að stunda ýmsa íþróttaiðkun, en varð fljótlega óhrifinn af þeim öllum - allt frá skokk- og tennisspilurum til líkamsbygginga og líkamsbygginga. Sund höfðaði meira vegna vel smíðaðs og straumlínulagaðs líkama þeirra - svo hann skráði sig í laugina sína og byrjaði að æfa tvisvar í viku í þeirri laug.

Stuttu síðar áttaði hann sig á blekkingu sinni: atvinnusundmenn ná ekki fullkomnum líkama með því að æfa endalaust; heldur ræður líkamsbygging þeirra hvort þeir verða frábærir sundmenn - ekki öfugt. Kvenkyns fyrirsætur sem auglýsa snyrtivörur skapa líka þá tilfinningu að það að nota þær geri mann fallegan; en þessi trú stafar af því að neytendur halda ranglega að vörurnar geri konur eins og módel; frekar er það einfaldlega náttúrulegt aðdráttarafl þeirra sem laðar að kaupendur; alveg eins og líkamar atvinnusundmanna eru valdir vegna þess en ekki öfugt.

Þegar við ruglum saman valþáttum og árangri verðum við berskjölduð fyrir því sem Taleb kallar „líkamsblekking sundmannsins". Án þess myndi helmingur auglýsingaherferða mistakast án þess að það virki yfirleitt - samt nær þessi hlutdrægni miklu dýpra en bara þráhyggja fyrir að hafa skilgreint kinnbein og brjóst. Harvard er almennt talinn einn af fremstu háskólunum, þar sem margir farsælir menn stunda nám þar. Bendir þetta til þess að Harvard sé framúrskarandi menntastofnun? Nei. Kannski laðar Harvard bara að sér glögga nemendur. Upplifði þetta fyrirbæri af eigin raun við háskólann í St Gallen í Sviss, einum af tíu efstu viðskiptaskólum í Evrópu; samt fannst mér kennslustundirnar (fyrir 25 árum!) vonbrigði og margir útskrifaðir nemendur náðu árangri þrátt fyrir þetta; hugsanlega vegna loftslags eða mötuneytismatar - þó líklegra sé vegna strangra valferla.

MBA skólar lokka umsækjendur með glæsilegri tölfræði um framtíðartekjumöguleika. Margir tilvonandi nemendur falla fyrir þessari nálgun til að sýna fram á að skólagjöld borga sig með tímanum, en samt verða margir fórnarlamb þess sjálfir. Ég er ekki að stinga upp á því að skólar vinni tölfræði; samt ætti ekki að taka fullyrðingar þeirra að nafnvirði vegna þess að einstaklingar sem stunda MBA eru verulega frábrugðnir þeim sem gera það ekki, þar sem munur á tekjum stafar af mörgum öðrum aðilum en bara MBA sjálfum - enn eitt dæmið um "líkamsblekkingu sundmannsins." Svo ef frekara nám er á dagskrá hjá þér, gerðu það af öðrum ástæðum en bara að græða meira seinna.

Þegar ég spyr hamingjusamt fólk um lykilinn að ánægju þeirra heyri ég oft svör eins og „Þú þarft að líta á hlutina sem hálffulla í stað þess að vera hálftómir" - sem bendir til þess að það viðurkenni ekki að það hafi fæðst hamingjusamt og sjái þess í stað tækifæri í öllu. í kringum þá. Rannsóknir sem Dan Gilbert gerði við Harvard sýna að glaðværð er að mestu viðvarandi persónuleikaeiginleiki sem helst óbreyttur allt lífið. Félagsvísindamennirnir Lykken og Tellegen hafa gert þetta ljóst; að reyna að vera hamingjusamari er alveg jafn tilgangslaust og að reyna að vaxa hærri. Samkvæmt því er líkamsblekking sundmanns einnig sjálfsblekking; þegar bjartsýnismenn skrifa sjálfshjálparbækur og breiða frekar út þessa blekkingu. Á þessum tímapunkti er mikilvægt að við forðumst að taka of mikið tillit til ráðlegginga frá sjálfshjálparhöfundum. Því miður hafa tillögur þeirra ekki tilhneigingu til að hjálpa milljörðum manna - en samt, þar sem flestir óánægðir gefa ekki út bækur um mistök sín, er þessi veruleiki enn hulinn sjónum.

Ályktun: það er best að gæta varúðar þegar þú ert hvattur til að leitast við ákveðna hluti - hvort sem það er stálbólga, óaðfinnanlegt útlit, hærri tekjur, langur líftími eða hamingja - þar sem þetta gæti leitt til blekkingar líkama sundmannsins. Áður en þú tekur trúarstökk og kafar í höfuðið fyrst skaltu líta fyrst í spegil - vertu heiðarlegur við það sem þú sérð þar!

Sjá einnig Halo Effect (Ch. 38); Útkoma hlutdrægni (Ch. 20); Sjálfvalshlutdrægni (kafli 47) og annars konar blindni (kafli 71) til að fá frekari innsýn.

AF HVERJU SÉR ÞÚ FORM Í SKÝJUM

Clustering blekking

Árið 1957 keypti sænski óperusöngvarinn Friedrich Jorgensen segulbandstæki til að taka upp söng hans. Þegar hlustað var til baka birtust undarleg hljóð og hvísl sem virtust yfirnáttúruleg. Nokkrum árum síðar tók hann upp fuglasöng; á einni upptökustund heyrðist rödd látinnar móður hans hvísla í bakgrunni: „Steikt, litla Fried mín... Heyrirðu í mér... Mamma er að kalla.‟ Eftir þessa kynni helgaði Jorgensen sig því að hafa samskipti við þá sem fórust í gegnum segulbandsupptökur.

Diane Duyser frá Flórída upplifði eitthvað svipað þegar hún beit í ristað brauð og skilaði því á diskinn sinn, tók eftir mynd af Maríu í því. Á því augnabliki hætti hún að borða og lagði guðdómlega boðskapinn frá sér til varðveislu (að frádregnum einum bita). Seinna í nóvember 2004 bauð Diane upp þetta frekar vel varðveitta snarl í gegnum eBay og var verðlaunað með $28.000!

Árið 1978 upplifði kona í Nýju Mexíkó eitthvað svipað; Svartnir blettir á tortillu hennar líktust andliti Jesú. Fjölmiðlar tóku upp þessa sögu og drógu þúsundir til Nýju Mexíkó til að skoða Jesú í burrito formi. Tveimur árum áður - 1976 - tók Viking Spacecraft mynd af bergmyndun sem leit svipað út. Það komst í fréttir um allan heim; þekktur sem „Andlit á Mars‟.

Hefur þú séð andlit í skýjunum, útlínur dýra í steinum eða falin skilaboð í dreifðum merkjum áður? Líklega. Þetta er fullkomlega eðlilegt: heilinn okkar leitar eftir mynstrum og reglum og þegar engin er til skapar hann þau einfaldlega sjálfur! Dreif merki eins og bakgrunnshljóð á segulbandi auðvelda okkur að koma auga á „falin skilaboð‟. Tuttugu og fimm árum eftir að hann uppgötvaði „Andlitið á Mars‟ skilaði Mars Global Surveyor skýrum myndum sem sýndu bergmyndanir þar sem andlit manna leyst upp í grjóthrun.

Þessi duttlungafullu dæmi geta gert þyrpingarblekkinguna skaðlausa; en það er langt frá því að vera skaðlaust.

Íhuga fjármálamarkaði, sem framleiða gríðarlegt magn upplýsinga á hverri sekúndu. Án þess að hann vissi það var vinur minn ánægður með að útskýra hvernig hann hafði uppgötvað frávik í öllum gögnum: að margfalda prósentubreytingu Dow Jones með prósentubreytingu á olíuverði myndi skila gullverðinu innan tveggja daga - sem þýðir ef hlutabréfaverð. og olía klifra eða falla samtímis, gull mun fylgja í kjölfarið og hækka daginn eftir. Kenning hans virkaði vel í nokkrar vikur þar til hann byrjaði að fjárfesta með sífellt stærri upphæðum og tapaði á endanum öllu sparifé sínu - skynjaði tilbúið mynstur þar sem ekkert var til!

Sálfræðiprófessor Thomas Gilovich tók viðtöl við hundruð manna til að fá svar við því hvort þessi röð væri tilviljunarkennd eða skipulögð, þar sem flestir höfnuðu handahófskenndri skýringu þar sem þeir töldu að einhver lög réðu röð hennar. Samkvæmt teningaeðlisfræðilíkani Gilovich er í raun alveg mögulegt fyrir fjögur kast í röð að sýna eina tölu; samt eiga margir erfitt með að sætta sig við að slíkir atburðir eigi sér stað fyrir tilviljun.

Í seinni heimstyrjöldinni réðust þýskar sprengjuflugvélar á London með því að nota V1 eldflaugar - tegund af sjálfstýrandi dróna - sem eina tegund skotfæra. Hver árás fól í sér vandlega samsæri á áhrifastöðum á kort til að hryðja yfir Lundúnabúum; margir töldu sig hafa greint mynstur og þróað kenningar um hvaða hlutar London væru öruggastir; Hins vegar sýndu tölfræðigreiningar eftir stríð að dreifing var algjörlega tilviljunarkennd vegna ónákvæmni V1 eldflaugarinnar þar sem leiðsögukerfi hennar var svo ónákvæmt.

Ályktun: þegar kemur að mynsturgreiningu höfum við tilhneigingu til að bregðast of mikið við. Endurheimtu efasemdir þína; ef þú heldur að þú hafir uppgötvað mynstur skaltu fyrst gera ráð fyrir að það gæti hafa gerst fyrir tilviljun og íhuga tölfræðilega greiningu áður en þú tekur ákvörðun. Sömuleiðis ef stökkir hlutar pönnuköku þinnar líkjast andliti Jesú á einhvern hátt, spyrðu sjálfan þig hvers vegna hann hefur ekki sýnt sig hér á Times Square eða CNN í staðinn!
Sjá einnig Illusion of Control (kafli 17); Tilviljun (24. kap.); Falskt orsakasamband (kafli 37).

Félagsleg sönnun Ímyndaðu þér þetta: þú ert á leiðinni á tónleika þegar þú sérð hóp fólks horfa upp á gatnamót. Án þess að hugsa þig tvisvar um lítur þú líka upp á við - án þess þó að gera þér grein fyrir hvers vegna - fylgir ómeðvitað í kjölfarið. Hvers vegna? Félagsleg sönnun. Á einstökum einleikaraleik í tónleikasal byrjar einhver að klappa og hvetur aðra í salnum til að klappa líka; þú tekur þátt líka af engri annarri ástæðu en félagslegri sönnun. Eftir að sýningunni lýkur heldurðu af stað til að sækja kápuávísunina þína þar sem fólk stendur í biðröð á undan þér skilur eftir mynt þó þjónusta sé innifalin í miðaverði en þrátt fyrir það... eftir það, þegar þú ferð í kápuávísun til að sækja hana sjálfur, fylgist þú með fólki fara mynt á diskum í staðinn þrátt fyrir að vera opinberlega innifalinn í miðaverði þar sem þjórfé er hvatt í reynd af því að margir aðrir tónleikagestir skilji eftir þjórfé til félagslegrar sönnunar!

Félagsleg sönnun eða "hjörð eðlishvöt," segir til um að einstaklingar upplifi sig fullgilda þegar hegðun þeirra er í samræmi við hegðun annarra einstaklinga. Einfaldlega sagt, því fleiri sem styðja eða tileinka sér hugmynd eða hegðun teljum við hana sannari; svipað, þegar fleiri einstaklingar sýna það en ekki. Þótt það sé augljóslega fáránlegt þá stenst þessi rökfræði.

Félagsleg sönnun er drifkrafturinn á bak við fjármálabólur og læti á hlutabréfamarkaði. Það birtist í tísku, stjórnunartækni, áhugamálum, trúarbrögðum og mataræði; leiðir stundum til jafn stórkostlegra afleiðinga eins og þegar sértrúarsöfnuðir fremja fjöldasjálfsmorð.

Solomon Asch gerði forvitnilega tilraun á fimmta áratugnum sem sýndi fram á hvernig hópþrýstingur getur breytt raunveruleikanum. Viðfangsefnunum var sýnd lína teiknuð á pappír og þrjár eins, stuttar, miðlungs og langar línur sem samsvara henni á mismunandi líkamshlutum - allar merktar "1, 2," fyrir stutta; lengri en upprunalega línan að lengd og sú sama og upprunalega. Hann eða hún verður að velja hvaða af þremur línum samsvarar upprunalegu línunni, sem kemur ekki á óvart miðað við hversu einfalt verkefnið er. Þegar fimm manns koma inn gefa allir leikarar sem honum eru óvanir röng svör með því að svara með „númeri 1," jafnvel þó að ljóst sé að númer þrjú eigi að vera tilgreind í staðinn. Þegar það er aftur komið að honum svarar hann oft vitlaust til að passa við það sem aðrir svöruðu - í um það bil þriðjungi tilfella gefur hann líka röng svör.
Af hverju bregðumst við svona? Áður fyrr var oft litið á að fylgja öðrum sem besta aðferðin til að lifa af. Ímyndaðu þér að ferðast um Serengeti ásamt nokkrum veiðimönnum og safnamönnum fyrir 50.000 árum þegar þeir allt í einu tvístruðust og boltuðust fyrirvaralaust? Hvernig myndir þú þá svara? Hefðir þú staðið þarna, ruglaður og efast um hvort það sem þú sást væri í raun ljón eða einfaldlega eitthvað skaðlaust sem gæti búið til frábærar próteinríkar máltíðir? Nei! Þess í stað hefðirðu líklega farið í leit að vinum þínum. Seinna þegar þú varst öruggur fyrir árás gætirðu hafa gefið þér tíma til að íhuga hver "ljónið" þitt hefði raunverulega verið. Allir sem hegðuðu sér öðruvísi en jafnaldrar þeirra - sem ég er viss um

að voru - var líklega útrýmt úr genahópnum okkar; við erum afkomendur þeirra sem afrituðu það sem jafnaldrar þeirra gerðu. Við mennirnir erum harðvíraðir með þetta mynstur félagslegrar sönnunar; þess vegna notum við það jafnvel þegar það er enginn lífshagur við það; sem er oftast. Hins vegar eru dæmi þar sem félagsleg sönnun getur verið hagkvæm: til dæmis þegar þú borðar úti í erlendri borg án þess að þekkja góða veitingastaði í nágrenninu og svangur - að velja einn þar sem heimamenn eru oft gæti verið skynsamlegra og afritað hegðun þeirra í stað þína eigin.

Gamanmyndir og spjallþættir nýta félagslega sönnun með því að setja niður hlátur á stefnumótandi staði til að hvetja áhorfendur til að hlæja með. Kannski eitt merkilegasta og óhugnanlegasta dæmið er ræða Josephs Goebbels fyrir gífurlegum áhorfendum árið 1943 (horfðu á hana sjálfur á YouTube). Þegar stríð versnaði fyrir Þýskaland krafðist Goebbels við fundarmenn: „Viljið þið algjört stríð? Ef nauðsyn krefur, styður þú róttækt stríð öfugt við allt sem við getum jafnvel ímyndað okkur í dag?" Krafa hans olli þrumandi lófataki; hefðu einstakir fundarmenn verið spurðir hver fyrir sig hefðu þeir líklega ekki samþykkt þessa geðveiku tillögu!

Auglýsingar gera sem mest úr hneigð okkar til félagslegrar sönnunar; þessi nálgun virkar vel þegar við stöndum frammi fyrir óvissu (svo sem að velja á milli ýmissa bílategunda, hreinsivara og snyrtivara sem hafa enga skýra kosti eða galla) og þegar fólk sem virðist „eins og við" birtist.

Vertu efins þegar fyrirtæki heldur því fram að vara þeirra sé betri vegna þess að hún er vinsæl - þessi rök eru lítil rök ef selja fleiri einingar gefur ekki til kynna yfirburði! Og mundu eftir viskuorðum W. Somerset Maugham: 'Jafnvel þótt 50 milljónir manna segi eitthvað heimskulegt, þá er það heimskulegt.'
Sjá einnig: Hóphugsun (kafli 25); Félagslegt loafing (kafli 33); Hlutdrægni innan hóps utan hóps (kafli 79) og fölsk samstöðuáhrif (kafli 77) til frekari tilvísunar.

AF HVERJU ÁTTU AÐ GEYMA FORTÍÐINU

Sunk Cost Fallacy

Eftir að hafa horft á hræðilega kvikmynd í einn og hálfan tíma spurði ég konuna mína hljóðlega: „Komdu, við skulum fara heim." Sem hún svaraði með: „Engan veginn; við munum ekki henda $30.' Á þeim tímapunkti mótmælti ég: „Það er engin ástæða til að vera áfram - það er einfaldlega aflögunarstarfsfólk í vinnunni hér - sem ætti ekki að gegna neinum þátt í ákvörðun okkar um að vera eða fara! Auðvitað gafst ég upp á endanum og sökk aftur niður í sætið mitt

Ég sat á markaðsfundi daginn eftir þar sem auglýsingaherferð sem hafði verið í gangi í fjóra mánuði en náði ekki einu sinni einu markmiði var til umræðu. Á meðan ég talaði fyrir því að rifta því, mótmælti auglýsingastjóri okkar: „En við höfum þegar lagt svo mikið fé í það; að hætta núna myndi þýða að allir peningar okkar hefðu verið til einskis'- enn eitt fórnarlamb ranghugmynda um kostnaðarleysið.

Einn vinur minn þjáðist í mörg ár í erfiðu sambandi. Kærastan hans svindlaði ítrekað og bað iðrunarlega fyrirgefningar í hvert skipti. Engu að síður, vinur minn hélt áfram að fjárfesta orku í rómantík sína vegna þess að það fannst rangt að henda því sem þegar hafði verið fjárfest; dæmi um "sunk cost fallacy".

Óafturkræfur rökvillan er sérstaklega hættuleg þegar við höfum fjárfest miklum tíma, peningum, orku eða tilfinningum í eitthvað. Fjárfesting okkar getur orðið grundvöllur þess að halda áfram þrátt fyrir augljósar ástæður til að hætta; því meiri tími og fjármagn sem fjárfest er, því meiri óafturkræfur kostnaður okkar er; þess vegna þurfum við að halda áfram þó eitthvað virðist ómögulegt eða vonlaust. Því meira sem fjárfest er í einhverju því sterkari er hvöt okkar til að halda áfram;

Fjárfestar verða oft fórnarlamb óafturkræfra kostnaðarvillunnar. Viðskiptaákvarðanir mega eingöngu vera knúnar áfram af kaupverði; að kalla fram þessa röksemd sem réttlætingu er einfaldlega ekki skynsamlegt; það sem skiptir meira máli en verð ætti að vera framtíðarárangur (og aðrir kostir sem eru í boði til að fjárfesta) hvers hlutar eða eignasafns fjárfestinga - kaldhæðnislegt er því meira fé sem tapast, því lengur munu fjárfestar hafa tilhneigingu til að standa við það!
Samræmi er tilvera okkar; þegar eitthvað brýtur út úr þessu hugsunar- og aðgerðamynstri finnst okkur mótsagnirnar viðurstyggilegar og veljum að hætta við miðja leið frekar en að viðurkenna að við höfum skipt um skoðun á einhverjum tímapunkti á ævi verkefnisins. Að seinka sársaukafullum skilningi með því að halda áfram með tilgangslaus verkefni heldur útlitinu lengur.

Concorde var helgimyndadæmi um ríkishallaútgjöld. Bæði Bretar og Frakkar vissu vel að yfirhljóðsleg flugvélaviðskipti myndu ekki virka, en fjárfestu samt gífurlegar upphæðir til að bjarga andlitinu. Að yfirgefa það hefði þýtt að viðurkenna ósigur; þess vegna nafn þess, "Concorde áhrif." Það leiðir til dýrra og jafnvel hörmulegra matsvillna; Bandaríkjamenn jók þátttöku í Víetnamstríðinu vegna þessa fyrirbæris: þeir hugsuðu: „Við höfum fórnað svo miklu; að gefast upp núna væri rangt.'

Ertu að hugsa "Við erum komin svona langt?." „Ég hef nú þegar lesið svo mikið af þessari bók...“ Ef eitthvað af þessum fullyrðingum á við þig gefa þær til kynna að óafturkræf rökvilla sé að verki í þínum huga.

Auðvitað getur fjárfesting til að klára eitthvað haft sína eigin kosti; passaðu þig bara á að gera það eingöngu til að réttlæta óendurheimtanlegar fjárfestingar. Skynsamleg ákvarðanataka krefst þess að þú gleymir fyrri kostnaði; á endanum skipta aðeins framtíðarkostnaður og ávinningur máli þegar skynsamlegar ákvarðanir eru teknar.

Sjá einnig: Það-verður-verra-áður-það-verður-betra rökvilla (kafli 12); Vanhæfni til að loka dyrum (kafli 68); Endowment Effect (kafli 23); Réttlæting átaks (kafli 60); Loss Aversion (kafli 32) og Outcome Bias (kafli 20) sem aðrar vitræna hlutdrægni sem leiða til óviðeigandi ákvarðana.

Gagnkvæmni

Nýlega gætir þú hafa rekist á fylgjendur Hare Krishna sértrúarsöfnuðarins svífa um í skærum saffran-lituðum sloppunum sínum á meðan þú hljópst um flugvelli eða lestarstöðvar á ferð þinni til að komast á áfangastað. Kannski gaf einn meðlimur þér lítið blóm og brosti hlýlega þegar þeir gáfu það. Eins og flestir eru líkurnar á því að þú hafir tekið blómið bara til að forðast að vera dónalegur. Að neita gæti hafa dregið fram skýringu eins og: „Taktu það; þetta er gjöf okkar til þín.' Þegar reynt var að farga blóminu í ruslatunnu í nágrenninu, voru þegar margar ráðstafanir þar; Þegar leitað var annars staðar að förgun þess fannstu að það voru þegar margar hrúgur. Þegar slæm samviska þín byrjaði að nöldra að þér sterkari myndi annar lærisveinn Krishna nálgast og biðja um framlög; margir flugvellir bönnuðu á endanum þennan sértrúarsöfnuð vegna þessa vel heppnaða kasta;

Robert Cialdini getur útskýrt árangur þessara herferða með rannsóknum sínum á gagnkvæmni. Hann komst að því að fólk á mjög erfitt með að vera í skuld við annan einstakling.

Mörg frjáls félagasamtök og góðgerðarsamtök nota svipaðar aðferðir: fyrst gefa, svo taka. Nýlega fékk ég umslag með póstkortum með friðsælu landslagi frá náttúruverndarsamtökum; Meðfylgjandi bréfi þeirra fullvissaði mig um að þau ættu að vera geymd sem gjafir, óháð ákvörðun minni um að gefa peninga. Þó að ég skildi taktík þeirra nógu vel, þá þurfti það töluverðan viljastyrk og aga af minni hálfu til að leggja þær frá mér án þess að nýta þær!

Því miður er þessi tegund blíðrar fjárkúgunar - stundum einnig nefnd spilling - algeng. Birgir skrúfa gæti boðið hugsanlegum viðskiptavinum að taka þátt í spennandi íþróttaleik; koma panta tíma mánuði síðar, löngun þeirra til að vera ekki í skuldum er svo sterk að kaupandi samþykkir og leggur pöntun í gegnum þessa nýju kunningja.

Gagnkvæmni er forn regla sem finnst meðal allra tegunda með sveiflukenndar fæðubirgðir. Ímyndaðu þér að þú sért veiðimaður og safnari sem, einn daginn, tekst að drepa dádýr og verður að skipta því á milli hópmeðlima þinna; að gera þetta tryggir að þú munt njóta góðs af herfangi annarra ef drátturinn þinn var minna áhrifamikill; þeir þjóna sem ísskápar. Gagnkvæmni er ómetanleg lifunarstefna og form áhættustýringar, án hennar myndu menn - sem og margar dýrategundir - fljótlega farast. Gagnkvæmni er kjarninn í samstarfi fólks sem er ótengt hvert öðru og er ómissandi fyrir hagvöxt og auðsköpun - án hennar væri alls ekkert alþjóðlegt hagkerfi! Það er ávinningurinn af gagnkvæmni.

Hins vegar hefur gagnkvæmni líka með sér sína dökku hlið: hefndaraðgerðir. Hefnd elur af sér gagnhefnd þar til allsherjar stríð hefst. Jesús boðaði að við ættum að rjúfa þennan hring með því að snúa hinni kinninni við - þó að þetta reynist erfitt þar sem gagnkvæmni togar jafnvel þegar veðmálið er miklu minna.

Fyrir mörgum árum var okkur boðið af hjónum sem við höfðum aðeins þekkt af tilviljun; þeir voru nógu fínir en langt frá því að vera skemmtilegir. Því miður varð það nákvæmlega eins og ímyndað var: matarboðið þeirra var meira en leiðinlegt; samt fannst okkur skylt að bjóða þeim aftur nokkrum mánuðum síðar af gagnkvæmni; aðeins vikum síðar kom annað boð frá þeim...Ég velti því oft fyrir mér hversu margar aðrar matarveislur hafa þolað til að viðhalda gagnkvæmni?

Svipað og þegar þú nálgast í matvörubúð, mitt besta ráð væri að hafna tilboði þeirra um vín, osta eða ólífur nema þú viljir fylla ísskápinn þinn af dóti sem þú hefur ekki einu sinni gaman af.

Sjá einnig Innrömmun (42. kap.); Hvatning ofursvörunartilhneiging (kafli 18); Líka við hlutdrægni (kafli 22) og hvatningarfjölgun (kafli 56) til að læra meira.

FYRIR „SÉRSTAKA MÁLI"

ÞEGAR STAÐFESTING BIES VARÚÐ! (1. HLUTI).

Gil er í megrun til að missa kíló. Á hverjum morgni stígur hann á vigtina, athugar hvort framfarir séu miðað við valin áætlun og fagnar hverju tapi eða hagnaði sem sönnun þess að það sé að virka eða afskrifar það sem eðlilegar sveiflur. Í marga mánuði heldur þyngd hans hins vegar stöðug á meðan Gil lifir í þeirri blekkingu að mataræðið virki þrátt fyrir að það geri í raun ekki neitt - dæmi um staðfestingarhlutdrægni sem er í spilinu í sinni meinlausu mynd.

Staðfestingarhlutdrægni er kjarninn í flestum ranghugmyndum. Það vísar til tilhneigingar okkar til að túlka nýjar upplýsingar þannig að þær passi innan núverandi kenninga, viðhorfa og sannfæringar - sía í raun út öll sönnunargögn sem stangast á við núverandi skoðanir (þekkt sem óstaðfestar sönnunargögn) sem gætu ögrað þeim (sem Aldous Huxley skrifaði frægt um sem "Staðreyndir gera hætta ekki að vera til ef hunsað") en þessi hættulega tilhneiging er viðvarandi meðal manna - ofurfjárfestirinn Warren Buffett segir það best: „Menn skara fram úr í að túlka allar nýjar upplýsingar svo fyrri niðurstöður þeirra haldist óbreyttar"

Fermingarhlutdrægni er lifandi og vel í viðskiptum í dag. Hugsaðu til dæmis um þetta: Framkvæmdahópur ákveður nýja stefnu og fagnar öllum vísbendingum um að það gæti virkað vel - á meðan allar vísbendingar sem benda til annars eru óséðar eða er fljótt vísað frá sem undantekningar eða sérstökum tilvikum - þar til óstaðfestandi sönnunargögn verða ósýnileg þeim með öllu.

Hvað er hægt að gera? Vertu á varðbergi þegar orðið „undantekning" kemur upp á yfirborðið; oft gefur þetta til kynna að óstaðfestar sannanir séu til staðar. Taktu vísbendingu frá Charles Darwin: frá því snemma á unglingsárum sínum lagði hann kerfisbundið sig fram til að vinna gegn staðfestingarhlutdrægni með því að taka mjög alvarlega allar athuganir sem stanguðust á við kenningu hans, skrá þær strax um leið og þær birtust - vitandi vel hversu auðveldlega heilinn okkar "gleymir " að afsanna sönnunargögn eftir nokkurn tíma liðinn - taka mark á hverri mótsögn um leið og hann sá hana birtast og leita virkan að mótsögnum á grundvelli mats hans á réttmæti þeirra - meira svo því meira sem hann leit virkan í augun.

Þessi tilraun undirstrikar hversu krefjandi það getur verið að efast um eigin kenningar okkar. Prófessor gaf nemendum sínum tölurnar 2-4-6.
Nemendur voru skoraðir af prófessor sínum að ákvarða undirliggjandi reglu skrifuð á blað með því að gefa upp tölur í röð sem annað hvort passa við regluna eða ekki, með svörum

eins og "passar við regluna" eða "passar ekki við regluna" frá honum . Þó að nemendur gátu giskað á fjölmargar tölur af handahófi frá 8-14 til dæmis (flest benti til 8 og fengu svarið: „Passar reglunni." Til að vera viss reyndu þeir 10, 12 og 14 og var sagt í hvert skipti af prófessor að þær passuðu.). Margir ályktuðu: 'Reglan er að bæta tveimur við hverja tölu;' aðeins að láta prófessor vera ósammála þeim með því að segja að þetta sé í raun ekki reglan;

Einn glöggur nemandi reyndi óhefðbundna nálgun. Hann prófaði töluna -2, sem prófessor hans svaraði með því að segja að hún passaði ekki við regluna, áður en hann lagði til að sjö passaði betur en forverinn -2. Þegar þetta reyndist árangurslaust, gerði nemandinn frekari tilraunir með því að reyna -24, 9, 43.... Þegar ekki var hægt að finna fleiri mótdæmi sagði hann: „Reglan er: hver tala á eftir verður að fara yfir forvera sína. Þegar blaðinu hans var snúið við kom einmitt þessi regla í ljós!

Hvað aðgreindi úrræðagóðan nemandann frá jafnöldrum sínum? Þó að flestir nemendur hafi aðeins reynt að staðfesta kenningar sínar, leitaði hann virkan að sönnunargögnum sem afsannaðu þær. Þú gætir hugsað: "Gott fyrir hann en ekki mikið mál fyrir hina." Hins vegar er ekki smávægilegt vitsmunabrot að falla fyrir hlutdrægni í staðfestingu - eins og fram kemur í síðari köflum getur það haft veruleg áhrif á daglegt líf okkar.

Sjá einnig: mes disponibilite Bias (kafli 11); Eiginleika-jákvæðu áhrifin (kap. 95); Tilviljun (24. kap.); Forer Effect (kafli 64) og blekking athygli (kafli 88).

MORÐU ELSKAR ÞÍNAR

Í fyrri kafla okkar könnuðum við eina af kjarna rangfærslunum - staðfestingarhlutdrægni. Manneskjur verða að mynda sér skoðanir um lífið, hagfræði, fjárfestingar, starfsframa og margt fleira - allt frá heimsmynd okkar til stjórnmála til hagfræði til listar - sem verður síðan að styðjast við sönnunargögn til að styðja þessar forsendur. Hvort sem maður fer í gegnum lífið og trúir því að fólk sé í eðli sínu gott eða slæmt, mun hann finna sönnunargögn sem styðja hvora skoðunina. Jafnt mannvinar og misanthropes sía afsanna sönnunargögn en hygla þeim sem halda uppi heimsmynd þeirra með því að forgangsraða þeim sem styrkja skoðanir þeirra með góðgjörðarmönnum eða einræðisherrum sem stuðla að þeim.

Stjörnuspekingar og hagfræðingar vinna með svipaðar aðferðir: að spá svo óljósar að allir atburðir gætu staðfest þær: „á næstu vikum muntu upplifa sorg,“ eða „þrýstingur á dollar til meðallangs tíma mun aukast“ eru bæði nógu óljósar til að allir atburðir geti borið út þessar spár; gengislækkunarráðstafanir gegn gulli, jenum, pesóum hveiti íbúðarverði á Manhattan Manhattan Manhattan pylsuverði

Trúarbrögð og heimspekileg viðhorf þjóna sem frjór jarðvegur fyrir fermingarhlutdrægni til að blómstra. Hér þrífst hann villtur og frjáls í sinni mjúku svampi - td finna tilbiðjendur alltaf sannanir fyrir tilvist Guðs þótt hann sýni sig sjaldan opinberlega - nema fyrir ólæsum sem búa í afskekktum fjallaþorpum; aldrei sýnt sig fyrir fjölda áhorfenda eins og Frankfurt eða New York. Mótrök gegn tilvist hans eru beinlínis vísað á bug af trúuðum, sem sýnir hversu sterkt þetta afl er í raun og veru.

Viðskiptablaðamenn gætu verið sérstaklega viðkvæmir fyrir hlutdrægni í staðfestingu. Þegar þeir búa til kenningar koma viðskiptablaðamenn oft með einfaldar útskýringar með fáum „sönnunargögnum“ sem styðja þær og halda svo fljótt áfram með að skrifa sögu sína - til dæmis: Google er svo vel heppnað vegna þess að menning þess ýtir undir sköpunargáfu. Þegar þessi hugmynd hefur verið skrifuð niður, staðfesta blaðamenn þessa fullyrðingu venjulega með dæmum um önnur velmegandi fyrirtæki sem rækta sköpunargáfu á meðan þeir leita sjaldan óstaðfestandi sönnunargagna eins og fyrirtæki í erfiðleikum með áherslu á sköpunargáfu eða blómleg fyrirtæki sem skortir nokkurn sköpunarkraft - báðir hópar myndu gera frábært sögur!
Blaðamenn hafa tilhneigingu til að líta framhjá mörgum meðlimum ættarinnar; hvers kyns tilraun þeirra til að varpa ljósi á einn gæti afvegaleiða alla söguþráð greinar þeirra.

Sjálfshjálparbækur og bækur um að verða ríkur fljótt eru annað dæmi um einhliða frásagnarlist. Glöggir höfundar þeirra safna sönnunargögnum sem styðja jafnvel að því er virðist fáránlegar kenningar, eins og "hugleiðsla er lykillinn að hamingju." Sérhver lesandi sem leitar að óstaðfestandi sönnunargögnum myndi ekki finna slíkar vísbendingar hér: hvergi eru dæmi um fólk sem lifir fullnægjandi lífi án hugleiðslu eða þeir sem þrátt fyrir að æfa það finnst enn sorg.

Vefsíður eru sérstaklega frjór jarðvegur fyrir staðfestingarhlutdrægni. Þegar vafrað er á fréttasíðum og bloggsíðum til að vera upplýst, endum við oft á því að velja síður sem styrkja núverandi gildi okkar - hvort sem það er frjálslynt, íhaldssamt eða einhvers staðar þar á milli. Að auki sníða margar vefsíður nú efni sérstaklega að einstökum áhugamálum eða vafrasögu, gera nýjar eða ólíkar skoðanir með öllu óvelkomnar og leiða okkur inn á brautir sem staðfesta núverandi sannfæringu með því að umkringja okkur samfélögum sem eru með sama hugarfari sem styrkja sömu sannfæringu - sem styrkir enn frekar hlutdrægni í staðfestingu og styrkja sannfæringu okkar, styrkja þá enn frekar og styrkja sannfæringu enn frekar sem styrkir staðfestingarhlutdrægni.

Arthur Quiller-Couch var með langvarandi þula: 'Kill Your Darlings.' Þetta ráð til rithöfunda sem berjast við að klippa niður þykja væntar en óþarfar setningar ómuðu víða umfram bókmenntagagnrýnendur og tölvuþrjóta; ráð hans hljóma hjá okkur öllum sem þjást af fermingarhlutdrægni. Til að berjast gegn því, reyndu að skrifa niður allar skoðanir þínar - heimsmynd, fjárfestingar, hjónaband, heilsugæslu, mataræði eða starfsaðferðir - og farðu að leita að óstaðfestandi sönnunargögnum gegn hverri. Að skera niður skoðanir sem finnast eins og gamlir vinir er erfið vinna en bráðnauðsynleg!

Sjá einnig: Introspection Illusion (kafli 67); Áberandi áhrif (kafli 83); Vitsmunaleg mismunun (kafli 50); Forer Effect (kafli 64) og News Illusion (kafli 99) fyrir frekari upplýsingar.

TAKIÐ AÐ ORÐ YFIRVÖLDUNA

HLUTDRÆGNI YFIRVALDA

Í 1. Mósebók segir Guð okkur hvað gerist ef við óhlýðnast einni af valdsmönnum hans: brottrekstri úr paradís. Því miður vilja minna guðdómlegar persónur (pólitískir spekingar, vísindamenn, læknar, forstjórar, hagfræðingar, stjórnarformenn, íþróttaskýrendur og verðbréfagúrúar) að við trúum þessu líka.

Sálfræðingurinn Stanley Milgram gerði tilraun sem sýndi glögglega heimildarhlutdrægni. Þátttakendum hans var bent á að gefa einstaklingi sem sat á bak við glerrúðu vaxandi raflost. Byrjað var á 15 voltum, þeim var bent á að auka smám saman í 30V, 45V og svo að lokum hámarksskammtinn 450V - þó að enginn rafstraumur rann í raun - Milgram notaði leikara sem fórnarlamb sitt; Því miður vissu þeir sem veittu áföllum ekki. Niðurstöðurnar voru átakanlegar: þar sem manneskjan í hinu herberginu vældi af sársauka og viðfangsefnið sem gaf áfallið vildi hætta, myndi prófessor þeirra hvetja þá til að halda áfram vegna þess að „þessi tilraun veltur á því". Mest áframhaldandi raflost; rúmlega helmingur fór upp á fulla spennu af einskærri hlýðni.

Undanfarinn áratug hafa flugfélög einnig orðið meðvituð um hætturnar sem fylgja hlutdrægni yfirvalda. Fyrr á dögum réðu skipstjórar yfir; Aldrei var hægt að véfengja skipanir þeirra og sérhver aðstoðarflugmaður sem grunaði um yfirsjón gæti aldrei þorað að tjá sig um það.
Síðan þessi hegðun uppgötvaðist hafa næstum öll flugfélög innleitt Crew Resource Management (CRM). CRM þjálfar flugmenn og áhafnir þeirra til að ræða allar fyrirvara opinskátt og fljótt; með öðrum orðum: hlutdrægni í afforritun valds. CRM hefur lagt meira af mörkum til flugöryggis á undanförnum áratugum en tækniframfarir.

Mörg fyrirtæki skortir framsýni. Fyrirtæki með ráðandi forstjóra eru sérstaklega í hættu, þar sem starfsmenn geta haldið óhagstæðari skoðunum sínum fyrir sig - líklegt til skaða fyrir fyrirtækið í heild.

Yfirvöld sækjast eftir viðurkenningu og eru alltaf að finna nýjar leiðir til að treysta stöðu sína. Læknar og vísindamenn klæðast oft hvítum úlpum. Bankastjórar klæðast jakkafötum og bindum; bankastjórar klæðast böndum á meðan kórónuklæddir konungar nota tignarmerki frá hernum; meðlimir hersins íþróttir oft merki líka! Í dag eru fleiri tákn og leikmunir notaðir sem vísbendingar um sérfræðiþekkingu eins og spjallþáttaútlit eða tímaritaforsíður, bókaferðir eða Wikipedia-færslur; með vald sem þróast svipað og tíska gerir og samfélagið tekur eftir því.

Ályktun: Áður en þú tekur stórar ákvarðanir skaltu alltaf hugsa vel um hvaða yfirvöld gætu haft áhrif á rökhugsunarferli þitt og reyndu þitt besta til að skora á þá sem eru við völd ef þörf krefur.

Sjá einnig: Twaddle Tendency (kafli 57); Þekking bílstjóra (kafli 16); Spá blekking (kafli 40); Tálsýn kunnáttu (94 kap.)

Robert Cialdini segir frá í bók sinni Influence sögu tveggja bræðra að nafni Sid og Harry sem ráku fataverslun á 30. áratugnum í Ameríku; Sid var ábyrgur fyrir sölu á meðan Harry stýrði sérsníðaþjónustu. Sid varð heyrnarskertur alltaf þegar viðskiptavinir sem stóðu fyrir framan spegilinn hans voru yfirgnæfandi ánægðir með jakkafötin sín, sem fékk hann til að spyrja Harry: 'Harry, hvað kostar þetta jakkaföt?' Harry leit síðan upp frá skurðarborðinu sínu og svaraði fljótt með því að hrópa til baka að fyrir þessa fallegu bómullarföt kostaði það 42 dollara. Sid virkaði ringlaður og lét eins og hann hefði ekki skilið. Harry hrópaði: „Fjörutíu og tveir dollarar! Sid sneri sér síðan við og sagði til baka: „Hann segir 22 dollara." Á þessum tíma hefði viðskiptavinur hans fljótt lagt peninga á borðið áður en hann fór fljótt með mál sitt áður en greyið Sid áttaði sig á mistökum hans.

Þekkirðu þessa tilraun frá skóladögum þínum? : Fylltu tvær fötur - aðra með volgu og hina með ísköldu vatni - dýfðu síðan hægri hendinni í eina mínútu í hverja. Skiptu aftur um hendurnar, settu þær báðar aftur í volgu vatni samtímis - hverju hefur þú tekið eftir? Hægri hendi finnst það heitt á meðan vinstri hendi finnst það kólna bara vel!

Þessar sögur sýna andstæðuáhrifin: þegar eitthvað ljótt, ódýrt eða lítið er sett fram höfum við tilhneigingu til að dæma það sem fallegra eða dýrara; öfugt finnst okkur alger dómgreind erfið.

Andstæðuáhrif eru útbreidd blekking: þegar þú kaupir leðursæti fyrir nýja bílinn þinn, samanborið við $60.000 verðmiðann, virðast $3.000 ómarkviss miðað við heildarkostnað hans. Allar atvinnugreinar sem bjóða upp á uppfærslumöguleika nýta sér þessa villandi skynjun til að lokka neytendur inn og selja uppfærslur.

Andstæðuáhrif geta einnig gegnt mikilvægu hlutverki annars staðar: tilraunir sýna að fólk mun ganga tíu mínútur til viðbótar ef það sparar $10 í mat, en myndi samt aldrei íhuga að ganga til baka fyrir að spara $10 í dýr föt; óskynsamleg hreyfing þar sem 10 mínútur jafngilda 10 dollurum óháð því. Þess vegna ætti alltaf að ganga til baka eða einfaldlega alls ekki gerast.

Án andstæðuáhrifanna myndu afsláttarfyrirtæki hætta að vera til.
Óviðunandi staða er til staðar þegar vöruverð lækkar úr $100 í $70 á augabragði; upphafsverð ætti ekki að gegna neinu hlutverki hér. Fjárfestir sagði mér einu sinni að hlutabréf væru mikil verðmæti vegna þess að hún hefði fallið 50 prósent undir hámarksverði; Ég svaraði í sömu mynt með því að hrista höfuðið: Hlutabréfaverð er aldrei lágt eða hæst - allt sem skiptir máli er hvort það færist upp eða niður þaðan og út.

Ef við lendum í andstæðum bregst heilinn okkar svipað og fuglar við byssuskoti: við flöktum út og förum hratt. Því miður er tilhneiging okkar hins vegar ekki sú að viðurkenna smám

saman breytingar þegar þær eiga sér stað: sjónhverfingarmaður gæti látið úrið þitt hverfa án
þess að þú gerir þér það einu sinni grein fyrir því að þegar þrýst er á einn líkamshluta með
því að þrýsta á annan hluta tekurðu ekki eftir því þegar léttari snerting hans er. á úlnliðnum
þínum fjarlægir Rolex úrið þitt af því; á sama hátt sjáum við ekki hvernig peningarnir okkar
hverfa í gegnum verðbólgu sem hægt og rólega rænir verðmæti þeirra á meðan við myndum
bregðast miklu harðari við slíkum sköttum (sem í raun og veru jafngilda í raun og veru).

Andstæða er hættulegt afl: Falleg kona giftist meðalmanni; en vegna þess að foreldrar hennar
voru óvirtir einstaklingar, virðist hann eins og óvenjuleg persóna í hennar augum.

Ein hugsun að lokum: með öllum auglýsingum með ofurfyrirsætum lítum við núna á fallegt
fólk sem í meðallagi eftirsóknarvert. Þegar þú ert að leita að ást skaltu aldrei fara út með
ofurfyrirsætuvinum þar sem fólk mun sjá þig minna aðlaðandi en þú ert í raun ef þú ferð
einn eða tekur tvo ljóta vini með í staðinn.

Sjá einnig:Aavailability Bias (kafli 11); Endowment Effect (kafli 23); Halo Effect (kafli 38);
Social Comparison Bias (kafli 72); Regression to Mean (19. kap.); Skortsvilla (kap. 27);
Rammgerð (42. kap.)

Að segja eitthvað eins og: „Reykingar eru ekki svo skaðlegar ef afa mínum tókst að lifa af með því að reykja þrjá pakka á dag og lifa til að verða yfir 100" eða: „Manhattan er mjög öruggt; vinur minn býr í þorpinu án þess að læsa hurðinni sinni. jafnvel í fríi - það hefur aldrei verið brotist inn í íbúðina hans!" hægt að nota til að reyna að sanna atriði, en samt sanna þeir í raun ekkert; með því lútum við hlutdrægni í framboði.

Eru fleiri ensk orð sem byrja á K, eða fleiri með það sem þriðja stafinn? Svar: Yfir tvöfalt fleiri ensk orð eru með K í þriðju stöðu en byrja á því; þó að margir telji hina síðarnefndu vera fleiri. Fólk trúir ranglega annað vegna þess að það er líklegra til að muna orð sem byrja á K hraðar; Þess vegna eru þetta auðveldara fyrir minningar okkar.

Tilboðshlutdrægni segir: Hugur okkar hefur tilhneigingu til að búa til mynd af veruleikanum sem byggir á dæmum sem við finnum auðveldast í minningum okkar, jafnvel þó að þessir atburðir eigi sér ekki stað oftar vegna þess að auðvelt er að ímynda sér þá.

Vegna hlutdrægni í framboði siglum við oft um lífið með ónákvæmt áhættukort í huga. Vegna þessarar hlutdrægni höfum við tilhneigingu til að ofmeta hættuna á flugslysum, bílslysum eða morðum á sama tíma og við vanmetum þá sem eru af minna stórbrotnum orsökum eins og sykursýki eða magakrabbameini. Sprengjuárásir eru sjaldgæfari en við trúum á meðan þunglyndi getur verið miklu hærra - þessi hlutdrægni leiðir til þess að við leggjum of mikið vægi á stórkostlegar niðurstöður á meðan við lækkum rólegar eða ósýnilegar niðurstöður auðveldara en við ættum að gera; Heilinn okkar er fúsari til að hlynna áberandi niðurstöður en hversdagslegar - þetta fær okkur til að hugsa á dramatískan hátt frekar en magn!

Læknar falla oft fyrir hlutdrægni í framboði: þeir nota venjulega meðferð í öllum mögulegum tilfellum, jafnvel þó að hentugri meðferðir gætu verið til en eru enn falin í minnisbanka þeirra. Ráðgjafar verða líka oft fyrir þessu fyrirbæri að bráð - frekar en að vísa algjörlega ókunnugu máli á bug með því að segja: „Ég veit það í rauninni ekki", þeir reyna eftir fremsta megni að bregðast ekki við innsæi heldur grípa til aðgerða í staðinn.
Í stað þess að finna út nákvæmlega hvað það ætti að segja þér, fellur fólk oft aftur á einn af reyndu aðferðum sínum, sama hvort það er tilvalið eða ekki.

Endurtekning getur skapað langtíma spor í huga okkar; eitthvað sem er endurtekið nógu oft verður hluti af sameiginlegu meðvitundinni, jafnvel þótt innihald þess sé rangt; spurðu bara leiðtoga nasista hversu oft þeir endurtóku "gyðingaspurninguna", áður en fólk fór að trúa því að þetta væri mikilvægt mál! Allt sem þarf til að byrja að trúa þessum hugtökum er að segja orðin UFO, lífsorka eða karma nógu oft áður en fólk tekur eftir og trúir þeim!

Hlutdrægni í framboði er orðinn rótgróinn eiginleiki í stjórnum fyrirtækja um allan heim. Stjórnarmenn hafa tilhneigingu til að einbeita umræðum sínum að því sem stjórnendur hafa lagt fram - venjulega ársfjórðungslegar tölur - í stað þess að taka á mikilvægari málum, eins og samkeppnisaðgerðum, hvatningarvanda starfsmanna eða breytingar á hegðun viðskiptavina sem gætu haft bein áhrif á þá. Þeir hafa ekki tilhneigingu til að ræða hluti utan dagskrár. Fólk hefur tilhneigingu til að styðja aðgengilegar upplýsingar - hvort sem þær eru efnahagslegar upplýsingar eða uppskriftir - þegar þeir taka ákvarðanir; að taka ákvarðanir sínar á þessum grundvelli frekar en meira viðeigandi en erfiðara aðgengileg gögn gætu reynst hörmulegar fyrir ákvarðanir þeirra. Dæmi: við höfum vitað í 10 ár að svokölluð Black-Scholes formúla til að verðleggja afleiður fjármálaafurða virkar ekki, en vegna skorts á raunhæfum lausnum höldum við áfram að nota óviðeigandi tól. Það væri eins og að vera í ókunnri borg án korts en finna síðan eitt til heimilis einhvers staðar frá og nota það í staðinn - að kjósa rangar upplýsingar fram yfir engar upplýsingar - þannig að bankar verða fyrir milljarðatapi vegna hlutdrægni í framboði.

Frægt söng Frank Sinatra: "Ó, hjartað mitt slær ógurlega/Allt vegna þín/Þegar ég er ekki nálægt þeim sem ég elska/ég elska hana samt." Þetta er dæmi um hlutdrægni í framboði - til að berjast gegn því á áhrifaríkan hátt þurfum við inntak frá öðrum með aðra reynslu og sérfræðiþekkingu en við sjálf til að vinna bug á áhrifum þess.
Sjá einnig Ambiguity Aversion (kafli 80); Illusion of Athygli (kafli 88); Félagshlutdrægni (48. kap.); Eiginleika-jákvæð áhrif (kafli 95); Staðfestingarhlutdrægni (kafli 7-8); Andstæðuáhrif (kafli 10); Vanræksla á líkindum (kafli 26) fyrir meira um þetta efni.

AF HVERJU Á „ENGIN SJÁRUR, ENGINN GÁTT" AÐ HLJÓMA
VIÐVÖRUNARBJÖLLUR

„ÞAÐ MUN VERSNA ÁÐUR EN ÞAÐ VERÐUR BETRI RÖKVILLA"

Einu sinni, þegar ég var í fríi á Korsíku, varð ég veikur. Einkennin voru framandi og sársaukinn jókst dag frá degi. Ég leitaði því læknisaðstoðar á heilsugæslustöð í nágrenninu. Ungur læknir byrjaði að skoða mig vandlega - ýtti undir magann, greip þétt um axlir og hné og potaði í hvern hryggjarlið eftir merki um vandamál. Skoðun hans fannst mér undarleg en ég þraukaði þangað til minnisbókin hans kom út með sýklalyfjum skrifað á: „Taktu eina töflu þrisvar á dag þar til einkennin hverfa. Taktu sýklalyf þar til einkennin lagast áður en þú íhugar lyf sem meðferð!' Þegar ég var búinn fór ég aftur á hótelherbergið mitt með lyfseðli.

Verkir versnuðu næstu þrjá daga - alveg eins og læknirinn minn spáði. Þó að hann hljóti að hafa vitað hvað væri að mér, þegar verkurinn minnkaði ekki eftir þrjá daga hringdi ég í hann aftur til að spyrja hvað ég ætti að gera í þessu og var ráðlagt af honum að auka skammtinn í fimm sinnum á dag fyrir "það gæti verið sárt fyrir smá stund í viðbót". Eftir að tveir kvalarfullir dagar liðu í viðbót ákvað ég að hringja á alþjóðlegan sjúkraflugvél þar sem svissneski læknirinn greindi botnlangabólgu strax áður en ég gerði strax aðgerð á mér og spurði á eftir: "af hverju beiðstu svona lengi?".

„Allt gekk nákvæmlega eftir því sem læknirinn spáði, svo ég treysti ráðum hans."

"Ó nei! Þú féllst fyrir rökvillunni sem segir að hlutirnir muni aðeins versna áður en þeir lagast." Korsíski læknirinn þinn vissi líklega ekki um þetta; líklega bara önnur ferðamannagildra á háannatíma.'

Tökum annað dæmi: forstjóri finnur sig svekktur, sala á klósettinu, sölumenn eru ekki áhugasamir og markaðsherferðir eru algjörlega lausar. Í örvæntingu ræður hann ráðgjafa á $5.000 á dag sem felur í sér niðurstöður sem fela í sér að söludeild þín skortir framtíðarsýn og vörumerkið þitt er ekki greinilega staðsett - ég get lagað bæði fyrir þig en það gæti tekið lengri tíma áður en úrbætur verða - líklegast mun salan minnka frekar áður en hlutirnir lagast' Forstjórinn ræður þennan ráðgjafa; einu ári síðar minnkar salan enn einu sinni áður en framfarir eiga sér stað, eins og þessi ráðgjafi lagði áherslu á; Ítrekað á meðan á þessu samráði stendur leggja þeir áherslu á hversu nátengd framfarir eru framfarir fyrirtækja, miðað við niðurstöður hans á greiningum sem þessar manneskjur gerðu aðgengilegar með niðurstöðum hans á þessum degi.
Þar sem salan heldur áfram niðursveiflu sinni á þriðja ári ákveður forstjórinn að reka ráðgjafann.

Það-verður-verra-áður en-það-verður-betra rökvillan er einfaldlega afsökun, dæmi um staðfestingarhlutdrægni. Ef vandamálið heldur áfram að versna eins og spáð hefur verið, staðfestir staðfestingarhlutdrægni sig sjálfa en ef óvænt umbætur eiga sér stað óvænt þá er viðskiptavinurinn ánægður og sérfræðingurinn getur átt heiðurinn af hæfileikum sínum; hvort sem hann vinnur.

Ímyndaðu þér sjálfan þig sem forseta lands, án þekkingar til að stjórna því á áhrifaríkan hátt. Hver væri fyrsta skrefið þitt? Kannski að spá fyrir um „erfið ár", biðja borgara um að herða sultarólina og lofa umbótum eftir þetta viðkvæma skeið „hreinsunar", „hreinsunar" og „endurskipulagningar", og skilja eftir hversu lengi og strangt þetta tímabil gæti varað?

Kristni stendur sem fullkominn vitnisburður um árangur þessarar stefnu: trúaðir hennar trúa því að áður en þeir upplifa himnaríki á jörðu verði heimurinn fyrst að eyðast með hamförum eins og flóðum, eldum og dauðsföllum - þetta er allt hluti af stærra áætlun Guðs - hvers kyns versnandi aðstæður eins og vísbending um að spádómur þeirra rætist; allar umbætur sem litið er á sem blessun Guðs.

Ályktun: Þegar einhver segir: „Þetta mun versna áður en það batnar," ætti þetta að vekja viðvörunarbjöllur. Hins vegar, varist: aðstæður eru til staðar þar sem hlutirnir versna fyrst áður en þeir batna með tímanum; til dæmis felur starfsbreyting oft í sér launatap á meðan endurskipulagning fyrirtækis getur líka tekið tíma. En í öllum þessum tilvikum getum við séð tiltölulega fljótt hvort ráðstafanir sem gripið hefur verið til skila árangri; áfangar gefa skýrar vísbendingar. Einbeittu þér frekar að þessu frekar en að leita hjálpar með töfralausnum.

Sjá einnig Action Bias (kafli 43); Sunk Cost Fallacy (kafli 5); Regression to the Mean (19. kap.) til frekari skýringar.

Lífið getur verið ruglingslegt. Íhugaðu að ósýnilegur Marsbúi fylgi þér með jafn ósýnilegri minnisbók til að skrásetja allt sem þú gerir, hugsar og dreymir. Líf þitt myndi hljóða svona: 'Drak kaffi með tveimur sykrum'; „Stekkaði á þumalfingur og sór eins og sjómaður", „dreymdi að ég kyssti nágranna minn", „bókaði frí til Maldíveyja en nú næstum peningalaus" eða „fann hárið stinga út undan eyranu á mér – reif það strax". Þetta væru allt færslur í dagbókinni þinni sem segja frá því sem er að gerast á hverjum degi - færslurnar myndu halda áfram að koma. Fólk nýtur þess að tvinna hluta lífs síns í heildstæða sögu og mynda sögur úr dreifðum smáatriðum sem við köllum merkingu og sjálfsmynd í sömu röð. Frisch, virtur svissneskur skáldsagnahöfundur, sagði eitt sinn: „Við prufum sögur eins og föt.

Sem manneskjur notum við frásögn til að skilja heimssöguna og þéttum ólíka atburði í heildstæðan söguþráð. Í gegnum þessa linsu komumst við að því að skilja ákveðin málefni; eins og hvers vegna Versalasáttmálinn stuðlaði að seinni heimsstyrjöldinni eða hvers vegna laus peningastefna Alan Greenspan olli falli Lehman Brothers. Skilningur getur verið mismunandi; hér vísum við til skilnings sem skilnings, en þessa hluti er ekki hægt að skilja í upprunalegu ástandi - við sköpum merkingu úr þeim síðar. Sögur eru mjög huglægar einingar. Þær skekkja oft raunveruleikann og sía út allt sem passar ekki, samt erum við máttlaus án þeirra. Hvers vegna þetta er enn óljóst. Það sem við vitum fyrir víst er að menn notuðu sögur fyrst sem leiðir til að útskýra heiminn áður en þeir urðu vísindalegir; þannig að goðafræðin er eldri en heimspeki og veldur hlutdrægni í sögunni.

Hlutdrægni í sögunni er allsráðandi í fréttum fjölmiðla. Til að nefna eitt dæmi: þegar bíll ekur yfir brú og hann hrynur skyndilega, hvað lesum við daginn eftir? Saga um óheppilegan ökumann þess; hvaðan þeir komu og hvert þeir stefndu; við lásum ævisögu hans (fæddur einhvers staðar, uppalinn annars staðar, vinnur líf sitt annars staðar); ef hann lifir af og getur veitt viðtöl fáum við upplýsingar um nákvæmlega hvað honum fannst þegar brúin hrundi - en engin þessara sagna útskýrir orsök þess - slepptu bara framhjá þeim öllum
Einnig ætti að huga að brúnni sjálfri: hvar var veiki punktur hennar, hvort þreyta hafi valdið henni og hvort skemmdir hafi verið unnar; var viðeigandi hönnun notuð og voru svipaðar brýr svipaðar þessari. Þó að allar þessar spurningar séu gildar, gera svör þeirra ekki aðlaðandi sögur; við elskum sögur yfir óhlutbundnum smáatriðum. Þess vegna eru skemmtilegar hliðarsögur settar í forgang fram yfir viðeigandi staðreyndir (sem hins vegar myndi þýða að við myndum alltaf lesa fræðibækur!)

Hér eru tvær sögur eftir enska skáldsagnahöfundinn E. M. Forster fyrir þig að íhuga; hverju myndir þú muna best eftir? A) "Konungurinn dó og drottningin dó úr sorg." B) Konungurinn dó og drottningin dó af sorg. Flestir munu líklega muna sögu B auðveldara þar sem tvö dauðsföll hennar eiga sér ekki bara stað í röð heldur eru tilfinningalega tengd; A er raunhæfara á meðan B hefur dýpri þýðingu - upplýsingakenning bendir til þess að við ættum að muna A auðveldara vegna þess að það er styttra en heilinn okkar virkar ekki þannig!

Auglýsendur hafa lært að nýta þessa staðreynd líka með því að búa til sannfærandi frásagnir um vörur frekar en bara kosti þeirra. Google sýndi þessa tækni fullkomlega í Super Bowl auglýsingunni sinni árið 2010 sem heitir 'Google Parisian Love' á YouTube - skoðaðu sjálfur hér.

Að minnka raunveruleikann í merkingarbærar sögur skekkir raunveruleikann og hefur áhrif á ákvarðanir okkar; til að leiðrétta þessa brenglun er eitt úrræði. Taktu í sundur þessar frásagnir. Spyrðu sjálfan þig: hvað eru þeir að reyna að fela? Heimsæktu bókasafn og eyddu hálfum degi í að lesa gömul dagblöð; þú munt sjá að atburðir sem nú virðast tengdir voru ekki á þeim tíma; reyndu að auki að skoða lífssögu þína úr samhengi: grafaðu í gegnum gamlar dagbækur og minnispunkta til að uppgötva að lífið hefur ekki fylgt beina leið sem liggur beint í átt að nútímanum; í staðinn hefur þetta verið óskipulögð, ófyrirsjáanleg röð af upplifunum og atburðum - eitthvað sem við munum kanna frekar í kafla 5.

Um leið og þú heyrir sögu skaltu íhuga frá hverjum hún kom og fyrirætlanir hennar; það sem ósagt hefur verið; hvaða smáatriði gætu hafa verið sleppt sem gætu jafnvel átt meira við en það sem fram kemur, til dæmis þegar rætt er um fjármálakreppur eða stríð. Eitt vandamál með sögur: þær gefa okkur falska öryggistilfinningu.
Skilningur knýr okkur óhjákvæmilega til að taka meiri áhættu og stíga varlega yfir óþekkt vatn.

Sjá False Causality (Ch.37); „Vegna þess að“ réttlæting (kafli 52); Persónugerð (kap.87); Hindsight Bias (kafli 14); Fundamental Attribution Error (kafli 36); Conjunction Fallacy (kafli 41); Sögufölsun (kap.78); Kirsuberjatínsla (kafli 96) og News Illusion (kafli 99) sem aukaatriði til að huga að.

Hindsight Bias Nýlega rakst ég á dagbækur afabróður míns. Árið 1932 flutti hann frá svissnesku þorpi til Parísar í leit að tækifærum til kvikmyndagerðar og flutti þessa færslu aðeins tveimur mánuðum eftir að Frakkland var ráðist inn: „Allir trúa því að þýskar hersveitir muni fara í desember og England falli fljótt á eftir; þá getur líf okkar í París loksins hafist aftur undir Þýskalandi.' Því miður entist þessi iðja í fjögur ár.

Sögubækur dagsins kynna hernám Þjóðverja í Frakklandi sem hluta af skipulagðri hernaðaráætlun; þess vegna virðist það líklegt þegar litið er til baka. Því miður höfum við orðið að bráð hlutdrægni eftir á.

Lítum nú á þetta dæmi frá 2007: Hagfræðingar spáðu björtum horfum fyrir næstu ár, en innan eins árs hrundu fjármálamarkaðir. Þegar blaðamenn voru beðnir um að útskýra þessa kreppu, töldu sérfræðingar upp orsakir hennar: Peningaþenslu Greenspans; slakir staðlar um löggildingu húsnæðislána; spillt matsfyrirtæki; lágar eiginfjárkröfur og svo framvegis - eftir á að hyggja virðast þessar skýringar æ augljósari.

Hlutdrægni í baksýn er ein útbreiddasta rökvillan. Við gætum vísað til þess sem „ég sagði þér það" fyrirbærið: þegar horft er til baka verður allt augljóst og fyrirsjáanlegt. Ef forstjóri nær árangri með mikilli vinnu og einskærri heppni, er skynjun þeirra á líkum þess oft miklu meiri en hún var í raun. Eftir sigur Ronalds Reagans í kosningunum á Jimmy Carter árið 1980 spáðu fréttaskýrendur ráðningu hans þrátt fyrir nálægð allt þar til dögum fyrir síðasta kjördag. Viðskiptablaðamenn nútímans virðast sannfærðir um endanlega yfirburði Google, jafnvel þó að slíkar spár hefðu valdið hlátri hefðu þær verið settar fram árið 1998. Ein furðuleg staðreynd: í dag virðist það sláandi trúlegt að eitt skot sem hleypt var af í Sarajevo árið 1914 myndi leiða til 30 ára átök og kostuðu 50 milljónir mannslífa - eitthvað sem hverju skólabarni er kennt í skólanum - en þá hefði engan dreymt um.
Stækkun hefði þótt of fáránleg.

Hvað gerir baksýn hlutdrægni svo hættuleg? Einfaldlega, það fær okkur til að trúa því að við séum betri spámenn en við erum í raun og veru og veldur hrokafullri oftrú á þekkingu okkar, sem leiðir til þess að við tökum of mikla áhættu með alþjóðleg málefni sem og staðbundin: "Hefurðu heyrt? Sylvia og Chris hafa skilið. Það var alltaf að fara úrskeiðis þar sem þeir eru svo ólíkir persónuleikar - eða bara svo líkir - eða kannski eyddu þeir of miklum tíma saman eða sáust varla.

Það getur verið erfitt að sigrast á hlutdrægni eftir á að hyggja. Rannsóknir hafa sýnt að jafnvel fólk sem er meðvitað um það fellur oft fyrir því, svo ég sé einlæglega eftir því að eyða tíma þínum í að lesa þennan kafla.

Ef þú hefur náð þessu langt, þá býð ég þér eina ábendingu sem byggir á persónulegri frekar en faglegri reynslu: Haltu dagbók. Skráðu allar spár sem tengjast pólitískum breytingum, starfsþróun þinni, þyngdarmálum eða hlutabréfamörkuðum. Eftir að nokkur tími er liðinn skaltu fara yfir þessar spár með raunverulegri þróun til að meta hvers kyns misræmi. Komdu á óvart hversu slæm spáfærni þín er! Ekki lesa bara sögukennslubækur heldur - ekki treysta eingöngu á afturskyggndar kenningar frá endurskoðun! Dagbækur, munnlegar sögur og söguleg skjöl frá því tímabili bjóða upp á ómetanlegar upplýsingar sem hverfa jafnvel sérfræðinga! Þeir sem geta ekki verið án frétta ættu að lesa dagblöð frá fimm, tíu eða tuttugu árum síðan - þetta mun veita enn dýpri tilfinningu fyrir því hversu óútreiknanlegur heimur okkar getur verið. Að horfa til baka getur veitt tímabundna þægindi; en fyrir dýpri opinberanir um hvernig allt virkar munum við hagnast meira á því að horfa fram á við.

Sjá einnig: Fallacy of the Single Cause (kafli 97); Sögufölsun (kap. 78); Söguhlutdrægni (kafli 13); Spá blekking (kafli 40); Útkoma hlutdrægni (kafli 20) og sjálfsþjónustuhlutdrægni (kafli 45) sem viðbótarsjónarmið til að huga að þegar ofmetið er þekkingu og getu.

AF HVERJU OFMEUM VIÐ STAÐFLEGT ÞEKKINGU OKKAR OG GETU?

Johann Sebastian Bach var ekki bara eins höggs undur; Verk hans eru fjölmörg og verður nánar fjallað um það í lok þessa kafla. Í bili, hér er einfalt verkefni fyrir þig til að reyna að áætla hversu marga konserta hann samdi; veldu svið á bilinu 100-500 helst með 98% nákvæmum áætlunum og aðeins 2-2% fráviki á milli áætlana.

Hversu örugg ættum við að vera í eigin þekkingu? Sálfræðingarnir Howard Raiffa og Marc Alpert lögðu sömu spurningu fyrir hundruð einstaklinga sem þeir tóku viðtöl við í gegnum viðtöl og rýnihópa. Þeir báðu þátttakendur að áætla heildar eggframleiðslu í Bandaríkjunum eða áætla fjölda lækna og skurðlækna sem skráðir eru í Boston Yellow Pages skránni eða áætla erlendan bílainnflutning til Bandaríkjanna eða jafnvel áætla tollsöfnun Panamaskurðarins í milljónum dollara. Þátttakendur voru beðnir um að velja hvaða svið sem þeir vildu með það að markmiði að vera ekki rangt meira en 2% tilvika, en í raun og veru voru þeir 40% frá! Vísindamenn sögðu þetta ótrúlega fyrirbæri oftrú.

Oftraust á við um spár hvað varðar afkomu hlutabréfamarkaða á ári eða hagnað á þremur árum, sem og spár um þekkingu okkar og getu til að spá fyrir um. Fólk vanmetur oft bæði þekkingu okkar og getu til að spá, og einnig traust okkar á því að einstakar áætlanir séu réttar eða rangar; heldur mælir það það sem fólk veit á móti því hversu öruggt það telur sig vera í að spá. Það kann sumum að koma á óvart að sérfræðingar þjáist jafnvel meira en leikmenn af oftrausti; þegar hann er beðinn um að spá fyrir um olíuverð eftir fimm ár gæti hagfræðiprófessor gefið spá sína af meiri sannfæringu en starfsbróðir hans myndi gera; enn þegar þeir eru beðnir um að spá fyrir um olíuverð eftir fimm ár, jafnvel meira sjálfstraust en hliðstæða þeirra myndi gefa spá sína!

Ofstraust nær út fyrir hagfræði: kannanir sýna að 84% Frakka áætla að þeir séu elskendur yfir meðallagi; án oftraustsáhrifa hefði sú tala átt að vera nákvæmlega 50%; tölfræðileg miðgildi þýðir að 50% ættu að vera hærra og 50% lægri í sömu röð. Önnur könnun sýnir að 93% telja sig vera elskendur yfir meðallagi þrátt fyrir þessi oftrúaráhrif.
Bandarískir nemendur sem könnuðir voru töldu sig vera „yfir meðaltali" ökumenn og 68% háskóladeildarinnar í Nebraska mátu sig í efstu 25% fyrir kennsluhæfileika. Atvinnurekendur og þeir sem vildu giftast töldu sig líka vera betri: þeir töldu að þeir gætu sigrað. Án ofurtrausts fyrir hendi myndi frumkvöðlastarfsemi líklega minnka verulega; til dæmis vonast allir veitingamenn að veitingastaðurinn þeirra verði næsta Michelin-stjörnu starfsstöð en margir mistakast innan þriggja ára vegna lélegrar arðsemi fjárfestinga sem haldast stöðugt undir núlli.

Varla nokkur stór verkefni ljúka á réttum tíma og með minni kostnaði en spáð hafði verið. Áberandi dæmi eru Airbus A400M, óperuhúsið í Sydney og Big Dig í Boston. Til að skilja hvers vegna koma tveir kraftar til sögunnar samtímis: oftrú er einn þáttur; Í öðru lagi hafa þeir sem hafa beinan áhuga á verkefninu oft hvata til að vanmeta kostnað: ráðgjafar, verktakar og birgjar sækjast eftir meiri viðskiptum. Byggingaraðilar finna fyrir hvatningu frá bjartsýnum tölum á meðan stjórnmálamenn fá meiri stuðning með þessari starfsemi - við munum ræða stefnumótandi rangfærslur (kafli 89).

Það sem gerir ofstraust svo umfangsmikið og áhrif þess svo truflandi er óumflýjanleiki þess: það bregst ekki við hvatningu, er eðlislægur eiginleiki frekar en knúinn áfram af hvatningu; hvorki er hliðstæða þess, „vantraust", til staðar. Það kemur ekki á óvart fyrir suma lesendur: oftrú karla hefur tilhneigingu til að vera meira áberandi á meðan konur hafa ekki tilhneigingu til að ýkja þekkingu sína og hæfileika næstum eins mikið; Ennfremur eru bjartsýnismenn ekki einir þegar kemur að því að ofmeta sjálfa sig - jafnvel sjálfsagðir svartsýnismenn ofmeta sig enn þótt þeir séu síður öfgafullir.

Ályktun: Mundu að vera meðvituð um að það er auðvelt fyrir okkur að ofmeta þekkingu okkar. Vertu á varðbergi gagnvart spám frá sérfræðingum; í öllum áætlunum skaltu hlynna að svartsýnu atburðarásinni þar sem þetta gefur þér tækifæri til að dæma aðstæður nákvæmari.

Aftur að spurningunni okkar: Johann Sebastian Bach skildi eftir sig 1127 verk sem hafa varðveist til dagsins í dag, þó að mörg gætu hafa glatast í tímans rás. Sjá nánar: Illusion of Skill (94 kap.); Spá blekking (kafli 40) og stefnumótandi rangfærslur.
(Kafli 89); Hvatning ofursvörunartilhneiging (Ch. 18); Sjálfsafgreiðsluhlutdrægni (kap. 45).

EKKI TAKA FRÉTTARAÐIR ALVARLEGA

Eftir að hafa verið veitt Nóbelsverðlaunin í eðlisfræði árið 1918 fór Max Planck í fyrirlestraferð um Þýskaland til að kynna nýjar skammtafræðikenningar. Hvar sem hann fór flutti hann sama fyrirlesturinn. Með tímanum kynntist bílstjóri hans ræðu hans: „Planck prófessor hlýtur að finna að það er einhæft að endurtaka sig; Leyfðu mér að gera það fyrir þig í Munchen? Sittu í fremstu röð með ökumannshettuna mína og notaðu ökumannshettuna mína því það myndi gefa okkur báðum smá fjölbreytni!' Planck var ánægður með þessa hugmynd, svo bílstjórinn hélt kvöldfyrirlestur um skammtafræði fyrir úrvalsáhorfendur. Þegar einn af eðlisfræðiprófessorum Munchen stóð upp með spurningu til hans varð bílstjóri hans hissa: „Aldrei hefði ég búist við að einhver frá jafn háþróaðri borg og München myndi setja fram svona einfalda fyrirspurn! Bílstjórinn minn mun með ánægju veita svar.'

Charlie Munger, einn helsti fjárfestir heims (sem ég hef tekið þessa sögu frá), benti á tvenns konar þekkingu. Raunverulega þekkingu má sjá meðal þeirra sem hafa eytt miklum tíma og fyrirhöfn í að skilja efni; þekking bílstjóra vísar til þekkingar frá fólki sem veit hvernig á að setja upp sýningu með áhrifamiklum röddum eða töfrandi hárgreiðslu; hins vegar koma orð þeirra eins og þau séu að lesa úr handriti.

Því miður hefur það orðið erfiðara en nokkru sinni fyrr að greina sanna þekkingu frá þekkingu bílstjóra. Fréttaþulir gefa gott dæmi um þessa tvískiptingu; allir vita að þessir leikarar eru einfaldlega að fara með hlutverk - en samt held ég áfram að vera undrandi á virðingu sem þessir fáguðu handritslesendur njóta auk þess að stjórna spjöldum um efni sem þeir skilja varla sjálfir.

Blaðamenn leggja fram fleiri áskoranir. Sumir blaðamenn búa yfir sannri sérfræðiþekkingu; þessir gamalreyndu fréttamenn sérhæfa sig venjulega á einu sviði í mörg ár. Þessir fréttamenn leggja sig fram um að átta sig á margbreytileika viðfangsefnis og útskýra það síðan á áhrifaríkan hátt með löngum greinum sem fjalla um tilvik og undantekningar. Flestir blaðamenn líkjast hins vegar bílstjórum: skrifa einhliða texta fljótt með því að nota Google leit án þess að gera miklar rannsóknir fyrir bætur; Textar þeirra hafa tilhneigingu til að vera einhliða, stuttir og einvíðir að innihaldi.
Þessir einstaklingar hafa tilhneigingu til að sýna litla þekkingu á meðan þeir gefa frá sér yfirburði í tóni.

Viðskipti geta oft sýnt yfirborðsmennsku. Eftir því sem fyrirtæki verða stærri er gert ráð fyrir að forstjórar búi yfir „stjörnugæðum". Því miður eru hollustu, hátíðleiki og áreiðanleiki oft vanmetin á toppnum. Stundum trúa hluthafar og blaðamenn ranglega að sýndarmennska muni skila betri árangri sem er vissulega ekki rétt.

Warren Buffett, viðskiptafélagi Mungers, hefur fundið frábæra lausn: „hæfnihringinn" hans. Það sem fellur innan þessa hrings er hægt að skilja með innsæi á meðan það sem liggur utan hans getur aðeins verið skynsamlegt að hluta. Munger ráðleggur fólki að halda sig innan þess sem hann vísar til sem hæfnisviðs þess: að skilja hvað þú skilur og skilur ekki. Stærðin skiptir ekki máli svo lengi sem þeir vita hvar jaðar þeirra liggja.' Munger leggur áherslu á þetta atriði. Til að ná árangri í hvaða viðleitni sem er, verður maður að skilja eigin hæfileika sína. Ef að spila á móti fólki með meiri hæfileika en þeir sjálfir er þér í óhag, og þú gerir það ekki, mun það líklega enda með tapi - það er hægt að tryggja það. Þess vegna er afar mikilvægt að finna forskot og vera innan hæfnihrings síns.'

Ályktun: Vertu á varðbergi fyrir þekkingu á bílstjóra. Ekki misskilja talsmenn fyrirtækisins, hringstjóra, fréttaflutningsmenn, skrímsli eða sölumenn sem eru orðnir sérfræðingar með sanna þekkingu. Ein skýr vísbending: sannir sérfræðingar vita hvenær sérfræðiþekkingu þeirra lýkur og hvenær hún byrjar aftur; sannir sérfræðingar viðurkenna líka þegar eitthvað fellur utan þekkingarhrings þeirra og þegja eða tala frjálslega til að gefa til kynna slíkar þekkingareyður; bílstjórar gera þetta sjaldan með tilliti til sjálfs sín!

Sjá einnig heimildarhlutdrægni (kafli 9); Lénsfíkn (kafli 76); Twaddle Tendency (kafli 57) til frekari könnunar.

Á hverju kvöldi um níuleytið, um níuleytið, stendur einstaklingur með rauðan hatt á torgi og byrjar að veifa hettunni sinni ofviða. Eftir fimm mínútur hverfur hann og einum degi síðar þegar lögreglumaður leitaði til hans svaraði þessi einstaklingur að hann væri að halda í burtu gíraffa en enginn sást hér svo hann hlýtur að vinna vel í því!' Við þessu svaraði lögreglumaðurinn "Jæja, þá hlýt ég að hafa það gott!"

Einn daginn þegar fótbrotinn vinur minn var bundinn við hús og bað mig um að kaupa handa sér happdrættismiða, fór ég í bæinn, athugaði nokkra kassa, skrifaði nafnið hans á og borgaði. Hins vegar, um leið og ég gaf honum það, mótmælti hann: „Af hverju gerðirðu það? Ég vildi fylla það út sjálfur; þessar tölur munu ekki vinna mér neitt!"

"Heldurðu virkilega að það að velja tölur muni hafa einhver áhrif á útdráttinn?" spurði ég. Andlit hans mætti augnaráði mínu.
Spilavítisspilarar kasta oft teningunum eins fast og hægt er ef þeir þurfa háa tölu, og varlega þegar þeir vonast eftir lágum - fáránleg æfing svipað og fótboltaaðdáendur sem vonast til að þeir geti haft áhrif á leik með því að beita handahreyfingum fyrir framan sjónvarpstæki. Því miður deila þeir þessari blekkingu með öðrum sem einnig leitast við að hafa áhrif á heimsmálin með því að senda frá sér jákvæða strauma eða „karma".

Jenkins og Ward uppgötvuðu árið 1965 blekkinguna um stjórn, þá tilhneigingu til að trúa því að við getum haft áhrif á eitthvað sem við höfum engin áhrif á, með tilraun sem notar tvo rofa og ljós. Með því að fletta rofum gátu þeir haft áhrif á hvenær og hvort ljósið kviknaði af handahófi; Einstaklingar töldu sig enn geta haft áhrif á birtustig þess með því að fletta rofum.

Lítum á þetta dæmi: Bandarískur vísindamaður gerði próf til að kanna hljóðeinangrun fyrir sársauka með því að setja fólk í hljóðklefa og auka hljóðstyrkinn smám saman þar til einstaklingar gáfu honum merki um að hætta. Herbergin hans tvö (A og B) voru eins að öðru leyti en því að B var með rauðan lætihnapp á veggnum.
Hnappurinn var aðeins ætlaður sem blekking um stjórn; Hins vegar gaf nærvera þess þátttakendum þá tilfinningu að þeir gætu mótað aðstæður sínar og þannig gert þeim kleift að þola verulega meiri hávaða. Ef þú hefur einhvern tíma lesið Aleksandr Solzhenitsyn, Primo Levi eða Viktor Frankl ætti þessi niðurstaða ekki að koma á óvart; Bækur þeirra lýsa því hvernig jafnvel smávægileg áhrif á örlög hvöttu fanga fanga til að gefa ekki upp vonina.

Það getur verið erfitt að fara yfir götur í Los Angeles, en með því að ýta á hnapp getum við stöðvað umferð - eða getum við það? Tilgangur hnappsins er að fá okkur til að trúa því að við höfum einhverja stjórn á umferðarljósum, þannig að við getum þolað að bíða lengur án þess að verða óþolinmóð eða missa þolinmæðina við að bíða eftir að það breytist með meiri þolinmæði. Svipaðar brellur eru notaðar þegar kemur að 'hurð-opna/loka' hnappa lyftu: margir eru ekki einu sinni tengdir við rafmagnstöflu! Svipaðar ráðstafanir hafa einnig verið gerðar á opnum skrifstofum: fyrir suma getur það alltaf verið of heitt, en fyrir aðrar of kalt. Snjallir tæknimenn skapa tálsýn um stjórn með því að setja upp falsa hitastigskífur; þetta lækkar orkureikninga - og kvartanir. Slíkar aðferðir hafa orðið þekktar sem lyfleysuhnappar og þeir eru notaðir alls staðar frá lyftum og skrifstofum til verslana með afgreiðsluborðum.

Seðlabankamenn og embættismenn nota lyfleysuhnappa af fagmennsku. Dæmi væri vextir alríkissjóða - ákaflega skammtímavextir yfir nótt. Þrátt fyrir að þessi vextir hafi ekki áhrif á langtímavexti (sem eru háðir framboði og eftirspurn og skipta því sköpum í fjárfestingarákvörðunum), þá vekur allar breytingar sterkar viðbrögð á hlutabréfamarkaði. Enginn skilur hvers vegna dagvextir hafa slík áhrif á markaði, en allir halda að þeir geri það og svo gerist það. Yfirlýsingar seðlabankaformanns geta haft sömu áhrif: markaðir hreyfast jafnvel þó orð hans gefi lítið af raunverulegum áþreifanlegum ávinningi fyrir raunhagkerfið; þær búa bara til hljóðbylgjur. Samt leyfum við hagfræðingum að halda áfram að leika sér með sýndarskífur. Raunveruleg vakning myndi koma ef allir hlutaðeigandi aðilar skildu að alþjóðlegt hagkerfi er á endanum úr höndum okkar og ekki er hægt að stjórna því á áhrifaríkan hátt.

Ertu viss um að allt sé undir stjórn? Líklega minna en þú heldur
Sjá einnig Tilviljun (kap. 24); Vanræksla á líkindum (kap. 26); Spá blekking (kafli 40); Illusion of Skill (94 kap.); Clustering blekking (kafli 3); Introspection Illusion (kafli 67) í þessum kafla.

OFURSVÖRUNARTILHNEIGING

Franskir nýlenduherrar í Hanoi á 19. öld settu lög til að hafa hemil á rottusmiti: fyrir hverja dauða sem færð var til yfirvalda myndu veiðimenn þeirra fá verðlaun. Mörgum rottum var eytt með þessu framtaki en einnig miklu fleiri ræktaðar sérstaklega fyrir það.

Fornleifafræðingar sem uppgötvuðu Dauðahafsrullurnar árið 1947 settu finnagjald fyrir hvert skinn; í stað þess að uppgötva margar fleiri bókrollur, rifu fornleifafræðingar einfaldlega í sundur núverandi skinn til að hækka gjald finnanda. Svipuð hvatning var í boði í Kína á 19. öld: bændur fundu nokkur risaeðlubein á landi sínu og brutu þau síðan í sundur til að greiða þeim inn sem verðlaun. Nútímastjórnir fyrirtækja bjóða upp á bónusa þegar markmiðum er náð og stjórnendur eyða orku sinni í að reyna að lækka markmið í stað þess að auka viðskipti sín.

Þessi tilvik sýna fræga athugun Charlie Mungers um hvata sem veldur ofursvörunarhneigð. Fólk bregst við hvatningu með því að gera það sem er þeim fyrir bestu. Það sem er hins vegar merkilegt er hversu hratt og verulega hegðun fólks breytist þegar nýir hvatar koma inn eða núverandi er breytt; Þar að auki virðist sem fólk bregðist beint við hvatningu sjálft frekar en einhverjum meiriháttar fyrirætlunum sem liggja að baki þeim.

Góð hvatakerfi sameina ásetning og umbun; til dæmis var verkfræðingum í Róm til forna boðið að standa undir brúarsmíði sinni við opnunarathafnir. Léleg hvatakerfi á hinn bóginn hylja oft eða jafnvel skekkja það markmið sem stefnt er að; að ritskoða bók getur aðeins gert innihald hennar alræmdara, að umbuna bankastarfsmönnum fyrir hvert selt lán getur skaðað lánasöfn enn frekar og að birta laun forstjóra opinberlega gerði ekkert annað en að hækka þau; enginn vildi láta líta á sig sem "tapandi forstjóra."

Viltu breyta hegðun einstaklinga eða samtaka? Að prédika um gildi og framtíðarsýn eða höfða til skynsemi gæti virkað, en hvatar virka oft betur - þeir þurfa ekki einu sinni að vera fjárhagslegir!
Allt sem lært er má nýta vel - allt frá góðum einkunnum og Nóbelsverðlaunum, til sérmeðferðar í framhaldslífinu.

Löngu áður en ég komst að því hvers vegna menntaðir aðalsmenn á miðöldum gáfu upp lúxuslíf sitt til að taka þátt í krossferðunum, átti ég erfitt með að skilja hvað gæti orðið til þess að vel menntaðir aðalsmenn frá þessu tímabili yfirgáfu þægilegan lífsstíl sinn og stíga á hestbak, vitandi vel að ferðin tók að minnsta kosti sex mánuði og fór beint í gegnum óvinasvæði - samt tóku þeir áhættuna. Eftir smá umhugsun og ígrundun áttaði ég mig á: hvatakerfi gegndu mikilvægu hlutverki. Ef þeir lifðu af gætu þeir haldið öllu stríðsherfangi sínu á meðan þeir urðu ríkir menn á meðan þeir sem dóu urðu sjálfkrafa píslarvottar með öllum sínum ávinningi fyrir þá eða fóru beint til himna sem píslarvottar - sem gerir þessa lausn mögulega fyrir alla þátttakendur sem taka þátt - sem gerir þetta framtak hagkvæmt frá fyrsta degi fyrir báða aðila sem hlut eiga að máli ef báðir gætu komið lifandi heim; hvort sem það var vinna/vinna ástandið

Ímyndaðu þér í eina sekúndu ef stríðsmenn og hermenn rukkuðu í staðinn óvini á klukkustund fyrir veitta þjónustu - við myndum í raun hvetja þá til að taka eins langan tíma og mögulegt er, ekki satt? Svo hvers vegna borgum við tímagjald þegar við ráðum lögfræðinga, arkitekta, ráðgjafa, endurskoðendur eða ökukennara? Mitt ráð: semja frekar um fastverðssamninga áður en þú notar þjónustu þeirra.

Vertu á varðbergi gagnvart fjárfestingarráðgjöfum sem samþykkja sérstakar fjármálavörur; Áhersla þeirra er kannski ekki fjárhagsleg velferð þín heldur þóknun. Viðskiptaáætlanir frumkvöðla og fjárfestingabankamanna reynast oft einskis virði vegna þess að seljendur hafa aðeins eigin hagsmuni að leiðarljósi; eins og gamla orðatiltækið segir: Spyrðu aldrei rakara ef þig vantar klippingu.

Fylgstu með hvetjandi ofursvörunartilhneigingum; Þegar hegðun einhvers eða stofnunar kemur þér í opna skjöldu skaltu spyrja hvaða hvata gæti legið að baki og þú munt líklega geta útskýrt 90% tilvika á auðveldan hátt; hvaða 10% sem eftir eru gætu verið ástríðu, fávitaskapur, geðrof eða illgirni.

Sjá einnig Hvatning Crowding (kafli 56); Gagnkvæmni (kafli 6); Ofurtraustsáhrif (kafli 15) fyrir viðbótarefni um hvatningarþröng.

REGRESSION TO MEAN

Bakverkur hans sveiflaðist á milli þess að vera betri og verri. Sumir dagar voru betri en aðrir; það komu dagar sem honum leið eins og að flytja fjöll, aðrir þegar jafnvel lágmarkshreyfing var ómöguleg. Þegar þetta varð vandræðalegt - sem gerðist sem betur fer sjaldan - myndi konan hans keyra hann til kírópraktors; þegar þangað var komið, daginn eftir myndi hann finna hann hreyfanlegri og myndi mæla með honum við alla tengiliði hans.

Annar, yngri maður með 12 forgjöf í golfi, var ákaft hrifinn af kennaranum sínum, sem hann bókaði klukkutíma hjá í hvert sinn sem leikur hans bilaði og skömmu síðar batnaði árangur hans verulega.

Fjárfestingarráðgjafi frá stórum banka bjó til undarlegan „regndans" og sýndi hann í hvert sinn sem hlutabréf hans stóðu sig illa á klósettinu. Þótt það hafi þótt fáránlegt á þeim tíma, fann hann sig knúinn til að gera það; og allt batnaði alltaf á eftir.

Það sem tengir mennina þrjá saman er villa sem kallast regression-to-mean blekking.

Segðu að svæðið þitt hafi upplifað óvenju kalt tímabil; Líkur eru á að hiti fari smám saman aftur í átt að mánaðarmeðaltali á næstu dögum. Líklegt er að það sama eigi við um mikinn hita, þurrka eða rigningu: veður sveiflast í kringum meðaltal. Veður er bara einn vísir; það eru líka langvarandi sársauki, golfforgjöf, frammistaða hlutabréfamarkaðarins, heppni í ást, huglægt hamingjustig og prófskor - allt sveiflast þetta í kringum einhvers konar meðaltal. Og á sama hátt fyrir langvarandi bakverkjum án kíropraktískra heimsókna; forgjöf sem fer aftur í 12 án þess að kennslustundum sé bætt við; Frammistaða fjárfestingarráðgjafa sem skilar sér í átt að meðalárangri á markaði - óháð hvers kyns salernisdansi!

Öfgaframmistöður eru í bland við minna öfgakenndar. Jafnvel farsælustu hlutabréfavalin fyrir þremur árum munu líklega ekki haldast eftir þrjú til viðbótar. Þú getur skilið hvers vegna sumir íþróttamenn vilja frekar forðast að gera fyrirsagnir.
Dagblöð segja oft frá toppárangri en vita samt ómeðvitað að næst munu þau kannski ekki ná svipuðum toppárangri - eitthvað sem hefur ekkert með athygli fjölmiðla að gera; en stafar af náttúrulegum breytingum á frammistöðu.

Eða skoðaðu dæmið um sviðsstjóra sem leitast við að efla starfsanda með því að senda minnst áhugasama 3% starfsmanna sinna á námskeið, aðeins til að hvatningarstig skili sér ekki eins og áður (þeir sem höfðu tekið þátt eru ekki lengur með þetta hlutfall - það mun líklega aðrir í stað þeirra sjálfra neðst). Var námskeiðið þess virði? Erfitt að segja þar sem hvatningarstig myndi líklega fara aftur í eðlilegt horf jafnvel án þjálfunar; svipað og sjúklingar sem eru lagðir inn á sjúkrahús vegna þunglyndis sem fara oft og líða eitthvað betur en það getur vel verið að það hafi ekkert lagt af mörkum!

Dæmi 2: Í Boston voru lélegir skólar settir í öflugt stuðningsverkefni. Innan eins árs hafði frammistaða þeirra batnað - eitthvað sem yfirvöld töldu beint til þessarar viðleitni frekar en náttúrulegrar afturförs í átt að vondum.

Að falla til baka í mein getur haft eyðileggjandi afleiðingar, þannig að kennarar (eða stjórnendur) trúi því að agi sé betri en hrós, td með því að verðlauna afreksfólk á meðan að refsa þeim sem ekki ná árangri eftir próf. Þar af leiðandi geta kennarar komist að þeirri niðurstöðu að ávíti hjálpi og hrós hamli - að skapa endurtekna hringrás þar sem refsingar hjálpa og hrós hindra frammistöðu - þannig að trú þeirra verður að "ávíti hjálpar og hrós hindrar," sem veldur annarri rökvillu sem ekki er hægt að forðast.

Ályktun: Þegar ég heyri sögur eins og: „Ég veiktist, heimsótti lækninn minn og batnaði smám saman“ eða „Fyrirtækið okkar átti í erfiðleikum á árinu; þess vegna réðum við ráðgjafa og nú er niðurstaðan komin í eðlilegt horf“, gæti það verið vísbending um afturhvarf-til-meðalvillu.

Sjá einnig Vandamál með meðaltöl (kafli 55); Andstæðuáhrif (kafli 10); Það mun versna áður en það verður betra rökvilla (kafli 12); Tilviljun (24. kap.); Fjárhættuspilarans rökvilla (kafli 29)

Útkoma hlutdrægni

Ímyndaðu þér eina milljón apa að fjárfesta á hlutabréfamarkaði; kaupa og selja hlutabréf að því er virðist af handahófi - hvað gerist? Eftir eina viku mun um það bil helmingur hafa hagnast á meðan helmingur hefur orðið fyrir tapi. Aðeins þeir apar sem græddu mega dvelja; allir sem tapa ættu að vera sendir heim. Eftir eina viku mun helmingurinn enn hjóla hátt á meðan helmingurinn hefur lent í tapi og verður að senda hann í burtu; þessi hringrás heldur áfram út í gegn. Eftir 10 vikur verða um það bil 1000 apar eftir sem hafa stöðugt fjárfest fé sitt á skynsamlegan hátt. Eftir 20 vikur verður aðeins einn eftir og þessi api - við munum vísa til sem velgengniapinn - valdi stöðugt hlutabréf sem hann gæti hagnast á og er nú milljarðamæringur! Við skulum hringja í hann.

Hvernig munu fjölmiðlar bregðast við? Þeir munu kasta sér á þetta dýr í leit að "árangursreglum" þess og munu eflaust finna nokkrar: kannski borðar apinn meira af banana en prímatar hans; kannski situr hann í öðru horni búrsins síns; kannski sveiflar hann sér í gegnum greinar á hausinn, tekur langar og ígrundaðar hlé þegar hann snyrtar sig; hlýtur eitthvað leyndarmál að vera til sem gerir þessum snilldarleikara kleift að ganga tuttugu vikur óbilandi? Ómögulegt!

Apasagan sýnir útkomuhlutdrægni: við höfum tilhneigingu til að dæma ákvarðanir út frá niðurstöðum þeirra frekar en ferlum, oft þekkt sem sagnfræðingsvilla. Klassískt dæmi um þessa rökvillu væri árás Japana á Pearl Harbor; hefði átt að rýma herstöðina áður en ráðist var á hana? Í dag: Já. Vísbendingar voru yfirgnæfandi um yfirvofandi árás; þó, aðeins eftir á að hyggja eru merki augljós. Á þeim tíma gaf 1941 mörg misvísandi merki sem bentu til árásar; sumir gáfu það til kynna en aðrir ekki. Til að meta gæði þessarar ákvörðunar við upphaf hennar (þ.e. áður en hún átti sér stað), verður aðeins að íhuga upplýsingar sem eru tiltækar á því augnabliki; Allt sem við lærum eftir árás verður líka að taka með í reikninginn.

Önnur tilraun krefst þess að þú metir þrjá hjartaskurðlækna. Til þess er hver og einn beðinn um að framkvæma fimm erfiðar aðgerðir á sjálfum sér í röð.
Með tímanum hafa líkurnar á dauða vegna þessara aðgerða verið stöðugar í 20%.
Skurðlæknir A missir engan meðan á aðgerð stendur á meðan skurðlæknir B missir einn sjúkling á meðan tveir gera það hjá skurðlækni C. Hvernig ætti að dæma þessa þrjá skurðlækna hver gegn öðrum? Ef þú ert eins og flestir, þá er einkunn A sem best, B sem næstbest og C sem verst, einfaldlega að verða fyrir hlutdrægni í útkomu - hugsanlega vegna þess að of fá sýni eru skoðuð - sem gerir niðurstöður marklausar. Nákvæmt mat á skurðlækni krefst fyrst skilnings á sínu sviði og síðan vandlega athugunar við undirbúning og framkvæmd aðgerða - með öðrum orðum, þú þarft að leggja mat á bæði ferli og niðurstöðu

þegar slíkt mat er gert. Að öðrum kosti, ef það eru nógu margir sjúklingar sem þurfa þessa tilteknu aðgerð - 100 eða 1000 aðgerðir - þá gætirðu notað stærri úrtaksstærð. Sem stendur nægir að skilja að fyrir meðalskurðlækni eru 33% líkur á að enginn deyi, 41% líkur á að einn deyr og 20% líkur á að tveir deyi; þetta er einfaldur líkindaútreikningur og sýnir ekkert stórt frávik á milli núlldauðra og tveggja dauðra; að dæma þessa þrjá skurðlækna eingöngu út frá þessum niðurstöðum væri bæði gáleysislegt og siðlaust.

Ályktun: það er skynsamlegt að dæma ekki ákvarðanir eingöngu út frá niðurstöðunni, sérstaklega þegar tilviljun eða utanaðkomandi áhrif spila inn í. Slæm niðurstaða þýðir ekki sjálfkrafa slæma ákvörðun, öfugt. Þess vegna, í stað þess að harma lélegar ákvarðanir sem teknar eru eða klappa sjálfum þér fyrir þær sem leiddu til árangurs fyrir slysni eða fyrir tilviljun einni saman, mundu hvers vegna þú valdir það sem þú gerðir; voru ástæður þínar skynsamlegar og skiljanlegar? Ef þessi aðferð virkaði áður en skilaði ekki árangri í þetta skiptið - haltu þig við hana og sjáðu hvert annað það getur leitt!

Sjá einnig Sunk Cost Fallacy (Kafli 5); Líkamsblekking sundmanns (Ch. 2), Hindsight Bias (Char. 14) og Illusion of Skill (Char. 94) sem skyld hugtök.

AF HVERJU ER MINNA MER

Þar sem systir mín og eiginmaður hennar keyptu ófrágengið hús nýlega, er allt sem við getum talað um baðherbergisflísar: keramik, granít, marmara, málmur, steinn, lagskipt viðargler. Systir mín hrópar oft: „Það eru bara of margir til að velja úr", rífur upp hendurnar af reiði áður en hún snýr aftur að vörulistanum sem aðaluppsprettu þekkingar.

Rannsóknir mínar sýna að matvöruverslunin mín á staðnum er með 48 tegundir af jógúrt, 134 tegundir af rauðvíni og 64 hreinsiefni fyrir samtals 30.000 vörur; Amazon státar sem stendur af tveimur milljónum titla sem þeim eru í boði fyrir bóksala á netinu. Fólk í dag stendur frammi fyrir mörgum valmöguleikum, allt frá geðröskunum til starfsframa til ferðamannastaða og lífsstílsvala - það hefur aldrei verið jafn mikið val í boði fyrir það!

Á æskuheimili mínu í Sviss voru aðeins þrjár tegundir af jógúrt, þrjár sjónvarpsrásir, tvær kirkjur, tvær tegundir af osti (mildur eða sterkur), silungur sem eini fiskurinn í boði og einn sími útvegaður af Swiss Post - með einni skífu. þjónar eingöngu til að hringja - sem gerir lífið einfaldara fyrir okkur en verslunarglugga nútímans fullar af vörumerkjum, gerðum og samningsvalkostum!

En val er mælikvarði framfara; það aðgreinir okkur frá áætlunarhagkerfum og steinöld. Þó gnægð geti gert þig hamingjusaman, getur það eyðilagt lífsgæði þegar það er farið yfir það - þetta fyrirbæri er þekkt sem þversögn í vali.

Sálþjálfarinn Barry Schwartz greinir frá því í bók sinni með sama titli hvers vegna þetta er satt. Mikið úrval getur leitt til innri lömun; til að sýna fram á þessi áhrif setti ein stórmarkaður upp bás þar sem viðskiptavinir gátu prófað 24 tegundir af hlaupi sem þeir gátu prófað áður en þeir keyptu á afslætti. Á degi tvö af tilraun þeirra með því að nota sex bragðtegundir í staðinn tífaldaðist salan. Hvers vegna? Kannski gerir ákvarðanatökuferlið yfirþyrmandi að hafa svona mikla fjölbreytni?
Viðskiptavinir gátu ekki gert upp hug sinn svo þeir gengu út án þess að kaupa neitt. Þessi tilraun var endurtekin nokkrum sinnum með ýmsum vörum; í hvert sinn skilaði þó svipuðum árangri.

Í öðru lagi getur breitt úrval leitt til lélegra ákvarðana. Þegar ungt fólk er spurt um hvaða eiginleikar séu kjörinn lífsförunautur nefna margir greind, góða siði, hlýju, hæfileika til að hlusta, húmor og líkamlegt aðdráttarafl sem forgangsverkefni. En eru þessi viðmið í raun tekin með í reikninginn þegar maður velur einhvern? Áður fyrr gátu ungir menn frá meðalstærðum þorpum valið á milli kannski tuttugu stúlkna á skólaaldri sem hann gæti hugsað sér að gifta sig. Hann þekkti fjölskyldur þeirra og leiddi hann til að taka ákvörðun byggða á ýmsum sameiginlegum einkennum. Nú á tímum stefnumóta á netinu eru milljónir mögulegra samstarfsaðila í boði fyrir okkur öll. Rannsóknir hafa sannað að karlkyns heili

verða óvart með yfirgnæfandi vali á mögulegum samstarfsaðilum sem valferli þeirra þrengir
að aðeins eitt skilyrði: líkamlegt aðdráttarafl. Þú ert líklega vel kunnugur þessu valferli af
persónulegri reynslu þinni eða í gegnum fjölmiðlafrétt.

Mikið úrval getur leitt til óánægju. Hvernig geturðu verið viss um að þú sért að velja rétt
þegar 200 valkostir ráðast á þig og rugla þig? Þú einfaldlega getur það ekki. Með fleiri
valmöguleikum innan seilingar kemur meiri óvissa og að lokum óánægja eftirá.

Svo hvað ættir þú að gera? Hugsaðu vandlega um viðmiðin sem þú vilt áður en þú leitar að
tiltækum tilboðum, haltu síðan fast við þau. Hafðu líka í huga að fullkomnar ákvarðanir geta
ekki verið til í ljósi þess hversu víðfeðmt valið er; stefna að nógu góðu frekar en
fullkomnunaráráttu í staðinn! Þakkaðu frekar „nógu gott“ val - sem gæti falið í sér lífsfélaga
(en aðeins þú og ég getum valið nákvæmlega þá sem við viljum!).

Sjá ákvörðunarþreyta (kafli 53); Önnur blindni (kafli 71) og sjálfgefin áhrif (kafli 81) til
frekari lestrar.

ÞÉR LÍST MJÖG VEL Á MIG; MYNDIR ÞÚ EKKI BARA SEGJA MÉR ÞAÐ??!

Kevin gerði nýlega skyndikaup á tveimur öskjum af fínu Margaux-víni. Þó hann drekki venjulega ekki Bordeaux-vín, var hann svo heillaður af söluaðstoðarmanni þeirra; ekki falsað eða ýtt, en sannarlega aðgengilegt að hann ákvað að kaupa tvö hulstur sem gjafir fyrir einhvern sérstakan.

Joe Girard er almennt talinn besti bílasali heims. Mantra hans fyrir velgengni: „Það er ekkert árangursríkara við að selja neitt en að sannfæra viðskiptavini um að þeir skipta máli og að þú kunnir virkilega að meta þá sem fólk." Í stað þess að tala bara, notar Girard spjöld með einni setningu lesin upp úr þeim í hverjum mánuði til að sýna ástúð: mér líkar við þig'

Fyrirbærið að líka við hlutdrægni er ótrúlega einfalt að átta sig á, en við verðum því oft að bráð. Einfaldlega sagt þýðir það þetta: því meira sem okkur líkar við einhvern, því líklegra er að við kaupum eða aðstoðum viðkomandi. Samt má spyrja hvað sé nákvæmlega "viðkunnanlegt". Samkvæmt rannsóknum upplifum við fólk sem ánægjulegt ef það A) hefur aðlaðandi eiginleika, B) hefur svipaðan bakgrunn eða áhugamál og við sjálf og C) deilir áhugamálum okkar. Auglýsingar sýna oft aðlaðandi fólk. Ljót fólk þykir óvingjarnlegt og kemst ekki einu sinni í gegnum niðurskurðinn (sjá A). Í auglýsingum starfa líka „fólk eins og okkur", nefnilega þeir sem eru líkir í útliti, hreim eða bakgrunni - því líkari því betra! Speglun er áhrifarík sölutækni sem notuð er til að ná nákvæmlega þessum áhrifum. Hér reynir sölumaðurinn að spegla bendingar, tungumál og svipbrigði væntanlegs viðskiptavinar síns til að ná hámarksáhrifum. Ef kaupandi talar hægt og hljótt á meðan hann klórar sér oft í höfðinu væri skynsamlegt fyrir seljandann að gera slíkt hið sama og auka þannig möguleika hans á að ganga frá viðskiptasamningi. Auglýsendur nota oft hrós sem hluta af sölutilkynningum sínum: hversu oft hefur þú heyrt auglýsingar segja eitthvað eins og: „þú átt þetta skilið!"? Aftur kemur þáttur C við sögu hér - fólki finnst okkur meira aðlaðandi ef því líkar við okkur; hrós vinna töfra jafnvel þótt þau hringi rangt.

Markaðssetning á mörgum sviðum (selja í gegnum persónuleg net) byggir eingöngu á getu þess til að höfða til mætur. Jafnvel þó að það séu betri plastílát á markaðnum, virkar fjölþrepa markaðssetning samt með því að nýta sér mætur.
Tupperware státar af árlegri veltu upp á tvo milljarða dollara, vegna viðráðanlegs smásöluverðs og vinalegra veislna sem haldnar eru af vinum sem uppfylla báða hollustustaðlana fullkomlega.

Hjálparstofnanir nota smekklega hlutdrægni sér í hag. Herferðir sýna brosandi börn eða konur nánast eingöngu; Aldrei munt þú sjá særðan skæruliða stara til baka af auglýsingaskiltum þó hann þurfi líka þinn stuðning. Náttúruverndarsamtök nota svipaða tækni; Horfðu ekki lengra en hvaða bækling sem er frá World Wildlife Fund sem sýnir

köngulær, orma, þörunga eða bakteríur sem stjörnurnar - jafnvel þó að þessar
útrýmingarverur gætu verið jafn mikilvægar fyrir vistkerfið og pöndur, górillur, kóala eða
selir! En við finnum ekkert fyrir þessum skepnum - í staðinn tengjumst við sterkari verum
sem hegða sér svipað og hegða sér svipað og okkur heldur en eitthvað útdautt eins og
beinskiparfluga er útdauð... það er verst!

Stjórnmálamenn eru meistarar í að skapa andrúmsloft á meðal áhorfenda sinna. Byggt á
lýðfræðilegri greiningu og hagsmunagreiningu, sníða þau skilaboð eftir íbúðarhverfi,
félagslegum bakgrunni eða efnahagsmálum - og smjaðra fyrir okkur: hverjum mögulegum
kjósanda er gert að líða ómissandi, heyra orð eins og: "Akvæði þitt skiptir máli!" og jafnvel þá
aðeins með minnsta broti - stundum jaðarlína óviðkomandi!

Einn af vinum mínum sem verslar með olíudælur tengdar leiðslum sagði mér frá því hvernig
honum tókst að loka átta stafa samningi um leiðslu í Rússlandi án þess að nota neinar mútur
til að loka henni. "Mútur?" Ég spurði, sem vinur minn svaraði neitandi: þeir byrjuðu að
spjalla um siglingar og uppgötvuðu allt í einu að við elskuðum bæði 470 jollsiglingar! Þaðan í
frá var samningur þeirra fullkominn þar sem vinsemd var mun æðri en mútur.“

Svo ef þú ert sölumaður, láttu kaupendur þína halda að þér líki við þá með smjaðri eða
öðrum hætti. Hvað varðar neytendahlið hlutanna, dæmdu vörur alltaf hlutlægt, óháð því hver
seldi þeim þær - rekið sölufólk úr huga þínum með því að þykjast ekki hrifin af þeim!
Sjá Gagnkvæmni (kafli 6); Persónugerð (kafli 87) til frekari lestrar um þessi efni.

Endowment Effect Ég varð agndofa þegar ég sá BMW-inn sem stóð stoltur á bílastæði notaðra bílaumboðs, glitrandi eins og nýr með aðeins nokkra kílómetra á kílómetramælinum og lítur út eins og nýr. Fyrir mér virtist það vera um $40.000 virði. Því miður vildi sölumaður þess hins vegar 50.000 dollara og myndi ekki víkja tommu af verði. Ég ákvað að fara í það þegar hann hringdi aftur vikuna á eftir og sagði að hann myndi þiggja $40.000 í staðinn, tók hann út í fyrsta snúning um daginn og stoppaði á bensínstöð þar sem eigandinn kom út og dáðist að bílnum mínum - aðeins fyrir hann þá til að bjóddu mér 53.000 dollara í reiðufé strax! Það þarf varla að taka það fram að ég afþakkaði kurteislega. Þegar ég akstur heim, varð mér ljóst hversu fáránleg ákvörðun mín hafði verið: hlutur að verðmæti $40.000 hafði komið í mína vörslu og varð samstundis meira en $53.000 virði! Ef hugsun mín hefði verið hrein röksemdardrifin, hefði bíllinn hins vegar selst strax - en því miður fyrir mig, vegna einhvers sem kallast gjafaáhrif (þar sem hlutir verða verðmætari þegar þeir eru í eigu) og þess vegna höfum við tilhneigingu til að rukka meira þegar við seljum hlut en við myndum gera ef við kaupum beint sjálf.

Sálþjálfarinn Dan Ariely gerði tilraun til að prófa þessa kenningu: í einum af tímunum hans dreypti hann út miðum á stóran körfuboltaleik og spurði nemendur til að meta verðmat þeirra á þeim; tómhentir nemendur áætlaðu um $170; Hins vegar myndu vinningsnemendur aldrei selja miðann sinn undir meðalsöluverði upp á $2.400 - eignarhald tengist hærra söluverði en búist var við.

Fasteignir hafa lengi sýnt fram á gjafaáhrifin. Seljendur festast tilfinningalega við hús sín, sem veldur því oft að þeir ofmeta verðmæti þess og ætlast til þess að kaupendur borgi meira en markaðsverð leyfir - eitthvað sem einfaldlega getur ekki gerst þar sem þetta ofgnótt táknar tilfinningalegt gildi eitt og sér.

Richard Thaler gerði tilraun til að opna auga í kennslustofunni við Cornell háskóla til að mæla styrkleikaáhrifin. Hann dreifði kaffikrúsum af handahófi til helmings nemenda sinna og sagði þeim að þeir gætu annað hvort tekið eða selt það á þeim verði sem þeir vilja; þeir sem án eins voru þá spurðir hversu mikið þeir væru tilbúnir að borga fyrir einn; í stuttu máli, Thaler mældi það sem er þekkt sem endowment effect.
Settu upp markað fyrir kaffibolla. Gera má ráð fyrir að um það bil 50% nemenda myndu versla, annað hvort að selja eða kaupa. En útkoman var mun lægri; aðeins 1 af hverjum 4 eigendum seldi undir $5,25 á meðan kaupendur myndu venjulega ekki borga meira en $2,25 fyrir mál.

Það er óhætt að fullyrða að mönnum gengur betur að safna hlutum en að henda þeim, sem skýrir bæði hvers vegna við söfnum svo miklu drasli á heimilum okkar og hvers vegna safnarar frímerkja, úra og listar skilja sjaldan frá dýrmætum eigum sínum.

Ótrúlegt að gjafaáhrifin ná ekki aðeins til eignar heldur einnig nærri eignarhalds. Uppboðshús eins og Christie's og Sotheby's dafna vel af þessu fyrirbæri: fólki sem býður fram á lokamínútu finnst hlutur nánast vera þeirra og er tilbúið að borga miklu meira en áætlað var; litið er á hvers kyns afturköllun frá tilboðum sem tap þrátt fyrir alla rökfræði. Stór uppboð, eins og þau fyrir námuréttindi eða útvarpstíðnir fyrir farsíma sýna oft „bölvun sigurvegarans", þar sem upphaflegur sigurvegari endar í raun á því að tapa fjárhagslega þegar hann er gripinn af boðshita og ofboði. Fyrir frekari innsýn í þetta efni vinsamlegast vísaðu aftur til kafla 35!

Það er svipað fyrirbæri á vinnumarkaði. Ef þú sækir um starf og færð engin viðbrögð eða er hafnað á viðtalsstigi, geta vonbrigði þín aukist enn frekar með því að fjárfesta tilfinningalega í því sem hefði getað verið annars venjubundið valferli. Annað hvort færðu starfið eða ekki; ekkert annað ætti að skipta máli.

Ályktun: Ekki festast við líkamlega hluti; líta á þær sem tímabundnar gjafir frá alheiminum sem gætu horfið fljótt fyrirvaralaust. Hafðu þetta í huga og njóttu þess litla tíma sem eftir er. Sjá einnig Áhrif húspeninga (kafli 84); Sunk Costs Fallacy (kafli 5); Sigurvegararbölvun (35. kap.); Andstæðuáhrif (kafli 10); Tapsfælni (kafli 32); Vitsmunaleg mismunun (kafli 50); Not-Invented-Here-heilkenni (kafli 74) og ótta við eftirsjá (kafli 82)

ÓUMFLÝJANLEIKI ÓLÍKLEGRA ATBURÐA

TILVILJUN

1. mars 1950 kl. 19.15. í Beatrice í Nebraska áttu 15 meðlimir kirkjukórs að æfa. Af ýmsum ástæðum urðu þeir allir á eftir áætlun; sérstaklega þar sem fjölskylda ráðherrans tafðist að strauja kjól dóttur sinnar. Klukkan 19.25 sprakk kirkjan sem sendi höggbylgjur í gegnum þorpið og splundruðu veggi og þak. Fyrir kraftaverk lét enginn lífið í sprengingunni sem slökkviliðsstjórinn rekur til gasleka, jafnvel þótt kórmeðlimir teldu að þetta væri guðleg afskipti eða bara tilviljun.

Eitthvað í síðustu viku minnti mig á Andy, gamlan skólafélaga sem ég hafði ekki talað við í langan tíma. Mér til undrunar og undrunar hringdi síminn minn rétt í þessu og enginn annar hringir en Andy á honum! "Þú hlýtur að vera fjarskiptalaus!" var upphrópunin mín í spenningi þegar ég tók hana upp til að svara henni... En var þetta tilviljun eða fjarskipti?

Þann 5. október 1990 greindi The San Francisco Examiner frá því að Intel myndi höfða mál á hendur keppinaut sínum AMD fyrir dómstólum eftir að hafa uppgötvað að þeir hygðust gefa út tölvukubb með skammstöfun sem kallast AM386, sem greinilega vísar til 386 flís Intel. Intel var aðeins meðvitaður um fyrirætlanir AMD fyrir tilviljun: bæði fyrirtækin réðu einhvern sem heitir Mike Webb; báðir mennirnir skráðu sig út af sama hóteli sama dag eftir að hafa gist saman; Móttakan fékk pakka ætlaðan Mike Webb en sendi hann í staðinn til Intel, þar sem hann var sendur strax áfram til lagalegrar greiningar og aðgerða gegn AMD strax af lögfræðingum lögfræðideildar frá lögfræðideildum beggja fyrirtækja.

Hversu líklegar eru sögur sem þessar? Svissneski geðlæknirinn C.G. Jung sá í þeim vott um ósýnilegt afl sem hann kallaði samstillingu; hvernig ættu skynsamir hugsuðir að nálgast slíkar sögur? Helst með pappír og blýanti; til dæmis í kirkjusprengingarmálinu skaltu íhuga að teikna fjóra kassa til að tákna hugsanlegar niðurstöður, sá fyrsti er það sem raunverulega átti sér stað: kór seinkað og kirkja sprakk (í raunveruleikanum); þessir fjórir kassar geta síðan táknað fjóra mögulega atburði: (1) kór seinkað áður en kirkjusprenging varð (2) mögulegar kórtafir án þess að sprenging gerðist (3) mögulegir atburðir fyrir kórafpöntun sem eiga sér stað á milli kórseinkanna áður en kirkjan sprakk (í raun og veru var þetta nákvæmlega það sem þurfti stað) fyrir eyðingu þess (kór seinkaði æfingu, kirkjusprenging). Það eru fjórir mögulegir möguleikar þegar nálgast slíkar frásagnir með pappír og blýanti: 1) Kór seinkaði æfingu síðan kirkjusprenging varð (þ.e.a.s.
Áætlaðu tíðni þessara atburða og skrifaðu þá í samsvarandi reiti þeirra, með því að huga sérstaklega að því hversu oft „kór á réttum tíma og kirkja sprakk ekki" hefur átt sér stað; athugaðu hversu oft milljónir kóra hittast til æfinga og lenda ekki í svipuðum aðstæðum og það sem átti sér stað í Beatrice, Nebraska (sem gæti gerst einu sinni á hverri öld eða oftar

miðað við tölfræðilegar líkur), þannig að það getur ekki verið guðlegt inngrip (að auki, það virðist frekar kjánalegt fyrir Guð að vilja sprengja kirkju í loft upp!)

Notaðu þessa hugsun á símtöl: hugsaðu um öll skiptin sem „Andy" hugsar um þig en hringir ekki; þegar þú hugsar um hann en hann kallar ekki; eða þegar hvorugt ykkar hugsar um þá en þeir hringja samt?...Það gæti verið hvaða tilvik sem er þegar hvorugur hugsar um hvort annað - en samt tekur einn að lokum og hringir, sérstaklega með 100 vinum til að velja úr!

Það getur verið flókið að áætla líkur. Þegar einhver segir „aldrei" skrái ég þetta venjulega sem hærra mat en núll þar sem „aldrei" er aldrei hægt að bæta upp með neikvæðum líkum.

Svo við skulum ekki láta okkur bregðast: ólíklegar tilviljanir eru vissulega ólíklegar en algjörlega hugsanlegar atburðir; útlit þeirra ætti að koma sem ekkert áfall; það sem kæmi á óvart væri ef þau yrðu aldrei að veruleika.

Sjá einnig: Falskt orsakasamband (kafli 37); Staðfestingarhlutdrægni (chs 7-8); Regression to Mean (19 kap.); Illusion of Control (kafli 17) og Clustering blekkingar (kafli 3).

Hefur þú einhvern tíma upplifað hóphugsun á fundi? Svo sannarlega. Það er erfitt að sitja þarna og kinka rólega kolli með í von um að vera ekki hin eilífa rödd ósamkomulagsins þegar allir í kring eru sammála, svo þú ákveður ekki að tjá þig. Því miður er hóphugsun í spilinu hér: þegar allir meðlimir haga sér á þennan hátt taka þeir kærulausar ákvarðanir vegna þess að allir samræma skoðanir sínar við það sem virðist vera samstaða þrátt fyrir að einstakir meðlimir viti betur; aftur á móti leiðir þetta til þess að tillögur eru samþykktar sem annars hefðu ekki náð fram að ganga án hópþrýstings - áhrif sem við ræddum mikið í kafla 4.

Í mars 1960 hóf bandaríska leyniþjónustan að ráða and-kommúnista útlaga sem bjuggu í Miami frá Kúbu sem vopn gegn stjórn Fidels Castro. Nokkrum dögum eftir að Kennedy tók við embætti var Kennedy forseti upplýstur um þessa leynilegu áætlun um að ráðast inn á Kúbu. Þremur mánuðum síðar, á mikilvægum fundi í Hvíta húsinu sem Kennedy og ráðgjafar hans sóttu, greiddu allir atkvæði með innrás. Þann 17. apríl 1961 lentu 1.400 Kúbverjar í útlegð við Svínaflóa á suðurströnd Kúbu með stuðningi frá bandaríska sjóhernum, flughernum og CIA. Í fyrstu fór allt að óskum í tilraun þeirra til að steypa ríkisstjórn Castros. Á fyrsta degi komust þó engin birgðaskip til Kúbu; tveimur var sökkt af kúbverskum flugherjum áður en tveir til viðbótar sneru heim - allir sneru við, sneru við eða flúðu alfarið til baka í átt að Ameríku. Á degi tvö umkringdi Castro og eyðilagði herdeild þeirra algjörlega. Á þriðjudag voru allir 1.200 eftirlifendur handteknir og vistaðir í herfangelsum. Innrás Kennedys forseta í Svínaflóa er almennt talin ein versta klúður í utanríkisstefnu Bandaríkjanna; Hugmynd hennar og framkvæmd virðast fáránleg jafnvel núna. Allar forsendur fyrir innrás voru rangar; til dæmis, Kennedy og lið hans vanmat flugher Kúbu með gríðarlegum mun. Sem hluti af neyðaráætlun sinni var einnig ætlunin að, ef faraldur kæmi upp, gæti hersveitin sloppið til Escambray-fjalla og háð neðanjarðarhernað gegn Castro þaðan. Snögg skoðun á korti sýnir að þetta hugsanlega griðastaður var 100 mílur frá Bay of Pigs - sem veitir nóg af skjóli.
En Kennedy og ráðgjafar hans höfðu ótrúlega gáfur fyrir að leiða bandaríska ríkisstjórn. Svo hvað fór úrskeiðis á milli janúar og apríl 1961?

Sálfræðiprófessor Irving Janis hefur framkvæmt umfangsmiklar rannsóknir á fjölmörgum misskilningi. Hann fann sameiginlegt þema: samhentir hópar þróa liðsanda með því (óafvitandi) að búa til blekkingar. Ein slík blekking er tilfinning um ósigrandi: Ef bæði leiðtogi okkar [Kennedy] og hópur eru vissir um að áætlun okkar virki, þá ætti heppnin að koma í veg fyrir okkur. Einhugur hjálpar líka til við að skapa þessa blekkingu: þegar allir eru sammála um eitthvað hljóta allar ólíkar skoðanir að vera ógildar. Engum finnst gaman að vera sá sem truflar einingu liðsins. Einstaklingar kunna almennt að meta að vera með, þannig að það að tjá andmæli gæti þýtt útilokun; Slík brottvísun myndi líklega valda dauða fyrir tegundina okkar, þess vegna sterk eðlishvöt okkar til að vera áfram hluti af hópi.

Hóphugsun í viðskiptum er ekkert nýtt eins og Swissair sýnir. Hér safnaðist hópur hálaunaðra ráðgjafa á bak við fyrrverandi forstjóra þess og þróaði áhættusama stækkunarstefnu (sem innihélt kaup á nokkrum evrópskum flugfélögum). Þar sem ákafi þeirra skapaði yfirgnæfandi samstöðu innan liðs þeirra, voru jafnvel skynsamlegir fyrirvarar bældir niður þar til það hrundi árið 2001.

Ef þú lendir einhvern tíma í umhverfi þar sem allir eru sammála um allt, ætti ekki aðeins að líðast heldur fagna því að tjá þig; efast um þegjandi forsendur, jafnvel í hættu á brottrekstri, geta einnig hjálpað til við að brjóta upp stöðnuð hugsun og koma á þýðingarmiklum samræðum. Sem leiðtogi skaltu íhuga að útnefna einhvern sem málsvara djöfulsins. Þó að hún sé kannski ekki vinsælasti meðlimurinn, en gæti reynst gagnlegust.

Sjá einnig: Félagsleg sönnun (kafli 4); Félagslegt loafing (kafli 33); Hlutdrægni innan hóps utan hóps (kafli 79) og skipulagsvillu (kafli 91).

VANRÆKSLA Á LÍKINDUM

Ímyndaðu þér tvo tækifærisleiki þar sem hver gefur þér jafna möguleika á að vinna $10 milljónir; hvern myndir þú velja? Að vinna þann fyrsta myndi umbreyta lífi þínu; þú gætir sagt upp vinnunni þinni, rekið yfirmann þinn og lifað af vinningnum þínum; öfugt, að vinna $10.000 myndi gefa þér frí frá vinnu á meðan þú ferð í ógleymanlegt frí til Karíbahafsins án þess að óttast að skömmu síðar komi póstkortið þitt aftur í vinnuna - líkurnar á því að bæði séu einn á móti 100 milljónum, í sömu röð - svo hvaða myndir þú velja? Líkurnar fyrir hvern eru 1/10000! Hvaða leik velur þú?

Tilfinningar valda því oft að við veljum einn leikinn fram yfir hinn þrátt fyrir hlutlægt mat á líkum þeirra (væntar líkur á vinningstíma). Þannig hefur þróunin verið í átt að sífellt stærri gullpottum eins og Mega Millions, Mega Billions eða Mega Trillions óháð litlum líkum.

Í tilraun sem gerð var árið 1972 var þátttakendum skipt í tvo hópa; þeim sem var úthlutað einum var tilkynnt að þeir gætu orðið fyrir raflosti á meðan þeir í þeim seinni fengu að vita að það væri aðeins 50% hætta á að þetta myndi gerast. Vísindamenn tóku mælikvarða á líkamlegan kvíða (hjartsláttartíðni, taugaveiklun og svitamyndun) skömmu áður en þeir byrjuðu. Það sem þeir uppgötvuðu var yfirþyrmandi: það var nákvæmlega enginn munur á streitustigi í hvorum hópnum - allir þátttakendur í báðum voru jafn yfirþyrmandi af áhyggjum. Í kjölfarið tilkynntu vísindamenn röð minnkunar á höggslíkum fyrir seinni hópinn: úr 50% niður í 20% og síðan 10% og loks 5%. Samt var ekki hægt að sjá neinn mun! Hins vegar, þegar báðum hópum var sagt að þeir ætluðu að auka styrk væntanlegs straums, hækkaði kvíðastig aftur - í nokkurn veginn sama mæli. Þetta sýnir hvernig við bregðumst við atburðum út frá væntanlegum stærðargráðu frekar en líkum þeirra; okkur skortir innsæi skilning á líkindum.

Vanræksla á líkum leiðir til mistaka við ákvarðanatöku. Við fjárfestum í sprotafyrirtækjum vegna þess að hugsanlegur hagnaður þeirra vekur áhuga okkar, en vanrækjum samt (eða erum of löt) að rannsaka hvort ný fyrirtæki ná í raun slíkum vexti. Eða í kjölfar mikillar fjölmiðlaumfjöllunar um flugslys aflýsum við flugi án þess að íhuga möguleika okkar að fullu. Þar sem ólíklegt er að hrun eigi sér stað (og breytir því ekki ávöxtun þeirra), bera áhugafjárfestar oft saman fjárfestingar eingöngu byggðar á ávöxtunarkröfu - til dæmis eru hlutabréf Google með 20% ávöxtun talin tvöfalt æskileg en eign með 10% ávöxtun í huga þeirra. Því miður lítur þessi nálgun framhjá áhættu, eitthvað sem náttúrulegt innsæi okkar segir okkur ekki að íhuga almennilega.

Aftur að tilrauninni sem fól í sér raflost: í hópi B voru líkurnar á að fá rafstuð minnkaðar smám saman úr 5% í 4% í 3% þar til líkurnar voru núllar; aðeins þá brást hópur B öðruvísi við en A hópur; þetta virtist óendanlega æskilegra en að hætta jafnvel bara 1%!

Við skulum prófa þetta með því að íhuga tvær aðferðir til að meðhöndla drykkjarvatn. Gerum ráð fyrir að á hafi tvær jafn stórar þverár, báðar meðhöndlaðar með aðferðum A og B sem lækka hættuna á að drepast vegna mengunar um 5 prósentustig í 2 prósentustig í sömu röð; og B sem lækkar það úr 1 prósentustigi niður í núll, útrýma því alveg þ.e.a.s. útrýma ógninni alveg. Það þætti flestum skynsamlegt að fara með B; þó væri þetta kjánalegt í ljósi þess að með mælikvarða A deyja þrisvar sinnum færri en með B; á meðan aðferð A er þrisvar sinnum betri! Þessi rökvilla er þekkt sem núll-áhættu hlutdrægni

Táknmyndadæmi eru bandarísku matvælalögin frá 1958, sem bönnuðu matvæli sem innihéldu krabbameinsvaldandi efni til að ná engri hættu á krabbameini. Þótt þetta bann hafi upphaflega skilað árangri leiddi þetta til þess að hættulegri (en ekki krabbameinsvaldandi) matvælaaukefni voru tekin upp. Paracelsus sýndi fram á á sextándu öld að eitrun er alltaf spurning um skammtastærð, sem gerir öll lög sem banna eitrun í rauninni árangurslaus þar sem engin leið væri til að útrýma öllum bönnuðum sameindum úr matvælum. Sérhver býli þyrfti að virka eins og of dauðhreinsuð tölvukubbaverksmiðja og matarkostnaður myndi rokka upp; efnahagslega séð er engin áhætta sjaldan skynsamleg; með undantekningum eru banvænar vírusar sem flýja líftækniStofur eða miklir stormar sem eyðileggja landbúnaðaruppskeru.

Manneskjur skortir innsæi skilning á áhættu og greinir því illa á milli ógna. Við skynjum aukna áhættu sem minna traustvekjandi þegar við fáum tilfinningalegt efni eins og geislavirkni; tveir vísindamenn frá háskólanum í Chicago hafa sýnt fram á þessa niðurstöðu. Ótti við mengun af völdum eitraðra efna er oft óskynsamleg viðbrögð; samt er það skiljanlegt.

Sjá einnig Availability Bias (kafli 11); Vanræksla á grunnhraða (kafli 28), vandamál með meðaltöl (kafli 55), hlutdrægni eftir lifnaðarhætti (kafli 1), blekking um stjórn (kafli 17) veldisvísisvöxtur (kafli 34) og tvíræðni andúð (kafli 80).

AF HVERJU ER SÍÐASTA KAKKAN Í KRUKKUNUM AÐ GERA MUNNI

Heima hjá vinkonu minni í kaffi eitt kvöldið tóku börnin hennar þrjú að glíma á gólfinu og við reyndum okkar besta til að ná sambandi við þau á meðan líkamar þeirra börðust um hver fengi síðasta marmara úr glerkúlupokanum mínum - ég mundi að ég hafði komið með. sumir og dreifa þeim út í von um að þeir myndu leika friðsamlega saman; mér til mikillar vantrúar brutust út heiftarleg rifrildi! Það sem hafði gerst var algjörlega óvænt: meðal allra hinna mörgu bláu marmara var bara einn blár sem börnin rötuðu á eftir; allir aðrir marmarar voru með nákvæmlega jafna stærð og birtu en einn blái marmarinn hafði yfirburði vegna þess að hann var einstakur; fékk mig til að hlæja upphátt að því hvað börn gætu verið barnaleg!

Um leið og ég heyrði að Google myndi opna tölvupóstþjónustu sína í ágúst 2005 vissi ég að ég vildi fá hana (sem ég gerði á endanum). Á þeim tíma voru nýir reikningar hins vegar afar takmarkaðir og veittir aðeins með boði - þetta gerði löngun mína enn meiri! Ekki það að ég þyrfti annan tölvupóstreikning (ég var þegar með fjóra á þeim tímapunkti); ekki vegna þess að Gmail hafi verið samkeppnishæfara; bara að það höfðu ekki allir aðgang að því og gerði löngun mína í einn enn meiri! Þegar ég lít til baka fær þetta mig til að brosa; fullorðnir geta stundum verið barnalegir!

Rara sunt cara, eins og Rómverjar sögðu. Sjaldgæft er dýrmætt. Reyndar hafa menn lengi þjáðst af þessari ranghugmynd um skort. Vinkona mín með þrjú börn vinnur í hlutastarfi sem fasteignasali; Alltaf þegar hún hefur hugsanlega kaupendur sem geta ekki valið á milli tveggja eignavalkosta hringir hún og segir að „læknir frá London heimsótti það í gær". „Honum líkaði þetta mjög vel. Hvað með þig, hefurðu enn áhuga?" Læknirinn frá London (stundum getur það líka verið prófessor eða bankastjóri) er augljóslega uppspuni; samt geta áhrif hans verið mjög raunveruleg: horfur sjá tækifæri hverfa fyrir sér og bregðast hratt við til að ljúka samningi, aftur vegna hugsanlegs framboðsskorts; þetta ástand er ekki hægt að útskýra á hlutlægan hátt þar sem annað hvort vilja þeir fá landið á uppsettu verði eða ekki; burtséð frá hvaða uppdiktuðum læknum frá London sem gætu skotið upp kollinum.

Prófessor Stephen Worchel skipti þátttakendum í tvo hópa til að prófa gæði smáköku: annar fékk heilan kassa á meðan sá annar fékk aðeins nokkra.
Undirflokkur B innihélt aðeins tvær smákökur; Þegar þeir voru beðnir um að meta gæði þeirra voru þessir einstaklingar miklu betri en þeir úr hópi 1. Tilraunin var endurtekin nokkrum sinnum með svipuðum árangri í hvert sinn.

Auglýsingar segja oft "Aðeins á meðan birgðir endast." Veggspjöld vara okkur oft við að bregðast skjótt við þegar skortsvillur koma upp. Galleríeigendur nýta sér þessa villu með því að setja rauða selda punkta undir flest málverk, sem gera hina fáu sjaldgæfu og eftirsóknarverðu hlutina enn eftirsóknarverðari og búa þannig til skortsvillur sem ætti að

hrifsa fljótt upp áður en þeir verða af skornum skammti sem verður að grípa til. fljótt.
Frímmerkjasafnarar, myntáhugamenn, fornbílaáhugamenn safna oft frímerkjum, myntum og
bílum, jafnvel þó að þeir þjóni ekki lengur hagnýtri notkun - aðdráttaraflið stafar af
skortsvillum frekar en einhverju hagnýtu! Þetta bætist allt saman.

Nemendum var bent á að raða 10 veggspjöldum eftir aðlaðandi - með það fyrir augum að
eftir það gætu þeir geymt eitt sem verðlaun fyrir þátttökuna. Fimm mínútum síðar var þeim
tilkynnt að einn hefði ekki verið tiltækur - þar sem þrír voru ófáanlegir vegna þess að
öryggisstarfsmenn drógu þau aftur út. Að því loknu voru þau beðin um að fara yfir öll tíu
veggspjöldin frá grunni, þar sem eitt plakat sem var ekki lengur til varð allt í einu það
fallegasta. Sálfræðingar vísa til þessa fyrirbæris sem viðbragða: þegar við stöndum frammi
fyrir vali sem við getum ekki haft, bregst heilinn okkar oft við með því að gefa valkostum
sem eru ekki lengur til staðar meira aðlaðandi - athöfn sem er ögrun gegn tapi á stjórn á
valkosti. Áhrif Rómeó og Júlíu eru vel þekkt: forboðin rómantík milli Shakespeare-unglinga
leiðir þá til óbælandi þrá sem þekkir engin mörk. Ekki endilega rómantísk í eðli sínu - í
Ameríku eru stúdentaveislur uppfullar af örvæntingarfullum drukknum nemendum vegna
þess að lög um drykkju undir lögaldri eru bönnuð.

Ályktun: Til að bregðast við skortinum hafa flestir tilhneigingu til að taka ákvarðanir með
lítilli skýrri hugsun. Þegar kaup og ákvarðanir eru teknar eingöngu byggðar á kostnaðar- og
ávinningsgreiningu ættu öll merki um að hlutur gæti verið að hverfa fljótt ekki að skipta máli;
né ættu læknar í London að sýna áhuga.
Athugasemdir um andstæðuáhrif (kafli 10); Ótti við eftirsjá (kafli 82) og áhrif húspeninga
(kafli 84) Til frekari innsýnar, þegar þú heyrir hófslög, ekki búast við sebrahest!

Vanræksla á grunnverði

Ímyndaðu þér að Mark er grannur maður frá Þýskalandi með gleraugu sem finnst gaman að hlusta á Mozart. Er hann líklegast annað hvort: A) vörubílstjóri í Þýskalandi, eða B) prófessor í bókmenntum í Frankfurt? Flestir munu giska á B, sem væri rangt þar sem Þýskaland er með 10.000 sinnum fleiri vörubílstjóra en bókmenntaprófessorar - sem þýðir að hann ætti frekar að vera vörubílstjóri! Hugur okkar lét blekkjast af nákvæmri lýsingu sem leiddi okkur frá tölfræðilegum veruleika; Vísindamenn vísa til þessarar rökvillu sem vanrækslu á grunnhraða sem leiðir okkur frá því að íhuga grundvallardreifingarstig - ein af algengustu rökvillum okkar! Margir blaðamenn, hagfræðingar og stjórnmálamenn verða regluleg fórnarlamb þess sem leiðir til þess að rangar ákvarðanir eru teknar þegar gefnar eru forsendur um hvaða niðurstaða gæti orðið af forsendum okkar um grundvallardreifingarstig sem eru hunsuð þegar teknar eru ákvarðanir sem gætu leitt okkur þessa leið!

Hér er önnur atburðarás þar sem ungur maður er stunginn til bana: hvaða kostur er líklegri? A) Árásarmaður gæti verið ólöglegur rússneskur innflytjandi sem flytur inn bardagahnífa ólöglega, eða B) Árásarmaður er frá miðstéttar-Ameríku sem flytur þessa hnífa inn ólöglega - valkostur B er mun líklegri þar sem það eru milljónir fleiri millistéttar-Bandaríkjamenn en rússneskar hnífar innflytjendur.

Vanræksla á grunntíðni gegnir lykilhlutverki í læknisfræði. Mígreni, til dæmis, gæti bent til allt frá veirusýkingu eða heilaæxli til hjartavandamála; læknar meta venjulega fyrir veirusýkingum fyrst áður en æxli eru prófuð til að tryggja velferð sjúklinga. Íbúar læknaskóla eyða töluverðum tíma í að hreinsa vanrækslu á grunntaxta; eitt mottó sem oft er endurtekið fyrir verðandi lækna í Bandaríkjunum er "Þegar þú heyrir hófslætti á bak við þá búist þú ekki við að sjá sebrahest!" sem þýðir: rannsakaðu líklegri sjúkdóma fyrst áður en þú greinir framandi jafnvel þó að sú sérgrein krefjist þín.

Læknar eru einu fagmennirnir sem hafa aðgang að svo víðtækri þjálfun; því miður fá fáir í viðskiptum slíka kynningu. Ég verð oft spennt þegar ég les háfleyg viðskiptaáætlanir frumkvöðla sem gætu orðið næsta Google! En við nánari athugun geri ég mér grein fyrir að líkurnar á að fyrirtæki þeirra lifi af fyrstu fimm árin eru aðeins 20%; þess vegna verða líkur þeirra á að lifa af líka að endurspegla þennan veruleika.
Warren Buffett útskýrði einu sinni hvers vegna hann fjárfestir ekki í líftæknifyrirtækjum: „Hversu mörg þessara fyrirtækja velta nokkur hundruð milljónum dollara? Það einfaldlega gerist ekki?...?Líklegasta atburðarás þessara fyrirtækja verður líklega áfram einhvers staðar í miðjunni.' Þetta er skýr grunnvaxtahugsun. Vanrækslu flestra fólks má rekja til hlutdrægni eftirlifenda (kafli 1): þeir hafa tilhneigingu til að sjá aðeins farsæla einstaklinga og fyrirtæki

þar sem árangurslaus mál hafa tilhneigingu til að verða ótilkynnt (eða vantilkynnt), þannig að þeir líta framhjá þessum „ósýnilegri" tilfellum sem eru til innan.

Ímyndaðu þér þetta: þegar þú smakkar vín á veitingastað hefur merkimiðinn á hverri flösku verið fjarlægður og skilur aðeins eftir vísbendingu um uppruna þess: Frakkland er venjulega þrír fjórðu af vínum í boði svo, án þess að vita betur, er líklegast að þú myndir velja Frakkland fram yfir Valkostir frá Chile eða Kaliforníu.

Stundum hef ég óheppilega ánægju af að tala fyrir framan nemendur úr virtum viðskiptaskólum. Þegar þeir eru spurðir um starfsmarkmið sín svara margir því til meðallangs tíma að þeir sjái sig í stjórnum alþjóðlegra fyrirtækja - svipuð svör fengu samnemendur mínir þegar við mættum. Þegar þessar upplýsingar eru gefnar svara nemendur venjulega að með gráðu frá þessum skóla séu líkurnar á því að fá Fortune 500 stjórnarsæti innan við 0,1% - að líklegast lendi þeir einhvers staðar innan millistjórnenda í staðinn - sem fær alltaf hneykslað útlit en ég held að ég hafi lagt eitthvað lítið af mörkum til að draga úr framtíðarkreppum á miðjum aldri!
Sjá einnig:hesitez 1 26 Gambler's Fallacy (kafli 29); Conjunction Fallacy (kafli 41); Vandamál með meðaltöl (kafli 55) Upplýsingahlutdrægni (kafli 59); Ambiguity Aversion (kafli 8) (Baloney Theory 29 - Sönn staðreynd).

Rökvilla fjárhættuspilara Eitthvað merkilegt átti sér stað í Monte Carlo árið 1913: Mikill mannfjöldi sem safnaðist saman við rúllettaborð var undrandi að verða vitni að því að boltinn lendi á svörtu tuttugu sinnum í röð! Leikmenn nýttu sér þetta fyrirbæri til hins ýtrasta, settu peninga fljótt á rautt, en enn einu sinni stöðvaðist boltinn á svörtu þrátt fyrir að fleiri veðjuðu á rautt en áður - þar til loksins í tuttugasta og sjöunda snúningnum, þegar boltinn var loksins kominn á rautt - skilur eftir milljónir í veði og leikmenn gjaldþrota innan nokkurra mínútna.

Ímyndaðu þér þetta: meðal greindarvísitala nemenda í stórborg er 100. Til að kanna þetta frekar tekur þú slembiúrtak af 50 nemendum með eitt barn sem er prófað með greindarvísitöluna 150 og fylgist með framförum þeirra í nokkra mánuði. Flestir giska á 100; kannski að halda að ofursnjalli nemandinn verði á móti því að annaðhvort hafi einhver að meðaltali greindarvísitölu 50 eða tveir nemendur undir meðallagi með 75 greindarvísitölur í sömu röð - hins vegar er þessi atburðarás mjög ólíkleg; frekar verðum við að búast við því að hver þeirra 49 sem eftir eru muni tákna íbúafjölda sinn með því að hver og einn hafi að meðaltali greindarvísitölu 100 sem gefur okkur meðaleinkunn upp á 101 fyrir 50 nemendur þína.

Monte Carlo og greindarvísitölutilraunir sýna hvernig fólk hefur tilhneigingu til að trúa því að til sé ósýnilegur „jafnvægiskraftur alheimsins"; þetta er þekkt sem rökvilla fjárhættuspilara. Með óháðum atburðum er hins vegar enginn slíkur kraftur: kúlur man ekki hversu oft þær lenda á svörtu. Samt setur einn af vinum mínum vikulegu Mega Millions tölurnar sínar inn í Excel töflureikni áður en hann spilar þær sem hafa birst sjaldnast -- allt þetta virkar fyrir ekki neitt - hann verður líka fórnarlamb rökvillu fjárhættuspilara!

Brandari sýnir þetta fyrirbæri: Stærðfræðingur sem óttast að fljúga vegna hættu á hryðjuverkaárás tekur hvert flug með sprengju í handfarangri ef eitthvað skyldi gerast um borð; með þessari ráðstöfun til staðar aukast líkurnar á að hann sé með einn um borð verulega.
"Líkurnar á að tvær sprengjur séu í einni flugvél eru afar litlar!" Hann segir ennfremur.

Ímyndaðu þér að þú sért neyddur til að eyða þúsundum dollara af þínum eigin peningum í að veðja á niðurstöðu næstu myntkasts, í hvert skipti sem þú lendir með höfuð í hvert skipti. Miðað við þessa atburðarás myndu margir líklega velja skott þó að höfuð sé jafn líklegt. Rökvilla fjárhættuspilara fær okkur til að trúa því að eitthvað verði að breytast!

Enn og aftur neyðir einhver þig til að leggja veðmál. Velur þú haus eða skott í þetta skiptið? Nú þegar þú hefur séð nokkur dæmi, þekkir þú leikinn; vitandi að það gæti farið á hvorn veginn sem er. Því miður, við höfum bara rekist á aðra gryfju af aflögun stærðfræðinga fagnelle (faglegt eftirlit); rökfræði segir þér að hausar séu líklega vitrari kosturinn þar sem myntin virðist stýrð við skottið.

Nýlegar greinar skoðuð afturhvarf til að meina. Sem dæmi, skoðaðu þessa atburðarás: Ef metkulda er á þínu svæði, eru líkurnar á því að hitastigið fari aftur í eðlilegt gildi á næstu dögum - alveg eins og í spilavíti! Flókið endurgjöfarkerfi í andrúmsloftinu tryggja að öfgar koma sér í jafnvægi með tímanum á meðan öfgar aukast stundum - til dæmis þegar ríkt fólk verður ríkara og hlutabréf sem springa skapa aukna eftirspurn vegna þess að þeir skera sig úr - skapa eitthvað öfug bótaáhrif.

Vertu meðvitaður um bæði sjálfstæða og innbyrðis háða atburði í umhverfi þínu. Hreint óháðir viðburðir eru aðeins til í spilavítum, happdrætti og fræðilegum aðstæðum - þeir geta verið til í spilavítum, happdrætti eða fræðilegum stigum; Raunverulegt líf gefur okkur oft innbyrðis tengda atburði sem hafa áhrif hver á annan - hugsaðu um fjármálamarkaði eða heilsu. Fyrri atburðir hafa áhrif á framtíðina. Eins hughreystandi hugmynd kann að hljóma, þá er einfaldlega enginn jafnvægiskraftur þarna úti til að vernda sjálfstæða atburði gegn neikvæðum áhrifum; ekkert slíkt „hvað sem fer í kring, kemur í kring" hugtak er til heldur! Sjá einnig: Meðaltöl (kap. 55); Vanræksla á grunngengi (kafli 28); Deformation Professionnelle (kap. 92); Regression to the Mean (19. kap.); Einföld rökfræði (kafli 63) fyrir frekari umfjöllun um þessi efni. 29

AF HVERJU GERIR LYFJAHJÓLIÐ OKKUR AÐ SPIRAL?

Hvar fæddist Abraham Lincoln? Án tafarlauss aðgangs að svari og þegar rafhlaðan í snjallsímanum þínum er nýbúin, hvernig myndirðu svara slíkri spurningu? Kannski er nóg fyrir þig að vita að hann starfaði sem forseti í bandaríska borgarastyrjöldinni 1860 og að hann varð fyrsti forseti Bandaríkjanna sem hefur verið myrtur? Að skoða Lincoln minnismerkið í Washington kallar ekki fram myndir af kraftmiklum ungmenni heldur meira í líkingu við aldraðan vopnahlésdag 60 ára. Þar sem hann var myrtur einhvern tíma á milli 1860-1864 (hann dó 1809), er 1805 áætlað fæðingarár okkar (það ætti reyndar að vera 1809). Hvernig komumst við að þessu? Með því að nota akkerispunkt eins og 1865 sem upphafspunkt og vinna aftur á bak þaðan til að gera upplýsta mat.

Þegar við þurfum að giska á eitthvað - til dæmis lengd Mississippi-árinnar, íbúaþéttleiki í Rússlandi eða fjölda kjarnorkuvera í Frakklandi - notum við akkeri. Með því að byrja á einhverju kunnuglegu skoðum við ókunnugt svæði þaðan. Hvaða önnur leið gæti verið til að gera það ef ekki tína tilviljunarkenndar tölur af hausnum á okkur? Það væri algjörlega óskynsamlegt!

Því miður er einnig hægt að misnota akkeri. Til dæmis lét prófessor í einum fyrirlestratíma nemendur sína skrifa niður síðustu tvo tölustafina í kennitölum sínum áður en þeir tóku ákvörðun um hvort þeir ættu að bjóða í flösku af víni á uppboði á grundvelli þessara tölur - sem leiddi til þess að þeir buðu næstum tvisvar sinnum meira ef fjöldi þeirra var hærri miðað við lægri! Sýnir þannig hvernig kennitölur virka sem akkeri; jafnvel þó á óbeinan eða blekkjandi hátt.

Sálfræðingur Amos Tversky gerði tilraun með því að nota lukkuhjól. Þátttakendur myndu spinna hana og í kjölfarið var spurt hversu mörg aðildarríki Sameinuðu þjóðirnar ættu; Getgátur þeirra staðfestu akkerisáhrifin: einstaklingar sem höfðu snúið háum tölum á hjólið höfðu gefið hærra mat en fólk sem hafði ekki snúið eins háum tölum á það.

Russo og Shoemaker gerðu rannsóknir sem miðuðu að því að afhjúpa hvenær Attila hún var sigruð í Evrópu - svipað og að spyrja nemendur hvaða ár almannatryggingar hófust. Þátttakendur fengu síðan akkerispunkta byggða á síðustu tölustöfum símanúmersins, þar sem þeir sem voru með hærri númer völdu síðari ár og öfugt (Attila var drepinn árið 453)

Akkeri er mikið og við höldum okkur öll við þau. Til dæmis innihalda margar vörur auglýst „ráðlagt smásöluverð" sem virkar sem akkeri. Sölusérfræðingar vita að þeir verða að setja verð snemma - löngu áður en tilboð hefur verið lagt fram - til að tryggja árangur í sölu. Ennfremur hafa rannsóknir sýnt fram á að það að þekkja fyrri einkunnir nemenda hefur áhrif á hvernig kennarar marka nýtt verk - nýjustu einkunnir eru upphafspunktur.

Fyrstu árin mín voru hjá ráðgjafafyrirtæki. Yfirmaður minn var duglegur að nota akkeri. Í fyrstu samtali sínu við hvaða viðskiptavin sem er, myndi hann setja upphafsverð sem, samkvæmt lögum, var langt umfram innri kostnað okkar: "Bara svo þú verðir ekki hissa þegar þú færð tilboð þitt, herra Svo-og-Svo: lauk nýlega a svipað verkefni fyrir einn af keppinautum þínum var á bilinu fimm milljónir dollara". Það akkeri var þá fellt - verðsamráð hófust á nákvæmlega þessari upphæð.

Sjá einnig Innrömmun (42. kap.).

Í fyrstu virðist feimna dýrið efins; að lokum minnkar viðnám þess og þau byrja að borða regulega hvort af öðru. Að lokum víkur tortryggni þeirra og að lokum verður traust þeirra sterkara en áður. Eftir nokkra mánuði fer gæsin að trúa því að bóndi hennar hafi hagsmuni að leiðarljósi, þar sem hver fóðrun dagsins í viðbót staðfestir þessa forsendu. Hún varð ráðvillt þegar hann á jóladag tók það úr girðingunni - bara til að slátra henni í staðinn! David Hume notaði allegóríu um jólagæsir sem viðvörun gegn innleiðandi hugsun - tilhneigingu til að álykta um algildan sannleika út frá einstökum athugunum. Þótt saga hans kunni að virðast eiga við um jólin, ná lexíur hennar langt út fyrir þennan táknræna hátíðarfugl. En innleiðandi rökhugsun hefur ekki bara áhrif á gæsir.

Fjárfestir kaupir hlutabréf X og verður upphaflega tortrygginn þar sem hlutabréfaverð hans hækkar upp úr öllu valdi, grunaður um að bóla gæti verið til. En þegar tíminn líður og hann heldur áfram brautinni upp á við, víkur grunur hans fyrir spennu: þessi stofn mun aldrei falla! Á aðeins hálfu ári leggur hann allt sparifé sitt í það með litlum tillits til klasaáhættunnar sem fylgir því að leggja ævisparnaðinn í það - bara seinna til að borga dýru verði fyrir svona heimskulegar ákvarðanir sem teknar eru af græðgi og fáfræði.

Inductive hugsun þarf ekki að leiða þig niður leið í átt að hörmungum; í raun gætirðu breytt innleiðandi hugsun í gróðabrunn með því að senda út tölvupósta með spám um bæði hækkandi verð í næsta mánuði og lækkandi - sem spáir því að þau geti lækkað. Sendu fyrsta tölvupóstinn til 50.000 manns og síðan sérstaks 50.000 manna hóps eftir einn mánuð, þegar vísitölur höfðu lækkað verulega. Sendu nú annan tölvupóst en að þessu sinni aðeins til þeirra 50.000 manns sem fengu nákvæmar spár í fyrsta tölvupósti sínum. Eftir 10 mánuði verða um 100 af viðskiptavinum þínum eftir. Frá sjónarhóli þeirra hefur þú sannað spámannlega krafta þína. Sumir munu treysta þér fyrir peningunum sínum - taktu þá og byrjaðu að lifa lífinu aftur í Brasilíu.
Hins vegar erum við ekki bara blekkt af barnalegum ókunnugum; jafnvel okkur sjálf er hægt að blekkja; þeir sem veikjast sjaldan telja sig ódauðlega. Forstjórar sem skila samfelldum ársfjórðungum af auknum hagnaði hafa tilhneigingu til að telja sig ósigrandi - eins og starfsmenn þeirra og hluthafar. Ég átti einu sinni vin sem hafði gaman af grunnstökki. Hann myndi skjóta sjálfum sér fram af klettum, loftnetum, byggingum o.s.frv., og dró aðeins í snúruna sína á síðustu stundu áður en hann lenti heilu og höldnu á jörðinni. Einn daginn spurði ég um áhættustigið sem hann valdi íþrótt og svar hans var frekar frjálslegt: 'Ég er með yfir 1.000 stökk undir belti og aldrei gerist neitt fyrir mig.' Tveimur mánuðum síðar hafði hann látist þegar hann stökk fram af sérstaklega hættulegum kletti í Suður-Afríku - þessi hörmulega atburður afsannaði allar kenningar sem reyndust ítrekað hafa verið yfirstaðnar.

Innleiðandi hugsun getur haft hörmulegar afleiðingar, en samt erum við háð henni á hverjum degi til að lifa af. Þegar við komum um borð í flugvél halda loftaflfræðilögin gildi; við treystum því að tilviljunarkenndar árásir muni ekki gerast á götunni; hjörtu okkar ættu samt að slá á morgun - þetta eru nauðsynlegar tryggingar án þeirra myndi lífið ekki halda áfram - samt sem áður verður alltaf að hafa í huga að aðeins vissar eins og dauði og skattar eru varanlegar; Benjamin Franklin sagði það best: "Ekkert er víst nema dauði og skattar."

Innleiðsla getur vagga okkur til að trúa hlutum eins og: 'Mankynið hefur alltaf lifað af, svo við munum líka geta tekist á við allar framtíðaráskoranir.' Þó að þetta virðist rökrétt í orði, það sem margir ekki viðurkenna er að slíkar fullyrðingar geta aðeins komið frá tegundum sem hafa lifað af fram að þessum tímapunkti; að gera forsendur um að lifun okkar í dag bendi til þess að lifa af í framtíðinni væri epísk mistök og hugsanlega alvarlegasta rökvilla sem til er.

Falskt orsakasamband (kafli 37); Hér er einnig fjallað um hlutdrægni eftirlifenda (kafli 1).

AF HVERJU HÆRUR ILLA HARÐA EN GOTT?

Tapsfælni Hvernig líður þér núna á skalanum 1-10? Ímyndaðu þér núna hvað myndi færa þig upp í 10, eins og ferðina til Karíbahafsins sem þú hefur alltaf þráð eftir eða aukinn starfsframa? Að halda þessari æfingu gangandi: hvað gæti lækkað stig þitt um sömu tölu? Lömun, Alzheimer, krabbamein, þunglyndi, stríðs hungur pyntingar fjárhagsleg eyðilegging skaða mannorð tap vinur rænt blinda dauði eru aðeins nokkrir möguleikar í boði sem myndu valda mikilli óánægju; einfaldlega að hugsa í gegnum alla þessa möguleika gerir okkur meðvituð um hversu margar hindranir eru til að halda uppi hamingjusviðinu miðað við allt það jákvæða; allur þessi listi undirstrikar hversu margar hindranir eru til staðar og mun alvarlegri áhrif þeirra en ávinningur; engin furða að við leitum ekki hamingjunnar en nokkurn tíma hélt að við gerðum áður.

Á einum tímapunkti í þróunarfortíð okkar var þetta enn sannara - ein lítil mistök gætu leitt til dauða samstundis. Hvers konar hluti gæti valdið skjótri brotthvarfi þinni frá lífinu: kærulausar veiðiaðferðir, sinabólga eða útilokun úr hópi. Fólk sem var kærulaust eða kærulaust dó oft áður en það sendi genin til komandi kynslóða; aðeins varkárir komust lífs af og eru afkomendur okkar í dag.

Svo það er skiljanlegt hvers vegna við óttumst tap meira en ávinning; að missa 100 dollara kostar okkur miklu meiri hamingju en nokkur gleði sem það gæti veitt okkur ef ég gæfi okkur hana í staðinn. Reyndar hafa rannsóknir sannað að tilfinningaleg viðbrögð vega tvöfalt á við svipaðan ávinning - félagsvísindamenn kalla þetta fyrirbæri tapsfælni.

Af þessum sökum, þegar þú reynir að sannfæra einhvern um eitthvað, ekki einblína á kosti þess; leggja áherslu á hvernig það hjálpar þeim að forðast ókosti. Herferð til að stuðla að sjálfsrannsókn á brjóstum (BSE) notaði tvo mismunandi bæklinga sem dreift var meðal kvenna til að dreifa upplýsingum um kúariðu. Í bæklingi A segir: „Rannsóknir benda til þess að konur sem taka þátt í kúariðu hafi auknar líkur á að uppgötva æxli á frumstigi, sem betur er hægt að meðhöndla“. Bæklingur B sagði: „Rannsóknir hafa leitt í ljós að konur sem forðast að framkvæma kúariðu hafa auknar líkur á að finna krabbameinsæxli snemma og fleiri meðhöndlanleg stig,“ Rannsóknin gaf til kynna að frásögn bæklings B (skrifuð út frá „missisrammi“) skapaði verulega meiri vitund. og breyting á hegðun en bæklingur A (skrifaður í "græða ramma").
Ótti við tap hvetur fólk meira en möguleika á að eignast eitthvað sem er jafnvirði, þannig að ef fyrirtæki þitt býður upp á einangrunarvörur fyrir heimili er áhrifarík leið til að hvetja viðskiptavini til að kaupa með því að sýna þeim hversu miklum peningum þeir gætu tapað án einangrunar í stað þess hversu mikið þeir gæti sparað með því - jafnvel þó að báðar upphæðirnar yrðu óbreyttar.

Á hlutabréfamarkaði hunsa fjárfestar oft tap á pappír þar sem óinnleyst tap er minna sársaukafullt en raunverulegt tap; þannig að þeir eru áfram fjárfestar þó að líkurnar á bata eða frekari lækkun gætu verið litlar. Ég hitti einu sinni margmilljónamæring sem var mjög í uppnámi yfir því að hafa tapað 100 dollara á augabragði; enn eigu hans sveiflaðist um að minnsta kosti þessa upphæð á hverri sekúndu! Ég reyndi að útskýra fyrir honum að þessi tilfinning er ástæðulaus þar sem eignasafn hans sveiflast á hverri sekúndu um að minnsta kosti þessa upphæð!

Stjórnendur í stórum fyrirtækjum ýta venjulega á starfsmenn til að vera djarfari og frumkvöðlari, en í raun hafa margir starfsmenn tilhneigingu til að vera áhættufælnir. Frá sjónarhóli þeirra er þetta skynsamlegt: af hverju að hætta á eitthvað sem gæti leitt til annaðhvort aukinn bónus eða verra - bleikur miði? Í flestum tilfellum og aðstæðum er starfsvernd ofar öllum mögulegum umbun - þannig að ef þú hefur verið ráðvilltur yfir því hvers vegna áhættutöku meðal starfsmanna þinna virðist ábótavant, þá veistu nú hvers vegna (þó að þegar starfsmenn taka verulega áhættu þá er þetta oft undir því yfirskini að hópákvarðanir - fáðu frekari upplýsingar í kafla 33 um félagslegt svindl).

Hið illa er öflugra og ríkara en hið góða; við höfum tilhneigingu til að bregðast sterkari við þegar neikvæðir hlutir koma á vegi okkar en þegar jákvæðir gera það; skelfileg andlit hafa tilhneigingu til að skera sig meira út á götunni en brosandi; við munum eftir slæmri hegðun lengur - nema þegar hún á við okkur sjálf!
Sjá einnig Áhrif húspeninga (kafli 84); Endowment Effect (kafli 23), Social Loafing, (ch. 33) Default Effect, Sunk Cost Fallacy og Framing auk Affect Heuristic í kafla 42 til að fá frekari innsýn. (CH 66).

AF HVERJU LIÐSMENN ERU LITIR

Félagslegt loafing

Árið 1913 stundaði franski verkfræðingurinn Maximilian Ringelmann rannsóknir á frammistöðu hesta. Honum til mikillar undrunar voru tveir hestar sem drógu vagn ekki tvisvar sinnum á við einn hest. Ringelmann var ráðvilltur yfir þessari niðurstöðu og sneri rannsóknum sínum að mönnum; Þegar nokkrir einstaklingar draga saman reipi í einu á meðan hann mældi kraftinn sem hver og einn beitt fyrir sig fann hann að þegar tveir menn tóku sig saman lögðu þeir að meðaltali 93% af styrk hvers og eins í að draga saman; með þremur að draga saman það lækkaði í 86% fjárfestingu; þegar þrír tóku saman aðeins 49%!

Vísindin vísa til þessa fyrirbæri sem félagslega loafing áhrif. Þetta gerist þegar einstaklingsframmistaða er ekki áberandi - þegar einstök framlög blandast inn í sameiginlegt átak frekar en sýnilegt áhorfendum beint. Félagslegt loaf á sér oft stað í kapphlaupum róðra en ekki boðhlaupum þar sem einstaklingsframlag kemur í ljós. Félagslegt loafing getur verið skynsamleg hegðun: af hverju að fjárfesta alla orku þína þegar helmingurinn dugir? Að taka flýtileiðir án þess að nokkur geri sér grein fyrir því er líka algeng venja - eins og hestarnir hans Ringelmann! Á heildina litið er hægt að líta á félagslegt svindl sem svindl sem við gerum okkur öll sek um að taka þátt í ómeðvitað, rétt eins og Ringelmann gerði þegar hann vann gegn þeim gegn andstæðingum!

Þegar fólk vinnur saman hefur einstaklingsframmistöðu tilhneigingu til að minnka - eitthvað sem ætti ekki að koma á óvart - en það sem ætti að standa upp úr er áframhaldandi framlag okkar þrátt fyrir minnkandi einstaklingsframmistöðu. Hvað kemur í veg fyrir að við gefumst einfaldlega algjörlega upp og látum aðra eftir allt erfiðið? Afleiðingar - engin frammistaða yrði tekin eftir og gæti haft alvarlegar afleiðingar eins og útilokun úr hópi eða svívirðingar; Þróunin hefur gefið okkur fínstillt skynfæri sem gerir okkur kleift að greina hversu mikið iðjuleysi getur farið óséður frá okkur sjálfum eða greint það hjá öðrum.

Félagslegt loafing nær langt út fyrir líkamlega frammistöðu; við slökum líka andlega. Til dæmis, fundir þar sem of margir þátttakendur eru viðstaddir hafa tilhneigingu til að sjá veikari einstaklingsþátttöku en þegar aðeins 20 eða 100 eru viðstaddir; Þegar farið hefur verið yfir þennan þröskuld er árangursstig hins vegar hálendi. Hvort hópur samanstendur af 20 eða 100 meðlimum skiptir ekki máli þar sem við höfum náð hámarks tregðu og náð hámarks afköstum.

Eftir stendur ein pirrandi spurning: hver átti uppruna sinn í þeirri hugmynd að teymi yfirgnæfðu einstaklinga? Kannski japanska. Fyrir þrjátíu árum.
Rekstrarhagfræðingar skoðuðu iðnaðarkraftaverk Japans og fylgdust með því að verksmiðjur þeirra voru skipulagðar í teymi. Rekstrarhagfræðingar reyndu síðan að afrita þetta líkan með

misjöfnum árangri - sum teymi stóðu sig einstaklega vel, en ekki önnur (hugsanlega vegna þess að félagsfælni kom sjaldan fyrir þar), en í Evrópu stóðu teymi sem samanstóð af fjölbreyttu en sérhæfðu fólki best í heildina; innan slíkra hópa væri auðvelt að greina og rekja einstaka sýningar.

Félagslegt loafing getur haft djúpstæðar afleiðingar. Hópmeðlimir hafa tilhneigingu til að takmarka bæði þátttöku og ábyrgð á misgjörðum hópsins eða slæmum ákvörðunum. Enginn vill axla sök einn. Eitt hræðilegt dæmi er saksókn á hendur nasistum við Nürnberg-réttarhöldin; minna umdeilanlegt, íhugaðu hvaða stjórn eða stjórnendur sem er. Við felum okkur oft á bak við teymisákvarðanir til að forðast að taka ábyrgð; þessi framkvæmd er þekkt sem dreifing ábyrgðar. Liðshreyfing veldur því einnig að þeir taka meiri áhættu en þeir myndu taka hver fyrir sig; meðlimir hafa tilhneigingu til að trúa því að þeir verði ekki gerðir persónulega ábyrgir ef eitthvað fer úrskeiðis, sem leiðir til áhættusamra breytinga. Þetta fyrirbæri er sérstaklega áhættusamt meðal stefnufræðinga fyrirtækja og lífeyrissjóða með milljarða í húfi og varnarmáladeildir þar sem hópar ákveða hvenær beita skuli kjarnorkuvopnum.

Ályktun: Fólk hegðar sér öðruvísi þegar það er í hópum en eitt sér (annars væru ekki til hópar). Það má vega upp á móti neikvæðum hliðum hópa með því að gera einstaka sýningar sýnilega eins og hægt er - lengi lifi verðleika! Lengi lifi frammistöðusamfélagið!

Hvatning mannfjöldi (kafli 56); Félagsleg sönnun (kafli 4); Hóphugsun (kap. 25); Tapsfælni (kafli 32)

UMGIFT AF PAPPI?

Ímyndaðu þér að þú sért að brjóta blað ítrekað í tvennt, aðeins í þetta skiptið að brjóta það aftur á sig - 50 sinnum alls? Hver áætlar þú að þykktin verði eftir að hafa verið brotin saman 50 sinnum? Skráðu ágiskanir þínar áður en þú heldur áfram að lesa.

Annað verkefni. Veldu einn af tveimur valkostum hér að neðan. A) Á næstu 30 dögum mun ég gefa þér $1.000 daglega. B) Ég mun gefa sent daglega frá og með degi 1, fylgt eftir af tveimur sentum á degi 2, síðan fjögur sent og svo framvegis þar til dagur 31 rennur upp og heildarverðlaun þín ná átta sentum á hverjum degi eftir það. En ákveða fljótt á milli A eða B?

Ertu tilbúinn? Að því gefnu að afritapappír sé um það bil 0,004 tommur þykkt, verður þykkt þess eftir 50 fellingar yfir 60 milljón mílur; sem er jöfn fjarlægð milli jarðar og sólar eins og hún er mæld með reiknivél. Þegar spurningu 2 er svarað kann það að virðast minna aðlaðandi að velja valmöguleika B en mun skila meiri umbun á aðeins 30 dögum en A gerir; að taka valmöguleika A myndi gefa þér $30.000 en B meira en $5 milljónir!

Línulegur vöxtur er gripinn innsæi. En við höfum ekkert vit á veldisvexti (eða prósentu) - líklega vegna þess að forfeður okkar þurftu þess ekki áður! Reynsla þeirra hafði tilhneigingu til að vera línuleg: að eyða tvöföldum tíma í að safna berjum skilaði tvöföldum tekjum og að drepa tvo mammúta í stað eins lengdi veiðina um helmingi lengri tíma. En í dag er veldisvöxtur ekki lengur sjaldgæfur! Á steinöld varð fólk sjaldan fyrir veldisvexti. Nú eru hlutirnir öðruvísi.

„Á hverju ári fjölgar umferðarslysum um 7%,“ varar stjórnmálamaður við. Til að skilja hvað þetta þýðir á innsæi, skulum við nota einfalda formúlu: 70 deilt með 7 = 10 árum - sem gefur til kynna að umferðarslys tvöfaldast á hverjum áratug (aths. kafla fyrir frekari útskýringar á hvers vegna þessi tala 70?). Þetta myndi gefa til kynna ógnvekjandi atburðarás! Ef þessi tala virðist ókunnug, taktu eftir logaritma; skilgreiningu hennar er að finna þar).

Annað dæmi: Verðbólga stendur í 5%, sem leiðir til þess að margir halda að hún skapi ekki of mikla ógn - þar til maður reiknar út tvöföldunartímann: 70 deilt með 5 = 14 ár, sem þýðir að eftir 14 ár mun einn dollari aðeins vera helmingi minna virði - algjör hörmung fyrir alla sem eiga sparireikninga!

Ímyndaðu þér að þú sért blaðamaður sem segir frá því að skráðum hundaskráningum í borginni þinni fjölgi um 10% árlega; hvernig ætlarðu að segja lesendum þessar fréttir?

Engum er sama, svo tilkynntu í staðinn: 'Flóð af hundum: tvöfalt fleiri mútt á 7 árum!' Engum mun standa jafn mikið á sama - fólki er sama um að skráningum hafi fjölgað um 10% heldur.

Ekkert sem vex veldishraða mun halda áfram að eilífu; margir stjórnmálamenn, hagfræðingar og blaðamenn gleyma þessum sannleika. Slíkur vöxtur nær að lokum takmörkunum; til dæmis, Escherichia coli skiptir sér á tuttugu mínútna fresti og gæti þekja plánetuna innan nokkurra daga en getur ekki haldið áfram vegna þess að neyta meira súrefnis og sykurs en til er. Þess vegna kemst vöxtur þess að lokum í blindgötu og dregur úr.

Fornir Persar skildu erfiðleikana sem tengdust prósentuvexti. Hér er áhugaverð staðbundin saga: Einn vitur hirðmaður færði konungi skákborð að gjöf og spurði hvernig þeir gætu þakkað honum; svarið hans? Hyljið það með hrísgrjónum sem þekja eitt korn á hverjum ferningi áður en aukið er með tveimur kornum til viðbótar tvisvar á hverjum ferningi eftir það! Þegar Daríus konungur kom á óvart svaraði hann að það væri þeim sannarlega heiður að slíkar hóflegar beiðnir kæmu frá svo verðugum hirðmönnum!

En hversu mikið af hrísgrjónum þarf hann? Í fyrstu áætlaði hann um einn poka. Þegar þjónar hans hófu verkefnið - að setja eitt korn á hvern ferning í röð þar til það voru fjögur korn á hvern ferning og svo framvegis - áttaði hann sig á því að hann þyrfti meira korn en var til á jörðinni.

Þegar það kemur að vaxtarhraða skaltu ekki treysta á innsæi - þú hefur ekkert. Samþykkja það í staðinn. Það sem sannarlega hjálpar er að nota reiknivél - eða í tilvikum með lágan vaxtarhraða með því að nota 70 sem töfratöluna.

Sjá einnig, Einföld rökfræði (kafli 63); Vanræksla á líkindum (kap. 26); Lögmál lítilla talna (kafli 61)

WINNER'S CURSE

Texas á fimmta áratugnum. Tíu olíufélög keppa um uppboðslóð sem metin er á bilinu 10 til 100 milljónir dollara; þegar verð hækkar við tilboð hætta fleiri fyrirtæki að bjóða þar til loksins eitt fyrirtæki leggur fram hæsta tilboðið og vinnur uppboðið með kampavínstappa!

„Bölvun sigurvegarans" heldur því fram að sigurvegarar uppboða endi oft sem taparar, eins og sést af greiningaraðilum í greininni sem bentu á að fyrirtæki sem stöðugt komu út sem sigurbjóðendur á olíuuppboðum hafi ofgreitt og síðar orðið gjaldþrota - eitthvað sem ætti ekki að koma á óvart þegar áætlanir eru mismunandi milli $10 milljónir og $100 milljónir; áætlanir liggja oft einhvers staðar þar á milli; oft, uppboð há tilboð fara yfir raunverulegt virði þeirra; í Texas fögnuðu olíustjórar hins vegar því sem eftir allt saman varð dýrkeyptur sigur.

Í dag hefur þetta fyrirbæri áhrif á okkur öll. Frá eBay til Groupon til Google AdWords, verð eru ákveðin með uppboðum - frá eBay til Groupon til Google AdWords; tilboðsstríð um tíðni farsíma færa fjarskiptafyrirtæki nær gjaldþroti; flugvellir leigja verslunarrými sín út fyrir hæstbjóðanda; eða þegar Walmart ætlar að setja út þvottaefni og óska eftir tilboðum frá fimm birgjum (í raun uppboði með áhættu sem fylgir því að vinna og vera bölvað með bölvun sigurvegarans!). Jafnvel Walmart kynnir vörur í gegnum uppboð - að biðja birgja um tilboð frá fimm birgjum er bara enn eitt uppboðið - aðeins í þetta skiptið að hætta á að verða bölvað!

Internetuppboð á daglegu lífi hefur einnig breiðst út til iðnaðarmanna. Þegar ég þurfti að mála veggina mína, frekar en að leita að einhverjum málara í nágrenninu, setti ég auglýsinguna mína á netið í staðinn - 30 málarar víðsvegar að 300 kílómetra kepptu um hana og buðu svo lágar tilvitnanir að mér varð ómögulegt að samþykkja - af góðvild fyrir verslunarmiðstöðin! Besta tilboðið kom frá einum svo fátækum að ég afþakkaði það af samúð til að hlífa honum eða henni fyrir bölvun sigurvegarans!

Einnig má líta á upphafsútboð (IPOs) og samruna og yfirtökur, oftar nefnd samruna og yfirtökur, sem uppboð. Því miður eyðilagði meira en helmingur kaupanna verðmæti samkvæmt einni McKinsey rannsókn!

Af hverju látum við undan bölvun sigurvegarans? Það eru nokkrir þættir sem hafa áhrif. Í fyrsta lagi eru raunveruleg gildi fyrir margt óviss. Auk þess auka fleiri áhugasamir líkurnar á að of áhugasamt tilboð berist. Í öðru lagi er samkeppni á milli söluaðila; einn vinur, sem átti örloftnetaverksmiðju, sagði frá því hvernig Apple hóf ákaft tilboðsstríð fyrir birgja þegar hann þróaði iPhone - allir vildu fá opinberan samning, jafnvel þó að það gæti þýtt fjárhagslegt tap á leiðinni fyrir að vinna birgja.

Hversu mikið myndir þú bjóða fyrir $100? Gerum ráð fyrir að þér og andstæðingi sé boðið á uppboð þar sem sá sem býður hæsta tilboð vinnur og báðir bjóðendur verða að leggja fram lokatilboð á þeim tímapunkti - hversu hátt myndi tilboð þitt fara? Frá þínu sjónarhorni er skynsamlegt að bjóða $20, $30 eða $40; Andstæðingurinn þinn gerir slíkt hið sama og jafnvel $99 virðist sanngjarnt þegar rætt er um $100 víxla - en þeir leggja nú til að bjóða $100 í staðinn! Ef þetta er áfram hæsta tilboðið mun hann jafna sig (borga $100 fyrir $100), á meðan þú þarft aðeins að hósta upp $99. Svo framarlega sem þetta er hæsta tilboðið munu báðir leikmennirnir fara jafnt. Þannig heldurðu áfram að bjóða. Á $110 ertu með tryggt tap upp á $10; Andstæðingur þinn þyrfti að koma með $109 (síðasta tilboðið hans), sem þýðir að báðir munu halda áfram að spila þar til annar eða báðir gefast alveg upp - hvenær hættir þú að bjóða og hvenær hættir keppinautur þinn að bjóða? Prófaðu það með vinum!

Warren Buffett gaf góð ráð varðandi uppboð: "Ekki fara." Ef uppboð eru nauðsynleg í þinni atvinnugrein skaltu setja hámarksverð og draga 20% frá því sem mótvægi gegn bölvun sigurvegara; skrifaðu þessa tölu niður og farðu ekki yfir hana á nokkurn hátt.

Sjá Endowment Effect (kafli 23) fyrir frekari upplýsingar.

GRUNDVALLARTILVÍSUNARVILLA

Þegar þú opnar dagblaðið þitt færðu að vita af enn einum forstjóranum sem hefur verið
neyddur til að hætta vegna slæmrar niðurstöðu. Á meðan, í íþróttahlutanum lestu að
leikmaður X eða þjálfari Y hafi lagt verulega sitt af mörkum til sigurs liðsins þíns, á meðan
sögubækur segja þér að Napóleon hafi verið ábyrgur fyrir því að leiða og leiða her sinn svo
farsællega í Frakklandi snemma á 18. „Sérhver saga hefur andlit" virðist vera ófrávíkjanleg
regla hvers fréttastofu; blaðamenn (og lesendur þeirra) taka þessa meginreglu lengra með því
að horfa upp á hvaða mögulega "fólkshorn" sem er. Sem afleiðing af þessu "fólkshorni"
verða margir blaðamenn (og lesendur) bráð grundvallaratriðunarvillu: villu sem stafar af því
að ofmeta áhrif einstaklinga en vanmeta utanaðkomandi aðstæður.

Vísindamenn frá Duke háskólanum gerðu tilraun árið 1967: þátttakendur lásu rök sem ýmist
lofuðu eða hallmæltu Fidel Castro frá höfundi sem var úthlutað óháð raunverulegum
skoðunum hans; samt töldu flestir áhorfendur það sem hann sagði tákna sannar skoðanir
hans og virtu að vettugi utanaðkomandi þætti - þ.e.a.s. prófessorar sem bjuggu til það.

Fundamental Attribution Error er sérstaklega áhrifarík við að einfalda neikvæða atburði í
viðráðanlegar einingar. Við kennum oft einstaklingum sökina á stríð - eins og júgóslavneskur
morðingi í Sarajevo er með fyrri heimsstyrjöldina á herðum sér eða Hitler byrjaði seinni
heimsstyrjöldina sjálfur - jafnvel þó stríð séu ófyrirsjáanlegir atburðir með flóknu gangverki
sem við munum líklega aldrei skilja til fulls - líkt og fjármálamarkaðir og loftslagsmál!

Þegar fyrirtæki tilkynna góða eða slæma afkomu, hafa augu allra tilhneigingu til að beinast að
forstjóra sínum þrátt fyrir að vita sannleikann: efnahagslegur árangur veltur mun meira á
þáttum sem þeir hafa ekki stjórn á, eins og aðdráttarafl iðnaðarins. Það er merkilegt hversu
oft fyrirtæki í erfiðum atvinnugreinum skipta út forstjóra sínum samanborið við hversu
sjaldan slíkt gerist í blómlegri fyrirtækjum.
Eru atvinnugreinar sem standa frammi fyrir erfiðleikum minna varkár í ráðningaraðferðum
sínum? Slíkar ákvarðanir virðast ekki síður óskynsamlegar en það sem gerist á milli
knattspyrnuþjálfara og félaga þeirra.

Heimabær minn, Luzern í Sviss, gefur mér fullt af ljúffengum klassískum tónleikum sem
hætta aldrei að vekja hrifningu. Hins vegar, í hléi, hafa samtöl tilhneigingu til að einblína
nánast eingöngu á hljómsveitarstjóra og einsöngvara á meðan tónsmíð kemst sjaldan í
fyrirsagnir; nema á heimsfrumsýningum þegar tónskáld geta rætt það opinskátt. Afhverju er

það? Hið sanna kraftaverk tónlistarinnar liggur í tónsmíðum: sköpun hennar á hljóðum, stemningum og takti úr að því er virðist engu; Hins vegar er það oft vanmetið vegna vanhæfni okkar til að íhuga að tónar hafi engin andlit til að bera saman við hljómsveitarstjóra og einleikara þegar í raun þessir tveir þættir mynda flutning á því tónstigi (ólíkt hljómsveitarstjóra eða einleikara eða hljómsveitarstjóra/einleikara).

Sem skáldsagnahöfundur lendi ég í þessari grundvallaratreiðsluvillu í hvert skipti eftir lestur (sem getur í sjálfu sér verið umdeilt), þegar fólk spyr: "Hvaða hluti af skáldsögunni þinni er sjálfsævisögulegur?" Á stundum sem þessum vildi ég að ég gæti hrópað til baka: 'Þetta snýst ekki um mig - þetta snýst um þessa bók, texta, tungumál og sögu!' en mitt uppeldi leyfir ekki svona útúrsnúninga nógu oft.

Eignavillur ættu ekki að vera dæmdar hart. Áhugi okkar af öðru fólki stafar af þróunarfortíð okkar: hópaðild var nauðsynleg til að lifa af - æxlun, vörn, veiðar á stórum dýrum voru ómögulegar án hjálpar frá ættbálki manns - brottvísun þýddi öruggan dauða; þeir sem kjósa fyrir einleikslíf stóðu oft frammi fyrir ákveðinni dauða líka.

En jafnvel þeir sem lifðu af yfirgáfu genasafnið að lokum, sem gerði lífið enn erfiðara fyrir næstu kynslóðir. Líf okkar var háð og snerist um aðra; það útskýrir hvers vegna í dag erum við svo upptekin af þeim - að því marki að eyða um 90% af tíma okkar í að hugsa um annað fólk á meðan aðeins varið 10% til að huga að öðrum þáttum og samhengi.

Ályktun: Þó okkur finnist sjónarspil lífsins hrífandi eru íbúar þess langt frá því að vera tilvalin persónur sem taka ákvarðanir án þess að þurfa utanaðkomandi aðstoð. Þeir flökta frá aðstæðum til aðstæðum frekar en að bregðast við af eigin vilja. Til að skilja raunverulega hvaða leikrit eða söngleik sem er í dag skaltu líta lengra en flytjendur þess og fylgjast vel með því hvernig áhrif móta persónur leikaranna.
Sjá einnig Söguhlutdrægni (kafli 13); Líkamsblekking sundmannsins (kafli 2), áberandi áhrif (kafli 83), fréttablekking (kafli 99), geislabaug (kafli 38) og rökvilla einstæðra orsaka (kafli 97)

AF HVERJU ÁTTU EKKI AÐ TRÚA ÞVÍ ÞVÍ SAGNAÐURINN SEGIR

FALSK ORSAKASAMBAND

Höfuðlús var órjúfanlegur hluti af lífi á Hebrides-eyjum norður af Skotlandi og fjarvera þeirra myndi valda því að gestgjafar þeirra yrðu veikir og með hita. Til þess að berjast gegn veikindum sínum og hita, myndi sjúkt fólk viljandi bæta lús aftur í hárið til að losna við hita sinn; Þegar þessar nýju lúsar höfðu skotið rótum og komið sér á sinn stað aftur, fóru sjúklingar að sýna bata.

Rannsóknir sem gerðar voru í einni borg bentu til þess að því meira sem slökkviliðsmenn voru kallaðir út til að berjast við elda, því meira tjón varð. Í kjölfar þessara niðurstaðna setti borgarstjóri tafarlaust ráðningarstöðvun og lækkaði slökkviliðskostnað í samræmi við það.

Báðar sögurnar koma úr bók þýsku eðlisfræðiprófessoranna Hans-Peter Beck-Bornholdt og Hans-Hermann Dubben (því miður er engin ensk útgáfa til). Báðar sögurnar sýna hvernig orsakasamhengi getur ruglast; þegar lús fer úr höfði öryrkja vegna þess að hann er með hita, verður nærvera þeirra tímabundin þegar heitir fætur koma inn; þegar hitinn hefur brotnað koma þeir aftur! Og stærri eldar þurfa fleiri slökkviliðsmenn - ekki öfugt!

Rangt orsakasamhengi villir okkur oft fyrir og höfundar og ráðgjafar viðskiptabóka nota oft þessa ranghugsun til að selja okkur rangar frásagnir um orsakasamhengi. Tökum sem dæmi fyrirsögnina, 'Hvöt starfsmanna leiðir til meiri hagnaðar fyrirtækja.' Heldur það virkilega vatni, eða gæti fólk einfaldlega orðið áhugasamara þegar fyrirtæki þeirra gengur vel? Að sama skapi segir önnur fullyrðing að konur í stjórnum tengist aukinni arðsemi - en er það í raun og veru hvernig það virkar eða eru þessi fyrirtæki einfaldlega líklegri til að ráða fleiri konur í stjórnir en minna arðbær fyrirtæki gera? Þessir viðskiptabókahöfundar og ráðgjafar starfa oft með svipuðum fölskum (eða að minnsta kosti óljósum) orsakasamböndum þegar þeir skrifa eða ráðfæra sig við viðskiptabækur eða veita ráðgjöf.

Alan Greenspan var virtur sem yfirmaður Seðlabankans á tíunda áratugnum. Óljósar yfirlýsingar hans létu peningastefnuna líta út fyrir að vera nákvæm vísindi sem héldu Ameríku á uppleið í átt til velmegunar og drógu að sér lof jafnt frá stjórnmálamönnum, blaðamönnum og viðskiptaleiðtogum. Því miður fyrir þessa fréttaskýrendur þó, náin tengsl Ameríku við Kína (lággjaldaframleiðandi sem keypti auðveldlega bandarískar skuldir) spiluðu miklu meiri þátt en gert var ráð fyrir í fyrstu; Greenspan var einfaldlega heppinn að stefnur hans virkuðu svo vel.
Svo vel þjónaði hann kjörtímabilinu.

Vísindamenn gerðu nýlega rannsóknir sem bentu til þess að lengri sjúkrahúsdvöl væri skaðleg heilsu sjúklinga. Þessar upplýsingar gladdu sjúkratryggjendur; sem vilja halda áfram að vera stuttorður. En lengri dvöl virðist alls ekki skaðleg þar sem sjúklingar sem geta farið strax eru heilbrigðari en þeir sem þurfa frekari meðferðir - og þess vegna getur löng dvöl í raun haft jákvæðar afleiðingar!

Eða taktu þessa fyrirsögn: 'Staðreynd: Konur sem nota sjampó XYZ reglulega hafa sterkara hár.' Þó að vísindalegar sannanir geti stutt slíkar fullyrðingar, þá segir þessi fullyrðing okkur í raun ekki mikið - síst af öllu að sjampóið gerir lokka þína sterkari! Kannski hafa konur með sterka lokka tilhneigingu til að nota þetta tiltekna vörumerki - kannski vegna þess að á flösku hennar stendur "sérstaklega hönnuð fyrir þykkt hár".

Nýlega las ég að nemendur með heimili sem innihalda margar bækur hafa tilhneigingu til að ná hærri einkunnum í skólanum. Þó að þessi rannsókn hafi ef til vill veitt bóksölum aukinn kraft, sýndu þessar rannsóknir rangt orsakasamhengi - menntaðir foreldrar hafa tilhneigingu til að leggja meira gildi á menntun barna sinna, eins og menntaðir einstaklingar eiga almennt fleiri bækur heima; þrátt fyrir það mun eitt ryk hulið eintak af Stríði og friði ekki breyta einkunnum neins; það sem skiptir máli eru menntunarstig beggja foreldra sem og gen!

Falsk orsakasamhengi var með besta móti í Þýskalandi á milli fæðingartíðni og fjölda storkapöra í fækkun frá 1965-1987. Báðar straumarnir virtust nánast í samhengi; gæti þetta þýtt að storkurinn komi með börn? Eflaust ekki; frekar hefði þessi fylgni einfaldlega getað verið tilviljun.

Ályktun: fylgni jafngildir ekki orsakasambandi. Skoðaðu nánar atburði sem tengdir eru með fylgni: stundum reynist það sem virðist orsök þess vera áhrif hans og öfugt; á öðrum tímum gæti jafnvel ekki verið augljóst orsakasamband - eins og var með storka og ungabörn.

Sjá einnig Tilviljun (24. kap.); Félagsleg hlutdrægni (kap. 48); Clustering blekkingar (Ch. 3); Söguhlutdrægni (kafli 13) * Innleiðing (kafli 31) og byrjendaheppni (kafli 49)

Fyrirtækið Cisco í Silicon Valley var einu sinni fagnað af viðskiptablaðamönnum sem táknmynd hins nýja hagkerfis og fékk frábæra dóma fyrir frábæra þjónustu við viðskiptavini, frábæra stefnu, tímabæra yfirtöku, líflega fyrirtækjamenningu og heillandi forstjóra. Í mars 2000 var það orðið verðmætasta fyrirtæki heims.

Þar sem hlutabréf Cisco féllu um 80% árið eftir breyttu blaðamenn um lag. Nú var litið á samkeppnisforskot þess sem skaðlega annmarka: léleg þjónusta við viðskiptavini, óljós stefna, óskynsamleg yfirtökur, lata fyrirtækjamenning og óhugsandi forstjóra var kennt um - samt hafði hvorki stefna þess né forstjóri breyst; eftirspurn hafði einfaldlega minnkað þökk sé punkta-com hruninu og þessi breyting hafði ekkert með þá að gera.

„Halóáhrifin“ eiga sér stað þegar einn þáttur í heild töfrar okkur og breytir því hvernig við skynjum heildina. Cisco var einstakt tilfelli þar sem þetta fyrirbæri gerði vart við sig: blaðamenn voru svekktir yfir hlutabréfaverði þess og gerðu ráð fyrir að öll viðskipti þess væru jafn merkileg án þess að gera ítarlegar rannsóknir á því frekar.

Geislabaugsáhrifin virka venjulega á þennan hátt: við tökum auðskiljanleg eða sláandi smáatriði um fyrirtæki, eins og fjárhagsstöðu þess, og framreikna ályktanir þaðan um þætti sem erfiðara er að meta eins og verðleika stjórnenda eða hagkvæmni stefnu. Héðan drögum við ályktanir sem kunna að vera réttar eða ekki, svo sem hvort stjórnunarverðmæti þess eða hagkvæmni stefnumótunar. Stundum er árangur og yfirburði veittur þar sem enginn er að þakka eins og þegar við kaupum vörur frá framleiðendum einfaldlega vegna góðs orðspors þeirra - annað dæmi er að trúa því að forstjórar úr einni atvinnugrein muni blómstra í öðrum geirum á meðan þeir eru hetjur bæði í persónulegu lífi þeirra líka!

Edward Lee Thorndike uppgötvaði "geislabaugáhrifin" fyrir næstum 100 árum. Athugun hans var sú að eiginleiki einstaklings (fegurð, félagsleg staða eða aldur) getur skapað annað hvort jákvæða eða neikvæða skynjun sem gagntekur allt annað - eins og útlit. Rannsóknir hafa staðfest þessa niðurstöðu með fjölmörgum rannsóknum sem staðfesta hlutdrægni okkar gagnvart fallegu fólki sem skemmtilegra, heiðarlegra og gáfulegra; Aðlaðandi fólk nýtur líka oft meiri velgengni í lífinu í heildina.
Þessar niðurstöður eru ekki í samræmi við neina goðsögn um að konur sofi sér til árangurs“; reyndar gefa kennarar óviljandi aðlaðandi nemendum hærri einkunnir en minna aðlaðandi.

Auglýsingar hafa fundið bandamann í formi geislabaugsáhrifanna: hugsaðu bara um allar frægurnar sem við sjáum brosa til baka frá sjónvarpsauglýsingum, auglýsingaskiltum og tímaritum. Hvað gerir atvinnumenn í tennis eins og Roger Federer að svona sérfræðingi í kaffivélum er enn óvíst; engu að síður hefur það ekki dregið úr árangri herferða þeirra. Þegar við venjumst því að sjá frægt fólk styðja handahófskenndar vörur án þess að spyrja hvers vegna stuðningur þeirra gæti skipt svona miklu máli; þetta er einmitt hvernig geislabaugáhrifin virka: ómeðvitað. Allt sem þarf að skrá í huga okkar eru aðlaðandi andlit með draumalífsstíl sem tengist þeirri vöru - svo uppsveifla - uppsveifla - velgengni!

Það neikvæða er að geislabaugsáhrifin geta leitt til mikils óréttlætis og staðalmynda þegar þjóðerni, kyn eða kynþáttur verða þungamiðjan. Engin þörf á að vera rasisti eða kynþáttahatari: láttu bara geislabaugáhrifin skýla sýn okkar; blaðamenn, kennarar og neytendur verða alltof auðveldlega að bráð.

Hefur þú einhvern tíma upplifað að verða ástfanginn? Ef svo er, þá skilurðu gleðina við að finna þessa „eina fullkomnu manneskju“. Þeir virðast aðlaðandi, greindir, viðkunnanlegir og hlýlegir - á meðan aðrir gætu bent á augljósa galla; allt sem þú sérð eru hjartnæm einkenni!

Til að draga úr þessum geislabaugáhrifum og öðlast skýrleika í raunverulegum eiginleikum skaltu líta út fyrir nafnvirði til að útrýma sláandi einkennum sem draga að þér augað. Þetta gera hljómsveitir oft með því að skima frambjóðendur fyrir framan skjá svo kyn, kynþáttur, aldur og útlit spili ekki inn í ákvarðanir þeirra; Viðskiptablaðamenn ættu að gera slíkt hið sama og íhuga að horfa lengra en ársfjórðungstölur (verðbréfamarkaðurinn gefur það nú þegar). Grafið dýpra - að fjárfesta tíma og orku í rannsóknir skilar oft óvæntum en oft fræðandi niðurstöðum.

Sjá einnig: Fundamental Attribution Error (kafli 36); Áberandi áhrif (kafli 83); Líkamsblekking sundmanns (kafli 2) Andstæðuáhrif (kafli 10); Væntingar (62. kap.)

Til hamingju! Þú hefur unnið rússneska rúlletta

Aðrar leiðir

Ímyndaðu þér að þú skipuleggur að hitta rússneskan oligarch fyrir utan borgina þína í skóginum í nágrenninu. Hann kemur skömmu síðar með bæði ferðatösku og byssu; að setja ferðatöskuna sína á vélarhlífina á bílnum sínum svo þú getir séð innihald hennar: 10 milljónir dollara samtals í stafla af peningum! Þegar hann er spurður af honum hvort þú viljir spila rússneska rúllettu stingur hann upp á þessari stefnu með því að bjóða þér að toga í einn gikk til að vinna þetta allt - ein kúla með fimm hólf tóm sem stendur myndi gera allt þetta þitt með því að toga í gikkinn! Þú íhugar allar mögulegar niðurstöður: 10 milljónir dollara myndu breyta öllu; að þurfa aldrei að vinna aftur eða flytja frá frímerkjasöfnun frímerkjasöfnun frímerkjasöfnun frímerkjasöfnun frímerkjasöfnun frímerkjasöfnun frímerkjasöfnun frímerkjasöfnun yfir í söfnun sportbíla!

Þegar þú samþykktir áskorunina, setur þú byssuna að musterinu og þrýstir í gikkinn, heyrðir smellinn áður en þú finnur adrenalínið streyma í gegnum líkamann - en ekkert gerðist; salurinn var tómur! Nú með peninga í höndunum flytur þú til einnar fallegustu borg sem þú þekkir þar sem þeir munu líklega byggja lúxus einbýlishús sem valda uppnámi meðal íbúa á staðnum.

Einn af nágrönnum þínum, þar sem heimili þeirra liggur nú nálægt, er hæfileikaríkur lögfræðingur, sem vinnur tólf stunda daga yfir 300 vikur á ári á verðlagi sem er ekki óalgengt fyrir lögfræðinga: $500 á tímann. Árlegur hreinn sparnaður hans, eftir skatta og framfærslukostnað, nemur hálfri milljón eftir að öll útgjöld hafa verið tekin með í reikninginn. Þú brosir innra með þér alltaf þegar hann gengur framhjá í innkeyrslunni þinni: það mun taka hann tuttugu ár bara að ná þér!

Ímyndaðu þér þetta: eftir 20 ár hefur vinnusamur nágranni þinn tekist að safna 10 milljónum dala. Blaðamaður kemur einn daginn og skrifar grein um efnameiri íbúa á þínu svæði - með myndum af stórbrotnum byggingum og öðrum eiginkonum sem þú og nágranni þinn hefur eignast, innanhússhönnunareiginleika og stórkostlegar landmótunarupplýsingar; en einn lykilmunur er enn falinn: áhætta sem leynist á bak við hvern 10 milljóna dollara reikninga þeirra; til þess að þetta stykki sé skynsamlegt, þyrftu þeir að þekkja aðrar leiðir sem hver og einn stendur til boða.

En það eru ekki aðeins blaðamenn sem skortir með þessa kunnáttu - við erum það öll. Aðrar leiðir vísa til allra þeirra niðurstaðna sem gætu hafa átt sér stað en urðu ekki. Þegar þú spilar rússneska rúllettu, leiða fjórar mögulegar leiðir til að vinna $10 milljónir á meðan fimm aðrar gætu leitt til dauða þíns - sem gerir verulegan mun. Aftur á móti, fyrir lögfræðinga sem stunda lögfræði, hafa mögulegar leiðir þeirra tilhneigingu til að liggja nær saman; vinna sér inn $200 á klukkustund í dreifbýli; en í þéttbýli í New York gæti vinna hjá einum af stærstu fjárfestingarbönkunum náð þeim 600 dali á klukkustund án þess að hætta á aðra leið sem gæti hafa kostað þá örlög eða líf.

Aðrar leiðir eru kannski ekki alltaf sýnilegar og við skoðum þær sjaldan. Samt sem áður ættu þeir sem velta sér upp úr ruslskuldabréfum, valréttum og skuldabréfaskiptasamningum til að græða milljónir að hafa í huga margar aðrar leiðir sem leiða beint í átt að glötun. Skynsamur hugur myndi halda því fram að verðmæti 10 milljóna sem aflað er með áhættusamari hætti væri minna en það sem aflað er með hversdagslegri vinnu (þó að endurskoðandi gæti verið ósammála).

Nýlega sótti ég kvöldverð með bandarískum vini sem bauð okkur að kasta mynt til að sjá hver ætti að borga reikninginn. Því miður fyrir hann tapaði hann og því varð þetta óþægilega ástand erfiðara fyrir mig þegar hann var gestur minn í Sviss. „Næst," lofaði ég, „hvort sem ég er hér eða heima í New York mun ég hylja hálfan flipann sjálfur." Hann hugsaði um þetta og sagði mér: „Með tilliti til annarra leiða gætirðu verið búinn að borga helminginn."

Ályktun: Áhætta getur oft verið ósýnileg, svo metið alltaf mögulegar aðrar leiðir áður en teknar eru ákvarðanir sem fela í sér áhættusöm viðskipti. Þó að árangur sem náðst er með slíkum áhættusömum aðferðum kann að virðast aðlaðandi í fyrstu, ætti hann fyrir skynsaman huga ekki að bera saman við árangur sem næst með erfiðari leiðum (til dæmis með því að gerast lögfræðingur, tannlæknir, skíðakennari, flugmaður, hárgreiðslumaður eða ráðgjafi). Þó að skoða aðrar leiðir frá ytra sjónarhorni er krefjandi; Það er næstum ómögulegt að horfa inn í sjálfan þig þar sem heilinn þinn mun vinna yfirvinnu til að sannfæra þig um gildi sitt þrátt fyrir hvers kyns áhættu sem fylgir því og mun virkan útiloka hugsanir um að fara aðrar leiðir en þær sem verið er að skoða núna.

Sjá einnig Svartur svanur (kap. 75); Tvíræðni andúð (kafli 80), Ótti við eftirsjá (kafli 82) og hlutdrægni í sjálfsvali (kafli 47)

FALSSPÁMENN

Spá Illusion

Daglegir sérfræðingar sprengja okkur spár, en hversu áreiðanlegar eru þær í raun og veru? Þar til nýlega nennti enginn að rannsaka; en svo kom Philip Tetlock. Á 10 ára tímabili mat hann 28.361 spár frá 284 sjálfskipuðum sérfræðingum; Niðurstöður hans gáfu aðeins til kynna lítilsháttar framfarir miðað við tilviljunarkennda spárafala hvað varðar nákvæmni; Fjölmiðlaelskurnar voru sérstaklega lélegar á meðan dómsspámenn eins og þeir sem spáðu hruni Kanada, Nígeríu, Kína, Indlands, Indónesíu, Suður-Afríku, Belgíu eða jafnvel E.U. Enginn hefur hrunið!

Frægt sagði John Kenneth Galbraith: „Það eru aðeins til tvenns konar spámenn: þeir sem vita ekkert og þeir sem gera sér ekki grein fyrir að þeir vita ekki neitt, og hlaut sjálfan sig víðtæka gagnrýni í starfi sínu. Sjóðstjórinn Peter Lynch tók þetta frekar saman á mælskulegan hátt: „Í Ameríku eru um það bil 60.000 hagfræðingar í fullu starfi við að reyna að spá fyrir um samdrátt og vexti; hefðu þeir gert þetta tvisvar með góðum árangri, væru þeir nú allir orðnir milljónamæringar; samt eru flestir í launaðri vinnu sem segir okkur eitthvað. Þetta var birt fyrir tíu árum - í dag gæti þessi tala þrefaldast án þess að hafa áhrif á gæðaspá!

Vandamálið er að sérfræðingar njóta ótakmarkaðs geðþótta með litlum afleiðingum. Ef sérfræðingur brýtur væntingar eða brýtur reglur, gætu gjörðir hans haft alvarlegar afleiðingar sem erfitt er að stjórna og stjórna á skilvirkan hátt.
Þegar rétt er komið uppskera sérfræðingar kynningar, ráðgjafatilboð og útgáfusamninga; þegar þeir missa af því algjörlega, gilda engar viðurlög - fjárhagslegar eða orðsporslegar. Þessi hvatning hvetur þá til að hrista fram eins marga spádóma og þeir mögulega geta; reyndar, því fleiri spár sem þeir búa til rætast fyrir tilviljun! Helst ættu sérfræðingar að greiða í einhvers konar spásjóð - eins og $1000 fyrir hverja spá; ef spá þeirra rætist fá þeir fjárfestingu sína til baka auk vaxta á meðan allir peningar sem tapast vegna ónákvæmra spár fara til góðgerðarmála í staðinn.

Svo hvað nákvæmlega er hægt að spá fyrir um og hvað ekki? Sumt er frekar auðvelt að spá fyrir um; Ég veit um það bil hversu mikið ég mun vega á næsta ári. Hins vegar, eftir því sem margbreytileiki og tímarammi eykst, mun einnig geta okkar til að spá fyrir um framtíð þess - þetta felur í sér hlýnun jarðar, olíuverð eða gengi; uppfinningar eru jafn óþekkjanlegar - hefðum við vitað hvaða tækni við myndum finna upp í framtíðinni hefðum við þegar búið þær til.

Vertu efins þegar þú lendir í spám. Ég passa mig alltaf á því að brosa þegar ég heyri einn og varpa svo tveimur spurningum fyrir sjálfan mig um allar spár sérfræðinga: 1) hvaða hvata

hafa þeir til að halda áfram að spá rangar? og 2) ef sérfræðingur starfar sem starfsmaður gæti
hann hætta starfi sínu ef spár hans halda áfram að mistakast? Eru þeir launaðir ráðgjafar með
heimildir í bókum og fyrirlestrum, eða sjálfskipaðir gúrúar sem lifa af sjálfsútgáfu eða
opinberum fyrirlestrum? Þeir sem treysta á athygli fjölmiðla hafa tilhneigingu til að spá fyrir
um með átakanlegum spádómum sem fjölmiðlar segja oft ekki frá. Í öðru lagi, hvað hefur
verið árangurshlutfall þeirra í fimm ár - hversu margar spár hefur spámaðurinn gert og
hversu margar voru árangursríkar á móti þeim sem voru ekki réttar - þessar upplýsingar ættu
aldrei að vera ótilkynntar af fjölmiðlum svo vinsamlegast ekki birta spár án þess að leggja
fram afrekaskrár frá spekingum.

Tony Blair orðaði þetta einu sinni á þessa leið: „Ég spái ekki; hef aldrei, mun aldrei.
Sjá einnig Væntingar (kafli 62); Skipulagsvilla (kap. 91); Yfirvaldshlutdrægni (kafli 9);
Hindsight Bias (kafli 14); Ofstraustsáhrif (kafli 15); Illusion of Control (kafli 17); Hedonic
hlaupabretti (kafli 46) og svartir svanir (kafli 75)

Chris er 35. Hann lærði félagsheimspeki sem unglingur og þróaði áhuga á þróunarlöndum síðan. Eftir útskrift starfaði Chris í tvö ár hjá Rauða krossinum í Vestur-Afríku áður en hann sneri aftur til höfuðstöðva sinna í Genf sem yfirmaður afrískrar hjálpardeildar í þrjú ár í viðbót áður en hann lauk MBA námi og skrifaði ritgerð sína um samfélagslega ábyrgð fyrirtækja. Nú virðist líklegt annaðhvort A) Chris vinnur hjá einum af helstu bönkum þar sem hann hefur einnig umsjón með stofnun þriðja heimsins eða B). Hvaða atburðarás virðist líklegast?

Flestir hafa tilhneigingu til að velja valmöguleika B, en þetta er rangt svar. B segir bæði að Chris vinni hjá stórum banka sem og að viðbótarskilyrði hafi verið uppfyllt - starfsmenn sem starfa innan þriðja heimsins banka samanstanda af litlum undirhópi bankamanna; kostur A væri því líklegri. Nóbelsverðlaunahafarnir Daniel Kahneman og Amos Tversky hafa rannsakað þetta fyrirbæri mikið.

Sem manneskjur laðast við að frásögnum sem virðast ánægjulegar eða trúverðugar; sögur af Chris hjálparstarfsmanninum sem eru sannfærandi eða sannfærandi auka hættuna á röngum rökum. Ef ég hefði sett þessa spurningu á annan hátt hefðirðu kannski áttað þig á öllum þessum aukaupplýsingum sem óhóflegar; kannski til dæmis: „Chris er 35 ára og vinnur annað hvort í A) banka í New York með skrifstofu á tuttugustu og fjórðu hæð með útsýni yfir Central Park eða B) hvorugt"

Taktu aftur dæmi frá lokun flugvallar í Seattle og afpöntun flugs: hvaða atburðarás er líklegast? Í þessu tilviki er A líklegra þar sem B gefur til kynna að aukaskilyrði hafi verið uppfyllt: slæmt veður. Að íhuga aðra möguleika gæti einnig lokað því eins og sprengjuhótunum, slysum eða verkföllum; en líklegast tökum við ekki tillit til slíkra mála þegar við íhugum trúverðugar sögur eins og A eða B. Nú þegar þú skilur þetta ferli betur skaltu gera það með vinum til að sjá hvaða niðurstöðu helst kýs!
Jafnvel sérfræðingar geta orðið fórnarlamb samtengingarvillunnar. Á alþjóðlegri ráðstefnu um framtíðarrannsóknir árið 1982 var sérfræðingum - öllum fræðimönnum - skipt í tvo hópa á viðburði á vegum Daniel Kahneman: hópur A fékk spá sína um að olíunotkun minnki um 30%; hópur B heyrði það sem "Gífurleg hækkun olíuverðs mun valda því að neysla minnkar um 30%". Báðir hóparnir þurftu síðan að gefa til kynna hversu líkleg hver atburðarás virtist; Það kom fljótt í ljós að B-riðill var mun sterkari með spá sína en A-riðillinn.

Kahneman trúir á tvenns konar hugsun. Ein gerð er leiðandi, sjálfvirk og bein; annað meðvitað, skynsamlegt, hægt, vinnusamt og rökrétt. Því miður dregur innsæi hugsun ályktanir löngu áður en meðvitaður hugur gerir það; Ég upplifði þetta persónulega eftir árásirnar á World Trade Center 11. september þegar ég leitaði að ferðatryggingum með sérstakri „hryðjuverkavernd" bætt við. Jafnvel þó að aðrar stefnur hafi náð yfir öll möguleg atvik, þar á meðal hryðjuverkastarfsemi (en ég féll samt fyrir tilboði þeirra!). Það sem gerði þetta enn fáránlegra var vilji minn til að borga meira fyrir það sem virtist aðlaðandi en samt óþarfa viðbót!

Ályktun: Ekki rugla saman vinstri og hægri heila; innsæi og meðvituð hugsun er mun meira. Þegar þú tekur mikilvægar ákvarðanir skaltu hafa þennan aðgreining í huga þegar þú tekur mikilvægar ákvarðanir: ómeðvitað höfum við tilhneigingu til að kjósa trúverðugar sögur; horfðu á eftir hentugum smáatriðum og hamingjusömum endalokum sem þér þykja trúverðugar, frekar en þeim sem krefjast viðbótarskilyrða til að uppfylla. Mundu: viðbótarskilyrði munu minnka líkurnar frekar en auka líkurnar.

Sjá einnig Base-Rate Vanræksla (kafli 28); Söguhlutdrægni (13. kap.) 42

Íhugaðu þessar tvær fullyrðingar þegar þú rammar:

"Hey, ruslatunnan er yfirfull!"

„Það væri alveg yndislegt ef þú gætir tæmt ruslið, elskan.

Tónlist skapar tónlist: það sem skiptir máli er hvernig skilaboðum er komið á framfæri; skilaboð sem miðlað er á annan hátt munu einnig berast á annan hátt af viðtakendum þeirra - þessi tækni sem kallast innrömmun á sálfræðilegu tungumáli.

Kahneman og Tversky gerðu tilraun á níunda áratug síðustu aldar þar sem þeir kynntu tvo valkosti fyrir faraldursstjórnun; Þátttakendum þeirra var sagt að 600 mannslíf væru í húfi þar sem annaðhvort valkostur A eða valkostur B bjargaði 200 þeirra. Valkostur B bauð aðeins 33% líkur á að allir 600 einstaklingar myndu lifa af og 66% líkur á að enginn kæmist lifandi út, en búist var við að 200 eftirlifendur komist í gegnum báðar aðstæður; flestir svarenda völdu kost A fram yfir B vegna meiri möguleika hans á að lifa af - að trúa á þá visku að það sé betra að hafa eitthvað áþreifanlegt en að tapa síðar. Að endurskipuleggja sömu valkostina varð mjög heillandi: "Valkostur A drepur 400 manns", en "valkostur B býður upp á 33% líkur á að enginn deyi og 66% líkur á að allir 600 deyja". Á þeim tímapunkti valdi aðeins minnihluti A og flestir B; vísindamenn tóku eftir ótrúlegri U-beygju meðal næstum allra þátttakenda; eftir því hvort orðasambönd (lifa af eða deyja) gjörbreyttu ákvarðanatöku.

Eitt dæmi: Vísindamenn kynntu hópi fólks tvær tegundir af kjöti sem merkt var að væri 99% fitulaust og 1% fitu, og spurðu þá hvort væri hollara. Geturðu giskað á hvað þeir völdu? Þú giskaðir rétt - svarendur völdu fyrsta kostinn óháð hærra fituinnihaldi!

Glossing er sífellt vinsælli innrömmun. Samkvæmt reglum hennar verður lækkandi hlutabréfaverð leiðrétting á meðan ofgreitt kaupverð verður „viðskiptavild".
Sérhvert stjórnunarnámskeið breytir vandamálum í tækifæri eða áskoranir með töfrum; að vera rekinn verður tækifæri til að „endurmeta feril minn" eða að takast á við fallna hermenn er talið tækifæri til að skapa tækifæri eða takast á við áskoranir.

Dauðinn á vígvellinum verður ígildi stríðshetjustöðu; óháð orsök þess eða hátt. Þjóðarmorð verða „þjóðernishreinsanir" á meðan neyðarlendingum, til dæmis á Hudson ánni, er fagnað sem sigri flugsins (þótt vissulega myndi lending í kennslubók teljast enn meira sem slíkir sigrar!). Vel heppnuð neyðarlending, til dæmis á Hudson River, er víða fagnað sem slíku afreki (ætti flugbraut ekki að teljast enn meiri sigur flugs?)

Hefur þú einhvern tíma skoðað nánar útboðslýsingar og bæklinga ETF (kauphallarviðskiptasjóða)? Venjulega sýnir bæklingurinn nýlegar frammistöðutölfræði með aðeins nógu mörgum sögulegum smáatriðum til að búa til aðlaðandi feril upp á við, sem er þekkt sem ramma. Einfalt brauðstykki gæti verið annað frábært dæmi - allt eftir framsetningu þess sem annaðhvort táknrænn eða raunverulegur líkami Krists getur skapað ósætti innan trúarbragða eins og sást á 16. aldar siðbótartímanum.

Einnig er hægt að nota ramma á áhrifaríkan hátt í viðskiptum. Tökum notaða bílasölumenn: Skilaboð þeirra leiða til þess að neytendur einbeita sér aðeins að ákveðnum þáttum þegar þeir íhuga að kaupa þá, hvort sem það er í gegnum skilaboð sem send eru af sölumönnum, skilti sem sýna sérstaka eiginleika eða eigin forsendur. Til dæmis, þegar litið er á notaða bíla með lágan kílómetrafjölda og góð dekk sem sölupunkt - oft án tillits til ástands vélar, ástands bremsunnar, ástands innanrýmis o.s.frv. - og einblína meira á kílómetrafjölda/dekk en nokkurn annan þátt. Því miður getur verið erfitt að taka alla mögulega kosti/galla í huga þegar við tökum kaupákvarðanir okkar; hefðu aðrar rammar verið notaðar við sölu á bílnum gætum við valið öðruvísi en við gerðum.

Höfundar eru meistarar. Glæpaskáldsaga yrði fljótt leiðinleg ef allar síður hennar sýndu einfaldlega hvert morð eins og það gerðist - "stung fyrir sting". Jafnvel þegar við uppgötvum hvatir og morðvopn smám saman, bætir innrömmun leiklist og spennu inn í söguna.

Ályktun: Vertu meðvituð um að öll samskipti innihalda einhvers konar ramma; allar staðreyndir, hvort sem þær eru veittar af traustum vinum eða birtar í trúverðugum dagblöðum, getur líka haft áhrif á rammaáhrif - jafnvel innihald þessa kafla!

Sjá einnig Andstæðuáhrif (kafli 10); Andstæðufælni (kafli 21); Ótti við eftirsjá (kap. 82); Tapsfælni (kafli 32); Gagnkvæmni (kafli 6); Akkerisáhrif (kafli 30) og Svefnáhrif (kafli 70).

AÐ HORFA OG BÍÐA ER SÁRSAUKAFULLT

AÐGERÐARHLUTDRÆGNI

Í fótboltatilfellum tekur það minna en 0,3 sekúndur fyrir boltann að fara frá upphaflega spyrnu til markvarðar; takmarkaði þannig tíma sinn til að horfa á feril þess áður en hann tekur ákvörðun um hvenær verður að reka það aftur út aftur. Knattspyrnumenn sem taka vítaspyrnur hafa tilhneigingu til að beina skotum sínum þriðjungi tímans á miðjuna, þriðjungi að hvoru megin og þriðjungi utan miðju marka sinna, sem hefur ekki farið fram hjá markvörðum sem kafa annaðhvort til vinstri eða hægri eftir þaðan sem leikmenn skjóta. Sjaldan standa leikmenn áfram í miðjunni, jafnvel þó að um það bil þriðjungur allra bolta lendi þar. Hvers vegna ættu þeir á hættu að spara refsingar með því að standa ekki? Einfaldlega vegna þess að það skapar betra sjónvarp; útlitið gegnir mikilvægu hlutverki. Að kafa til hliðar frekar en að frjósa á staðnum kann að líta áhrifameira út og finnast það minna vandræðalegt; það er kallað aðgerðarhlutdrægni: að líta virkur út þó að ekkert áþreifanlegt leiði af því.

Þessi rannsókn kemur frá ísraelska vísindamanninum Michael Bar-Eli, sem gerði víðtækar prófanir á vítaspyrnukeppni. Ekki bara markverðir eru viðkvæmir fyrir hlutdrægni í aðgerðum - ímyndaðu þér ef hópur ungmenna kemur út af næturklúbbi og byrjar að hrópa og bendla hvort til annars áður en þau verða deilum og flækjast í rifrildi sín á milli. Aðstæður eru á barmi allsherjar ofbeldis, bæði ungir og háttsettir lögreglumenn eru í viðbragðsstöðu, fylgjast með úr fjarlægð þar til mannfall kemur í ljós og grípa inn í þegar þörf krefur. Ef þetta ástand væri skilið eftir í höndum ungra, óreyndra yfirmanna einna, getur það fljótt orðið ofbeldisfullt; ungir, ákafir yfirmenn, sem láta undan hlutdrægni í aðgerðum, geta brugðist strax og hlaupið með höfuðið á undan, sem oft leiðir til mannfalls í kjölfarið. Samkvæmt niðurstöðum rannsókna getur síðari íhlutun, sem æðstu yfirmenn auðveldað, leitt til minni mannfalls.

Hlutdrægni í aðgerðum magnast upp þegar maður stendur frammi fyrir einhverju ókunnu eða óljósu. Í fyrstu haga margir fjárfestar sér svipað og ungir, of ákafir lögreglumenn utan næturklúbbs: reynsluleysi þeirra þýðir að þeir geta ekki metið hlutabréfamarkaðinn svo þeir bæti upp með ofvirkni; því miður eyðir þetta dýrmætum tíma; Frægt er að Charlie Munger dró þessa nálgun saman með því að segja: „Við þurfum aga til að forðast að gera eitthvað helvítis bara vegna þess að aðgerðaleysi verður óþolandi.

Aðgerðarhlutdrægni er jafnvel meðal hámenntaðra hópa. Þegar veikindi herja á sjúkling, bregðast jafnvel læknar með háþróaða gráðu oft neikvætt við og seinka því að leita viðeigandi læknismeðferðar fyrir þá.

Um leið og ekki er hægt að greina ástand á réttan hátt og læknar verða að velja á milli þess að grípa inn í (þ.e. ávísa einhverju) eða bíða og sjá, þá hafa ákvarðanir þeirra um að grípa inn í að grípa til aðgerða strax frekar en að sitja og bíða þar til eitthvað endanlega gerist. Slíkar ákvarðanir endurspegla ekki arðrán heldur tákna mannlega tilhneigingu til að grípa til aðgerða frekar en að vera í dvala þegar óvissa blasir við.

Svo hvað er það sem knýr þessa tilhneigingu áfram? Í fyrrum veiðimanna- og safnaraumhverfi okkar (sem hentaði okkur fullkomlega) tróðu athafnir í gegn íhugun. Eldingarhröð viðbrögð voru nauðsynleg til að lifa af; íhugun gæti reynst banvæn. Þegar forfeður okkar sáu eitthvað í jaðri skógarins sem líktist tígrismyndum með sabeltönn, tóku þeir fljótt til aðgerða; frekar en að velta því fyrir sér hvort eitthvað gæti hafa verið þarna, gerðu þeir einfaldlega til öryggis, hlupu hratt í burtu frekar en að dvelja við hugsanlegar ógnir of lengi - ólíkt okkur í dag þar sem eðlishvöt okkar getur sagt okkur annað.

Þótt samfélag okkar viðurkenna í auknum mæli að íhugun sé dýrmæt, þá er hreint aðgerðarleysi enn höfuðsynd. Ef þú tekur rétta ákvörðun með því að bíða, bíður þín engin medalía eða stytta með nafni þínu; Þvert á móti, að sýna ákveðni og skjóta dómgreind þegar allt batnar getur fært lof frá vinnuveitendum, stjórnmálamönnum eða jafnvel borgarstjórum; skyndilegar aðgerðir hafa tilhneigingu til að vinna oftar í samfélaginu almennt en skynsamlegar aðferðir til að bíða og sjá.

Ályktun: þegar við stöndum frammi fyrir nýjum eða óvissum aðstæðum, getur eðlishvöt okkar verið að gera eitthvað, hvað sem er - sama hvaða afleiðingar það hefur - bara til að finna ekki fyrir hjálparleysi eða í uppnámi. Því miður kemur þessi tilhneiging oft aftur á bak með því að leiða okkur inn á brautir sem gera hlutina verri frekar en að bæta þá. Þó að biðin komi kannski ekki í fréttirnar í sjálfu sér, ef aðstæður eru enn óljósar gæti verið skynsamlegra að sitja á höndum sér þar til hægt er að gera skýrara mat á valkostum þínum; Samkvæmt Blaise Pascal stafar „öll mannleg vandamál af því að maðurinn getur ekki setið rólegur í einu herbergi einum" í vinnustofu sinni heima.
Sjá einnig Omission Bias (kafli 44); Ofhugsun (90. kap.); Frestun (kap. 85); Það mun versna áður en það verður betra rökvilla (kafli 12); og vanhæfni til að loka dyrum (Ch 68) sem hugsanlegir þættir misráðinna samskiptavandamála.

Af hverju ertu lausnin, eða hluti af vandamálinu?

Fordómaleysi

Ímyndaðu þér að vera á jökli með tveimur fjallgöngumönnum. Einn sleppur og dettur í
sprungu; að kalla á hjálp gæti hafa bjargað honum, en þú gerir það ekki - í staðinn ýtir þú
þeim báðum út í gil þar sem þeir deyja báðir fljótt á eftir - hvor dauðinn vegur meira á
samvisku þína?

Skynsamleg íhugun leiðir í ljós að báðir valkostirnir eru jafn fráhrindandi og leiða til dauða
fyrir félaga þína. Samt er eitthvað sem fær okkur til að meta óvirka valkostinn hagstæðari;
þetta fyrirbæri er þekkt sem aðgerðaleysi og á sér stað þar sem bæði aðgerðir og
aðgerðarleysi leiða til banvænna afleiðinga; við höfum tilhneigingu til að kjósa aðgerðarleysi
vegna þess að niðurstöður þess virðast minna truflandi.

Ímyndaðu þér að þú sért yfirmaður alríkislyfjastofnunarinnar og verður að ákveða hvort þú
eigir að samþykkja lyf fyrir banvæna sjúklinga með hugsanlega banvænar aukaverkanir -
þessar pillur hafa drepið 20% samstundis en bjargað 80% meira lífi á stuttum tíma. . Hver
væri ákvörðun þín?

Flestir myndu vera líklegir til að neita samþykki; þeim virðist það mun verra að fara í gegnum
lyf sem drepur einn af hverjum fimm sjúklingum en að gefa hinum 80% ekki lækningu þess.
Slíkar ákvarðanir sýna fullkomlega aðgerðaleysi hlutdrægni. Ímyndaðu þér að verða
meðvitaður um slíka hlutdrægni en velja að samþykkja engu að síður í nafni skynsemi og
velsæmis, aðeins þegar einn af sjúklingum þínum deyr, hneykslast og þú finnur þig án vinnu!
Sem embættismenn eða stjórnmálamenn væri skynsamlegra - reyndar bráðnauðsynlegt - fyrir
þá - að taka alvarlega þessa umfangsmiklu hlutdrægni og jafnvel hvetja hana enn frekar!

Dómaframkvæmd sýnir dýpt slíkrar „siðferðisbrenglunar". Líknardráp er ólöglegt, jafnvel
þótt þeir deyjandi óski þess, á meðan vísvitandi synjun á lífsbjörgunaraðgerðum (til dæmis
eftir DNR skipunum - Ekki endurlífga skipanir) er áfram löglegt.

Slík rök útskýra hvers vegna svo margir foreldrar telja að það sé algjörlega ásættanlegt að
bólusetja ekki börn sín, jafnvel þó að sýnt hafi verið fram á að bólusetning dregur verulega úr
hættu á smiti.
Þótt bólusetning fylgi mjög lítilli hættu á aukaverkunum, þá er heildarbólusetning
skynsamleg; ekki bara vegna einstaklinga sjálfra heldur samfélagsins í heild - ónæmir
einstaklingar geta ekki smitað annað fólk af veikindum sínum og síðan dreift þeim frekar.
Auðvitað ef óbólusett börn smitast af einhverjum veikindum gætu þau sakað foreldra sína

um að skaða þau með því að neita bólusetningu - samt myndi þetta virðast minna alvarlegt en ef þau smituðu börnin sín viljandi sjálf!

Hlutdrægni í aðgerðaleysi er undirrót ranghugmynda: Við viljum frekar bíða þangað til annað fólk gerir það í stað þess að gera ráðstafanir sjálf til að bregðast við því. Fjárfestar og viðskiptablaðamenn eru fyrirgefnari gagnvart fyrirtækjum sem framleiða engar nýjar vörur en gegn þeim sem framleiða óviðjafnanlegar, jafnvel þó að báðar leiðir leiði til glötun. Að sitja aðgerðalaus á ömurlegum hlutabréfum líður betur en að taka virkan kaup á slæmum; að byggja engar útblásturssíur inn í kolaverksmiðjur virðist vera betri en að gera ráðstafanir eins og að fjarlægja eina af kostnaðarástæðum; að ekki einangra heimili virðist æskilegra en að brenna öllu því auka eldsneyti; Að gefa ekki fram tekjuskatt er minna óviðeigandi en að leggja fram fölsk skattskjöl, jafnvel þó að báðar leiðir leiði til taps ríkisins hvort sem er.

Við könnuðum aðgerðarhlutdrægni í kafla 7. Hins vegar er það andstæða aðgerðahlutdrægni? Ekki nákvæmlega; athafnahlutdrægni leiðir til þess að við bætum upp skort á skýrleika með tilgangslausri ofvirkni þegar hlutirnir virðast óljósir eða misvísandi; en hlutdrægni í aðgerðaleysi kemur oft fram þar sem auðvelt er að greina upplýsingar: innsýn gæti leitt í ljós ógæfu í framtíðinni sem við gætum forðast með beinum aðgerðum en þessi innsýn skapar ekki eins mikinn hvata í okkur til að taka afstöðu gegn því.

Erfitt getur verið að koma auga á hlutdrægni í brottfalli; aðgerð er yfirleitt meira áberandi en aðgerðaleysi. Stúdentahreyfingar frá sjöunda áratugnum settu fram áhrifaríkt slagorð gegn því: 'Ef þú ert ekki hluti af lausninni, þá ertu hluti af vandamálinu.'

Skýringar um villu sjálfboðaliða (kafli 65); Aðgerðarhlutdrægni (kafli 43); Frestun (Ch 85).

EKKI KENNA MIG

SJÁLFSAFGREIÐSLU HLUTDRÆGNI

Lestu reglulega ársskýrslur, með sérstaka áherslu á það sem forstjórinn hefur sagt? Ef ekki, þá er það óheppilegt þar sem þar má finna fjölmörg dæmi um villu sem kemur allt of oft við sögu - hlutdrægni í sjálfum sér. Alltaf þegar fyrirtækið upplifir velgengni tekur forstjórinn sér tíma til að undirstrika alla viðleitni þeirra - eins og að taka skynsamlegar ákvarðanir, þrotlausa vinnu og rækta nýstárlega fyrirtækjamenningu. Ef fyrirtæki hefur átt árangurslaust ár lesum við um margvíslega þætti sem áttu þátt í lækkun þess: gengissveiflur, ríkisafskipti, kínverskir viðskiptahættir sem brjóta í bága við vestræna hugverkastaðla, falda gjaldskrá sem draga úr trausti neytenda o.s.frv. Hugur okkar eignar velgengni og mistök ytra frekar en innra með sér - þetta er hlutdrægni í vinnunni!

Jafnvel þótt þú hafir aldrei heyrt hugtakið, kenndi menntaskóli mörgum nemendum merkingu sjálfhverfa hlutdrægni. Ef þeir fengu A endurspeglaðist árangur þeirra eingöngu á þeim en bilun þýddi að stjórnendur og kennarar notuðu ósanngjarnar prófunaraðferðir.

En einkunnir virðast ekki skipta neinu máli lengur: kannski hefur hlutabréfamarkaðurinn tekið stöðu þeirra. Þegar eignasafnið þitt skilar hagnaði, fagnar þú sjálfum þér; þegar það gengur illa er sökin beinlínis sett á "markaðinn" (hvað sem þetta gefur til kynna) eða kannski þessum pirrandi fjárfestingarráðgjafa. Sjálfur er ég duglegur notandi sjálfhverfa hlutdrægni: þegar nýja skáldsagan mín rýkur upp í metsölulista, fagna ég henni sem bestu bókinni minni hingað til; ef það floppar í kringum nýjar útgáfur hlýtur það að þýða að lesendur séu einfaldlega ekki að viðurkenna það eða að gagnrýnendur séu afbrýðisamir sem hafa eitthvað á móti mér sem viðurkennir ekki góðar bókmenntir í bókum mínum!

Rannsakendur gerðu persónuleikapróf og gáfu þátttakendum háa eða lága einkunn af handahófi; þeim sem fengu háa einkunn fannst það ítarlegt og sanngjarnt; þeim sem fengu lágar einkunnir fannst það algjörlega gagnslaust. Hvers vegna kennum við velgengni sjálfum okkur og mistök annars staðar? Það eru ýmsar kenningar, þar sem kannski ein einföld skýring er þessi: það líður vel! Ennfremur hefði þróunin líklega tekið á því mun fyrr. Í meira en hundrað þúsund ár var hlutdrægni í sjálfsbjargarviðleitni útrýmt eftir því sem mannlegt samfélag þróaðist, en í nútíma heimi okkar með mörgum duldum áhættum getur það komið upp aftur og fljótt leitt til hörmunga. Richard Fuld, oft nefndur sjálfskipaður „meistari alheimsins", gæti vel tekið undir þessa skoðun; eftir að hafa verið forstjóri hjá Lehman Brothers þar til gjaldþrot þess var lagt fram árið 2008 gæti hann enn gert kröfu um þennan titil á meðan hann kennir aðgerðum stjórnvalda um orsökina.

Nemendur sem taka SAT próf skora venjulega á milli 200 og 800 stig. Þegar þeir eru beðnir ári síðar um að uppfæra stigin sín, hafa margir tilhneigingu til að hækka þau um u.þ.b. 50 stig

- án þess að ljúga nokkru sinni eða ýkja tölurnar, einfaldlega „bæta" þær þar til þeir fara að trúa nýju tölunni sjálfir.

Í húsinu mínu er íbúð sem fimm nemendur deila, sem ég sé oft í lyftunni. Einn sagðist hafa tekið út ruslið sitt annað eða þriðja hvert sinn; annað: þriðja eða fjórða hvert skipti; á meðan herbergisfélagi #3 sagðist gera það í u.þ.b. 90% tilvika! Svör þeirra hefðu átt að vera allt að 100%, en í staðinn voru þau alls glæsileg 320%! Hver strákur ofmat hlutverk sín - eitthvað sem allir menn hafa tilhneigingu til að gera. Rannsóknir hafa einnig sýnt fram á þetta fyrirbæri meðal hjóna þar sem hvert þeirra gerir ráð fyrir að þau leggi meira en 50% til heilsu hjónabandsins.

Svo hvernig getum við sigrast á hlutdrægni í sjálfum sér? Áttu vini sem segja sannleikann án þess að bann sé bannað? Ef það er málið fyrir þig, teldu þig heppinn. Ef ekki, komdu með að minnsta kosti einn óvin í kaffi og spyrðu heiðarlega álits þeirra á styrkleikum þínum og veikleikum; þú munt alltaf vera þakklát fyrir að þú gerðir það!

Sjá einnig Hindsight Bias (kafli 14); Ofstraustsáhrif (kafli 15); Not-Invented-Here Syndrome (kafli 74); Survivorship Bias (kafli 1), Byrjendaheppni (kafli 49) Vitsmunaleg ósamræmi (Ch 50); Forer áhrif (Ch 64); Introspection Ilusion (Ch 67) og Cherry-Picking (Ch 96) til að kynnast.

HORFAÐ HVAÐ ÞÚ ÓSKAR!

HEDON HLAUPABRETTI

Ímyndaðu þér að einn daginn hringir síminn og áhugasöm rödd segir þér að þú hafir unnið 10 milljónir dala í lottó! Hvernig myndi það láta þér líða og hversu lengi myndi það endast? Eða önnur atburðarás gæti leikið upp: einhver hringir til að tilkynna þér um tap sinn á besta vini; aftur hvernig myndir þú bregðast við og hversu lengi myndu áhrifin vara?

Í kafla 40 skoðuðum við litla nákvæmni spár á ýmsum sviðum eins og stjórnmálum, hagfræði og félagslegum atburðum. Við komumst að þeirri niðurstöðu að sjálfskipaðir sérfræðingar eru ekki betri en tilviljanakenndir spáframleiðendur við að gefa nákvæmar spár. Nú skulum við fara yfir á annað svæði: Hversu nákvæmlega getum við spáð fyrir um tilfinningar okkar? Erum við sérfræðingar í okkur sjálfum? Myndi vinna í lottóinu gera okkur hamingjusamari um ókomin ár? Harvard sálfræðingur Dan Gilbert bendir á annað; Rannsóknir hans á happdrættisvinningshöfum benda til þess að öll jákvæð áhrif hafi horfið fljótt innan nokkurra mánaða, þannig að fólk hafi verið jafnánægt eða óánægt og áður eftir að hafa fengið ávísun sína - þetta fyrirbæri vísar hann til sem „áhrifaspá; vanhæfni okkar til að spá rétt fyrir um eigin tilfinningar okkar.

Einn bankastjóri ákvað að byggja sér nýtt heimili fyrir utan borgina með nægum tekjum sínum og dreymir um að búa til einbýlishús með tíu herbergjum, sundlaug og töfrandi útsýni yfir vatnið og fjallið. Áætlun hans varð að veruleika. Innan nokkurra vikna frá kaupum hans geislaði hann af spenningi. Því miður hvarf þessi áhugi fljótlega og hálfu ári síðar var hann ömurlegri en nokkru sinni fyrr. Hvers vegna hafði þetta gerst? Jæja, rannsóknir sýna okkur að hamingjan hverfur fljótt eftir aðeins nokkra mánuði og skilur eftir að einbýlishúsið táknar ekki lengur drauma hans; koma heim á hverjum degi til óvelkomins veruleika: opna hurðina og vita ekki hvert það leiddi hann... Greyið: tilfinningar hans til villunnar voru áhugalausar miðað við hvernig þeim fannst um eins herbergja stúdentaíbúð hans. Að auki stóðu þeir nú frammi fyrir tveimur klukkutíma ferðir á dag! Rannsóknir sýna að akstur getur verið gríðarlega uppspretta óánægju og streitu og að flestir venjast aldrei reynslunni. Þess vegna munu þeir sem hafa ekki náttúrulega skyldleika til flutninga líklega þola tvær langar ferðir á dag (að minnsta kosti). Þess vegna hafði draumavilla vinkonu minnar almennt neikvæð áhrif á hamingju hennar.

Margir aðrir standa sig ekki betur: Einstaklingar sem breyta eða fara fram á ferli sínum verða oft fyrir svipuðum örlögum.

Vísindamenn vísa til þessa fyrirbæris sem hedonic hlaupabrettsins: við vinnum hörðum höndum, framfarir fjárhagslega og öðlumst meiri auð - samt gerir ekkert af þessu okkur hamingjusamari.

Svo hvernig hafa neikvæðir atburðir eins og mænuskaðar og vinamissir áhrif á okkur? Venjulega ofmetum við tímalengd og styrkleika þeirra - til dæmis þegar samböndum lýkur getur virst sem lífið verði aldrei eins en innan þriggja eða svo mánaða hafa þau snúið aftur til stefnumóta og fundið hamingjuna aftur.

Væri það ekki dásamlegt ef við vissum nákvæmlega hversu hamingjusöm nýr bíll, ferill eða samband mun gera okkur? Sem betur fer er þetta eitthvað sem við getum mælt að hluta. Taktu þessar vísindalega traustu viðmiðunarreglur að leiðarljósi þegar þú tekur betri og bjartari ákvarðanir: 1) Forðastu neikvæða hluti sem þú getur ekki aðlagast með tímanum, eins og samgöngur, hávaðamengun eða langvarandi streitu. 2) Ekki treysta of mikið á efnislegar vörur eins og bíla, hús, happdrættisvinninga, bónusa eða vinninga sem uppsprettu langtímahamingju. 3) Leitaðu eins mikið frelsis og sjálfræðis og mögulegt er þar sem varanlegar jákvæðar breytingar stafa oft af því að grípa til jákvæðra aðgerða að eigin frumkvæði. Stunda ástríður þínar jafnvel þótt það þýði að afsala þér einhverjum tekjum; fjárfesta í vináttuböndum; flestir finna varanlega hamingju með faglegri stöðu svo framarlega sem það breytir ekki jafningjahópum í einu - með öðrum orðum, ef þú stígur upp í forstjórahlutverkið á meðan þú ert aðeins í bræðralagi við aðra stjórnendur, minnka áhrifin fljótt.

Spá blekking (Ch. 40); Neomania (Ch. 69) og Envy (Ch. 86) ættu öll að líta á sem hættumerki og ætti ekki að fara létt með þær.

Þegar ég ferðaðist frá Fíladelfíu til New York festist ég í umferðarteppu. „Af hverju þarf það alltaf að vera ég?", kveinkaði ég mér, á meðan ég horfði á ökumenn á suðurleið sem kepptu framhjá á tilkomumiklum hraða á gagnstæðri hlið minni. Á meðan ég eyddi klukkutíma í að skríða áfram á sniglahraða með tíðum stoppum til að brjóta og hraða, reikaði hugur minn. Var ég virkilega óheppinn í lífinu eða var þetta einfaldlega skynjun mín? Þar sem línur banka, pósthúsa og matvöruverslana virðast velja mig oftar en aðrir eða voru þetta bara einfaldlega skynjun?

Ímyndaðu þér að á þessum þjóðvegi myndi umferðarteppur 10% tilvika; líkurnar á að ég festist eru ekki meiri en líkurnar á því, en líkurnar á að ég festist á einhverjum tímapunkti á ferð minni eru hærri en þessi tala vegna þess að ég er takmörkuð í hreyfingu fram á við við slíkar aðstæður; ennfremur, þegar einn kemur upp og ég festist, verður það miklu meira áberandi fyrir mér en ef það hefði haldið áfram að hreyfa sig á eðlilegum hraða.

Svipuð rökfræði á við um bankateljara eða umferðarljós: á meðalferð milli A og B með 10 umferðarljósum verður eitt alltaf rautt en restin græn; hins vegar gætirðu eytt yfir 10% af ferðatíma þínum í að bíða á rauðu ljósi - þó að það virðist kannski ekki rétt; ímyndaðu þér að ferðast á nálægt ljóshraða: þú myndir líklega eyða 99,99% (ekki 10%) tímans í að bíða og bölva rauðum umferðarljósum!

Um leið og við kvörtum yfir óheppni er skynsamlegt að vera á varðbergi gagnvart hlutdrægni sjálfsvals. Þegar karlkyns vinir mínir kvarta yfir kvenskorti í fyrirtækjum sínum og kvenkyns vinkonur kvarta yfir of fáum körlum, þá hefur það ekkert með óheppni að gera - þessir nöldurar eru hluti af úrtaki sem sýnir líkurnar á því að flestir karlkyns starfsmenn vinni í atvinnugreinum þar sem aðallega karlar (eða öfugt fyrir kvenkyns verkamenn). Ennfremur, að búa í löndum eins og Kína eða Rússlandi með stórum hlutföllum af öðru hvoru kyni þýðir að þú gætir orðið hluti af þeim stærri hópi og fundið fyrir erfiðleikum. Þegar atkvæðagreiðsla á sér stað í kosningum verður þetta fyrirbæri hvað áberandi;
Á atkvæðagreiðslutíma er mjög líklegt að atkvæði þitt samsvari meirihluta atkvæða vinningsmeirihlutans.

Markaðsmenn verða oft að bráð sjálfsvals hlutdrægni. Markaðsmenn geta fallið í það í gegnum markaðskannanir sem reyna að meta virði viðskiptavina fréttabréfsins, en ná aðeins til núverandi áskrifenda sem eru fullkomlega ánægðir, hafa tíma og hafa ekki hætt við. Þessar kannanir reynast því árangurslausar.

Ummæli frá frekar dapurlegum vini mínum nýlega snerta algenga sjálfsvalshlutdrægni; aðeins lifandi verur geta gert slíkar athuganir; óverur hugsa oft ekki mikið um að þeir séu ekki til. Samt er þessi sama blekking grundvöllur margra heimspekilegra verka þar sem þau undrast ár eftir ár þróun tungumálsins; Ég hef samúð með undrun þeirra en finnst undrun þeirra óafsakanleg; tungumál væri einfaldlega ekki til án okkar til að virða kraftaverk þess; undrun þess verður aðeins áþreifanleg með því að verða fyrir umhverfi sínu - kraftaverk þess verður aðeins áþreifanlegt með því að vera til í umhverfi sínu - eins og kraftaverk þess að skapa eða eyðileggja fyrir huga manna!

Skemmtileg er þessi nýlega símakönnun: Fyrirtæki framkvæmdi hana til að ganga úr skugga um, að meðaltali, hversu marga síma (síma og farsíma) hvert heimili átti. Þeir voru undrandi þegar þeir komust að því að ekkert heimili sagðist hafa enga! Sannarlega undraverður árangur.

Sjá einnig Alternative Paths (kafli 39); Eiginleika-jákvæð áhrif (kafli 95); Líkamsblekking sundmanns (kafli 2) til frekari umræðu.

SAMTAKA HLUTDRÆGNI

Kevin hefur flutt þrjár kynningar á afkomu deildar sinnar fyrir stjórn félagsins og í hvert sinn gekk allt óaðfinnanlega - og Kevin telur að þessar grænu doppóttu boxerbuxur séu heppnu nærbuxurnar hans!

Kevin gat ekki staðist að kaupa glæsilega trúlofunarhringinn sem hún sýndi honum; þó, á $10.000 það væri vel yfir kostnaðaráætlun hans fyrir annað hjónaband, eitthvað við þessa konu gerði það ómótstæðilegt fyrir hann; kannski að tengja þennan fallega hlut við einhvern myndi vekja von fyrir framtíðarbrúður um að hún gæti líka verið hrífandi falleg?

Á hverju ári heimsækir Kevin lækninn sinn í skoðun og honum er venjulega sagt að heilsa hans sé í góðu lagi, 44 ára gamall. Tvisvar hefur hann hins vegar farið með skelfilegar fréttir: einu sinni vegna viðauka hans (sem var fljótlega fjarlægður); og annað fyrir bólgið blöðruhálskirtli í upphafi sem, við frekari skoðun, reyndist vera bara bólga frekar en krabbamein - í bæði skiptin sem Kevin fór með áhyggjur og báða dagana var hann óvenju heitur; síðan þegar hiti byrjar að hækka í kringum einn af skoðunartímanum hans hættir hann strax við það!

Heilinn okkar er tengivélar. Til dæmis, þegar við neytum óþekkts ávaxtas og upplifum ógleði eftir það, skapar hugur okkar þekkingu. Hins vegar skapar þessi aðferð líka falska þekkingu. Rússneski vísindamaðurinn Ivan Pavlov var fyrstur til að rannsaka þetta fyrirbæri með því að nota bjöllur til að mæla munnvatnslosun í hundum; síðar myndi bara hljóðið eitt og sér valda munnvatnslosun; skapa tengsl á milli tveggja, sem virðist ótengd virkni, eins og bjölluhringur og munnvatnsframleiðsla innan dýraheila - eins og hljóð eitt og sér er nóg til að framkalla munnvatnslosun í þeim.

Aðferð Pavlovs á jafn vel við um menn. Auglýsingar skapa tengsl milli vara og tilfinninga, eins og Coca-Cola. Fyrir vikið birtast í auglýsingum glaðlegt kókfólk sem birtist saman - öfugt við hnykkt andlit eða hrukkótta líkama sem þú gætir séð annars staðar í raunveruleikanum. Kók fólk birtist í stórum klösum miðað við raunveruleikann.

Fölsk tengsl stafa af hlutdrægni félaga, sem einnig skerðir gæði ákvarðanatöku okkar. Við gætum tengt boðbera slæmra frétta sjálfkrafa við innihald þeirra (þekkt sem skjóta-boðbera-heilkenni). Sumir forstjórar og fjárfestar geta meðvitað eða ómeðvitað forðast að heyra neikvæðar fréttir - sem leiðir til ónákvæmrar myndar af raunveruleikanum. Til að forðast að verða fölskum tengslum að bráð og forðast að verða fölskum vísbendingum að bráð þegar þú leiðir hópa fólks skaltu leiðbeina starfsmönnum þínum um að senda aðeins slæmar fréttir eins fljótt og auðið er til að vinna gegn skjóta-boðbera heilkenninu - treystu því að nægar jákvæðar fréttir enn komið á þinn hátt! Að sigrast á fölskum tengingum með því að ofbjóða skjóta-boðbera heilkenni með því að ofgreiða með jákvæðum skilaboðum - ofjöfnun með því að ofbjóða með góðum fréttum!

Áður en tölvupóstur og fjarmarkaðssetning var til notuðu farandsölumenn söluaðferðir frá dyrum til dyra. Dag einn rakst George Foster á autt hús þar sem ósýnilegur leki hafði fyllt það af gasi í margar vikur - án þess að hann vissi af, olli skemmda bjöllunni neista þegar George ýtti á hana sem kom af stað sprengingu sem sendi George beint inn á sjúkrahús, þó að lokum hann jafnaði sig fljótt. Því miður þó að ótti hans við dyrabjöllur héldi svo mikið að jafnvel árum síðar gat hann ekki farið aftur til vinnu; hann reyndi mikið þar sem hann gat aðeins skapað aðra tilfinningalega tengingu sem gat ekki snúið við þrátt fyrir að vita að þetta væri ekki líklegt.

Mark Twain náði þessum mikilvægu skilaboðum fallega: „Við ættum að tína af hverri reynslu aðeins lærdóminn sem er að finna í því; svo að við verðum ekki eins og kötturinn sem sest á heitt eldavélarlok og brennist - setjumst aldrei aftur á heitt eða kalt aftur.'

Vertu á varðbergi þegar hlutirnir byrja vel; takið eftir smithlutdrægni (kap. 54); Falskt orsakasamband (kafli 37); Byrjendaheppni (ch 49) auk Availability Bias og Affect Heuristic. (Sjá kafla 54 fyrir frekari lestur um þessi efni).

ATHUGIÐ ÞEGAR Hlutirnir fara að gerast hratt

Byrjendaheppni

Við könnuðum nýlega hlutdrægni í tengslum, eða tilhneigingu okkar til að sjá tengsl þar sem engin eru til. Til dæmis, burtséð frá allri velgengni Kevins með stórar kynningar á meðan hann er klæddur í grænar doppóttar nærbuxur, geta þær ekki tryggt honum árangur í hvert skipti.

Nú komum við að einni af erfiðari formum félagahlutdrægni: að búa til gervitengsl við fortíðina. Spilavítisspilarar þekkja þessa aðferð vel: þeir kalla hana byrjendaheppni. Fólk sem er nýbúið í leik og tapar í fyrstu lotum sínum, leggja oft skynsamlega saman, á meðan sá sem slær heppinn hefur tilhneigingu til að halda áfram. Þegar fyrstu tímamælendur eru hins vegar heppnir, gæti sjálfstraust þeirra leitt til þess að þeir hækki hlutinn enn frekar - aðeins til að þeir komist að því seinna að líkurnar séu komnar aftur í meðalstig skömmu síðar!

Byrjendaheppni gegnir mikilvægu hlutverki í efnahagslegum árangri. Ímyndaðu þér fyrirtæki A, sem kaupir smærri fyrirtæki B, C og D í röð án atvika og lýkur hverri yfirtöku með góðum árangri - að byggja upp sjálfstraust þeirra þar sem hver samruni reynist of krefjandi til að stjórna og áætlað samlegðaráhrif ómögulegt að gera sér grein fyrir þrátt fyrir hlutlægar sannanir sem benda í þessa átt frá fyrri yfirtökum - aðeins fyrir byrjendaheppni að blinda þá frá þessum veruleika.

Svipuð þróun átti sér stað í kauphöllinni. Margir fjárfestar dregnir að fyrstu velgengni sinni, helltu ævisparnaði sínum og jafnvel lánum í internethlutabréf seint á 9. áratugnum - án þess að vita að ótrúlegur hagnaður þeirra á þeim tíma var ekki vegna þekkingartengdrar hlutabréfavalshæfileika heldur einfaldlega hækkunar á markaði. ; Jafnvel þeir sem ekki höfðu nokkra þekkingu á fjárfestingum nutu oft stórra vinninga þegar hlutirnir snerust loksins niður. Þegar þessi skriðþungi dofnaði hins vegar, stóðu margir frammi fyrir fjöllum af dot-com skuldum.

Eins og sást á nýlegri húsnæðisuppsveiflu í Bandaríkjunum féllu margir einstaklingar fyrir þessari gildru: tannlæknar, lögfræðingar, kennarar og leigubílstjórar yfirgáfu starfsferil sinn til að „snúa við" húsum í hagnaðarskyni - keyptu þau á kjallaraverði og seldu þau strax aftur á hærra verði. verð - sem leiðir þá niður á vímugjafa í átt að feitum gróða en hefur í raun litla þýðingu fyrir raunveruleikann eða feril þeirra.

Húsnæðisuppsveifla gerði jafnvel áhugamannamiðlara kleift að dafna; fjárfestar tóku á sig miklar skuldir þegar þeir keyptu fleiri og stærri stórhýsi og þegar bólan sprakk á endanum stóðu þeir eftir með eignir sem ekki var hægt að selja.

Sagan gefur okkur nægar vísbendingar um heppni nýliða: hvorki Napóleon né Hitler hefðu farið í herferðir gegn Rússlandi án fyrri sigra í smærri bardögum til að styðja þá.

En hvernig er hægt að greina byrjendaheppni frá raunverulegum hæfileikum? Þó að það sé engin ákveðin regla til að hjálpa til við að gera þá ákvörðun, gætu tvær ráðleggingar reynst árangursríkar: Í fyrsta lagi, ef frammistaða þín er stöðugt betri en annarra í langan tíma, þá spilar hæfileikar líklega inn í. Í öðru lagi, þegar fleiri keppinautar eru að keppa um fyrirtækið þitt aukast líkurnar á því að einhver slær það stórt og taki forystu á markaði í mörg ár - hugsanlega þú! Þegar það gerist meðal tíu keppenda, vertu stoltur af því að fagna þér sem markaðsleiðtogi! Hins vegar má líta á það sem vísbendingu um hæfileika að vera meðal efstu leikmanna (á fjármálamörkuðum); en ef þú finnur sjálfan þig fremsta hund meðal 10 milljóna leikmanna á einu tilteknu ári - sem gæti gerst nógu auðveldlega með alls kyns leikmönnum sem taka þátt - ekki byrja að sjá fyrir þér heimsveldi eins og Buffett alveg strax; líkurnar eru á því að þú hafir bara verið heppinn!

Fylgstu með og bíddu áður en þú dregur einhverjar endanlegar ályktanir. Heppni byrjenda getur verið hrikaleg; Til að verjast ranghugmyndum og afsanna kenningar eins og áhrifaríkur vísindamaður myndi, sendi ég skáldsögu mína Þrjátíu og fimm til eins útgefanda þar sem henni var samstundis samþykkt; í augnablik fannst mér þetta snilldarárangur (líkurnar á að þessi útgefandi myndi taka þetta að sér voru 1/15.000. Til að prófa kenninguna mína frekar sendi ég síðan út eintök til 10 stórra útgefenda til viðbótar... og fékk 10 höfnunarbréf til baka sem komu með hugmyndina mína fljótt aftur niður á jörðina.

Sjá einnig: Survivorship Bias (1 kap.); Sjálfsafgreiðsla hlutdrægni (kap. 45); Félagshlutdrægni (48. kap.); Falskt orsakasamband (kafli 37); Tálsýn kunnáttu (94 kap.)

LÍTAR LÍTLAR LYGAR

Vitsmunaleg dissonance

Refur læddist hægt upp að vínviði og horfði með söknuði á gnægð, fjólublá vínber hans. Hann lagði framlappirnar upp að bol þess, teygði hálsinn út og reyndi að ná í þær en þær voru of hátt uppi. Pirraður gerði hann aðra tilraun - kjálkinn sleit aðeins í loftið. Loks hljóp hann af öllum kröftum til þess að lenda aftur niður á jörðina með heyranlegum dynki; ekki einu sinni eitt laufblað hafði hreyft sig. Hann bar höfuðið hátt og hélt aftur inn í skóginn - eða það hélt refurinn.

Aesop, gríska skáldið, bjó til þessa dæmisögu til að draga fram eina algengustu villu í rökfræði. Ósamræmi kom upp þegar refurinn ætlaði að gera eitthvað en mistókst, skapaði ósamræmi sem aðeins er hægt að leysa á einn af þremur leiðum: A) að fá vínber á einhvern hátt B) að viðurkenna að kunnátta hans gæti ekki verið nægjanleg C) að viðurkenna sína vanhæfni

C) með því að endurtúlka það sem hefur gerst aftur í tímann. Þessi nálgun táknar vitsmunalegan mismun eða upplausn þess.

Ímyndaðu þér að þú kaupir nýjan bíl til að sjá eftir vali þínu fljótt: vélin hans hljómar eins og hún sé að taka á loft og ökumannssætið óþægilegt. Hvað gerirðu þá? Að skila því væri viðurkennt um mistök og myndi líklega ekki skila öllum peningunum þínum til baka; þannig að sem önnur nálgun gætirðu sannfært sjálfan þig um að háværar vélar og óþægilegir sætiseiginleikar séu hluti af öryggiseiginleikum þess, sem kemur í veg fyrir að þú sofnar undir stýri; eflaust voru þessi snjöllu val vel ígrunduð kaup sem hafa fært þeim ánægjulega upplifun!

Leon Festinger og Merrill Carlsmith frá Stanford háskóla kenndu einu sinni nemendum sínum að framkvæma eina klukkustund af leiðinlegu, einhæfu verki áður en þeim var skipt í tvo hópa. Meðlimir A-hóps fengu $1 (það var 1959) sem bætur; þeir í hópi B fengu $20; seinna þurftu þeir að upplýsa hvernig þeim fannst þetta allt í raun og veru - furðulegt að þeim sem fengu aðeins dollara fannst þetta miklu skemmtilegra og meira grípandi! Hvers vegna gerðu þeir það? Einfaldlega vegna þess að einn lítill dollari var ekki nægur hvati fyrir þá til að ljúga beinlínis; svo í staðinn sannfærðu þeir sjálfa sig um að verkið væri ekki svo slæmt; á sama hátt og refur Esóps endurtúlkaði aðstæður öðruvísi, rétt eins og þessir nemendur. Ennfremur þurftu þeir sem fengu meira ekki að rökstyðja það sem þeir höfðu gert, þar sem þeir höfðu þegar framið lygar á meðan þeir fengu 20 dollara bætur sem sanngjarnt var. Þessir nemendur fundu ekki fyrir vitsmunalegum mismunun.

Ímyndaðu þér að sækja um vinnu og tapa fyrir öðrum umsækjanda. Í stað þess að viðurkenna að þeir gætu hafa verið hæfari til þess en þú, sannfærir þú sjálfan þig um að þú hefðir ekki raunverulegan áhuga á að taka að þér þetta tiltekna hlutverk; allan tímann var þetta bara tilraun til að sjá hvort „markaðsvirði" þitt gæti fengið þér viðtalsboð.

Ég upplifði eitthvað svipað nýlega þegar ég stóð frammi fyrir því að velja á milli þess að fjárfesta í tveimur hlutabréfum. Sá sem ég valdi lækkaði umsvifalaust í verði skömmu eftir kaup á meðan hlutabréf annars ófjárfests jukust - ég gat einfaldlega ekki stillt mig um að viðurkenna mistök mín! Reyndar þvert á móti: Ég man vel eftir því að hafa sannfært vin sinn um að þó að stofninn ætti við tanntökuvandamál að stríða, þá hefði hann enn meiri möguleika þegar á heildina er litið. Vitsmunaleg dissonance getur útskýrt þessi að því er virðist óskynsamleg viðbrögð. Eins og vinur minn minnti mig á, hefði „möguleikinn" verið enn meiri hefði ég frestað hlutabréfakaupum þar til í dag. Aesop hafði varað við þeirri atburðarás: „Þú getur reynt að vera snjall eins og þú vilt, en á endanum nærðu ekki neinum vínberjum."

Sjá einnig Endowment Effect (kafli 23); Sjálfsafgreiðsla hlutdrægni (kap. 45); Staðfestingarhlutdrægni (kafli 7-8); „Vegna þess að réttlæting" (kafli 52) og réttlæting áreynslu (kafli 60).

Hyperbolic afsláttur

Hefur þú heyrt orðatiltækið „lifðu hvern dag eins og hann væri þinn síðasti"? Það virðist birtast að minnsta kosti þrisvar í lífsstílsblöðum og sjálfshjálparhandbókum; samt fyrir svo innsæilegt orðtak gerir það ekkert fyrir vitsmuni þína! Ímyndaðu þér hvað myndi gerast ef þú fylgdir þessum ráðum bókstaflega: þú myndir ekki lengur bursta tennurnar, þvo hárið, þrífa íbúðina, mæta í vinnuna og borga reikningana þína á réttum tíma? Án nokkurs vafa, myndirðu á skömmum tíma verða blankur, veikur og hugsanlega á bak við lás og slá - en merking þess er í eðli sínu göfug; hún lýsir þrá og þrá eftir skyndi sem allt of oft er sett framar skynsamlegri hugsun; að lifa lífinu til fulls í dag án þess að hafa áhyggjur af morgundeginum er einfaldlega ekki skynsamlegt lífsráð.

Viltu frekar fá $1.000 á einu ári eða $1.100 yfir tólf og mánuði? Flestir myndu líklega velja hið síðarnefnda - með mánaðarlega vexti upp á 10% á ári! Auk þess sem tveggja vikna auka bið gæti skilað frábærum ávöxtun og tekið skynsamlegri ákvörðun en að bíða of lengi!

Tvær spurningar í viðbót. Viltu frekar fá $1.000 í dag í reiðufé eða bíða í mánuð og fá $1.100 í viðbót? Líklegast myndu flestir kjósa reiðufé í dag; samt er þetta ótrúlegt því jafnvel að bíða einum mánuði lengur gefur $100 aukalega í báðum tilvikum; í einni atburðarás virðist það nógu augljóst á meðan önnur gæti þurft þolinmæði og yfirvegun áður en svarað er í samræmi við það. "Hvað er annað ár?" þú gætir verið að spyrja sjálfan þig. Ekki í þessu tilviki; Þegar við kynnum „nú", tekur heilinn okkar hins vegar oft ósamræmdar ákvarðanir og vísindin vísa til þessa fyrirbæris sem ofurbóluafslátt. Einfaldlega sagt, eftir því sem verðlaun verða nær, hækka „tilfinningavextir" okkar og við verðum tilbúin að gefa meira upp í skiptum fyrir þau. Því miður eru flestir hagfræðingar enn ekki að átta sig á því að menn bregðast ósamræmi og huglægt við vöxtum; þar af leiðandi byggja líkön þeirra á stöðugum vöxtum sem er mjög vafasamt.

Ofdrepandi afsláttur, eða löngun okkar í tafarlaus verðlaun, stafar af dýralegri fortíð okkar. Dýr myndu aldrei neita strax umbun sem gæti hjálpað þeim að lifa af hraðar. Rotturnar þínar bregðast ekki vel við þjálfun; þeir gefast ekki upp á einum osti í dag til að fá meira á morgun. Já, íkornar safna mat og geyma hann til síðari neyslu; sú hegðun hefur hins vegar ekkert með hvatastjórnun eða nám að gera.

Og hvað með börn? Á sjöunda áratugnum gerði Walter Mischel tilraun um seinkaða fullnægingu sem þú getur fundið með því að leita á YouTube með "marshmallow tilraun". Hópur fjögurra ára barna fékk hver einn marshmallow til að annað hvort neyta strax eða bíða í nokkrar mínútur og fá annan; því miður fyrir flest börn var bið ómöguleg; Enn áhrifameiri fannst Mischel þó að geta til seinkaðrar fullnægingar er vísbending um framtíðarárangur í starfi - sýnir þannig að þolinmæði er sannarlega dyggð.

Með aldrinum kemur meiri sjálfsstjórn, sem gerir það auðveldara að fresta verðlaunum. Í stað þess að bíða í tólf mánuði með að fá 100 dollara til viðbótar heim, gætum við gjarnan beðið þrettán ef umbun kæmi strax; eins og óhóflegir vextir bankans á kreditkortaskuldum eða skammtíma persónulegum lánum sem ræna löngun okkar til tafarlausrar fullnægingar.

Ályktun: Þrátt fyrir að tafarlaus verðlaun geti verið mjög freistandi, þá er afslættir með ofurbólu enn galli. Þegar við náum stjórn á hvötum okkar - til dæmis þegar við drukkum áfengi - því betri erum við að forðast þessa gildru; annars verðum við berskjölduð. Á hinn bóginn, ef þú selur neysluvörur veitir viðskiptavinum aðgang að þeim strax þar sem sumir gætu borgað aukalega bara svo þeir þurfi ekki að bíða, eitthvað sem Amazon nýtir sér til fulls; hluti af afhendingarálaginu næsta dag fer beint í kassann þeirra! Áminning í hverri viku getur hjálpað til við að forðast þessa gildru -

Sjá ákvörðunarþreyta (kafli 53); Einföld rökfræði (kafli 63) og frestun (kafli 85).

ÁSTÆÐA OG RÖKSTUÐNINGUR

Umferðaröngþveiti milli Los Angeles og San Francisco vegna yfirborðsviðgerðar tók þrjátíu mínútur af ferð minni áður en að lokum hvarf í ringulreið í baksýnisspeglinum mínum - eða það hélt ég. Hálftíma síðar var hins vegar farið af stað með meira viðhaldsframkvæmd aftur en furðulegt nokk hafði dregið úr gremju minni vegna þess að hughreystandi skilti meðfram veginum sögðu: 'Við erum að endurnýja þennan þjóðveg fyrir þig!'

Sultan minnti mig á tilraun sem Ellen Langer, sálfræðingur frá Harvard, gerði á áttunda áratugnum. Fyrir þetta fór hún inn á bókasafn og beið við ljósritunarvél þar til röð myndaðist í kringum það áður en hún nálgaðist fyrsta notandann og sagði: „Fyrirgefðu, ég á fimm blaðsíður til að afrita; má ég nota Xerox vélina þína?' Árangurshlutfall hennar var 60%. Til að auka það í 94% endurtók hún tilraunina á meðan hún rökstuddi: „Fyrirgefðu. Mig vantar að prenta fimm eintök núna. Má ég nota Xerox vélina þína vegna tímapressu?' Í næstum öllum tilfellum var henni leyft að halda áfram. Þetta var skiljanlegt: fólk sem var að flýta sér skarst oft í fremstu röð án þess að skilja í raun hvers vegna. Hún reyndi aftur og sagði í þetta skiptið: „Fyrirgefðu, en má ég fara á undan þér vegna þess að ég þarf afrit?" Henni til undrunar reyndist þetta nær alltaf vel (93%).

Að réttlæta hegðun okkar eykur umburðarlyndi og hjálpsemi. Að nota réttlætingu eins og „af því" virðist nægjanlegt; sama hvort afsökunin sem þú gefur fyrir hvers vegna þeir haga sér svona er góð eða ekki; það er alveg jafn áhrifaríkt! Skilti sem tilkynnti „Við erum að endurbæta þjóðveginn fyrir þig" myndi aðeins verða til að rugla málin; hvaða viðhaldsáhöfn sem er gæti alveg eins verið að sinna störfum sínum annars staðar á þjóðvegi hvort sem er! Að sjá hvað er að gerast róar og róar frekar en heldur manni ómeðvitaðum. Eftir allt saman, ekkert pirrar meira en að vera haldið ómeðvitaður!

Við hlið A57 á JFK flugvelli beið ég spenntur eftir flugi 1234 þegar tilkynningin í hátalaranum sagði: „Athugið, farþegar. Flugi 1234 er seinkað um þrjár klukkustundir eins og er. Ég ákvað að heimsækja skrifborðið til að vita hvers vegna og var kominn aftur innan 15 mínútna án svars eða skýringar á frestun þess.
Ég var reiður; hvernig þora þeir að láta okkur bíða í fáfræði! Önnur flugfélög höfðu að minnsta kosti velsæmi til að tilkynna farþegum sínum: „Flugi 5678 hefur verið seinkað um þrjár klukkustundir vegna rekstrarástæðna" -- slík léleg afsökun myndi að minnsta kosti veita næga þægindi.

Fólk virðist heltekið af því að nota orðið „af því" jafnvel þegar það er ekki nauðsynlegt; sem leiðtogar höfum við án efa orðið vitni að þessari þróun; án árangursríks samkomusímtals dvínar hvatning starfsmanna hratt. Það að segja að skófyrirtækið þitt sé til til að framleiða skófatnað er ekki lengur áhrifamikið mál: í dag hljóta æðri tilgangur og sögur á bak við sögu þína líka að spila inn - eins og að segja að þú viljir að skórnir þínir bylti markaðnum (hvað sem það kann að þýða); að veita stuðning fyrir betri heim (eða fullyrðing Zappo um að vera í hamingjubransanum) eru allir nauðsynlegir hlutir í því að skynja viðskiptaákvarðanir í dag ef við viljum ná árangri (hvað sem það þýðir).

Ef hlutabréfamarkaðurinn hækkar eða lækkar um hálft prósentustig munu markaðsskýrendur ekki bjóða upp á neina trúverðuga skýringu - að það hafi stafað af hvítum hávaða eða óendanlega röð markaðshreyfinga. Þess í stað vill fólk áþreifanlegar ástæður og fréttaskýrendur velja eina til að kenna um; Skýring þeirra mun oft þykja tilgangslaus þar sem oft er vísað til yfirlýsingar Seðlabankaforseta sem sökudólga.

Ef einhver spyr hvers vegna þú hefur ekki klárað verkefni ennþá, gæti einfalt svar verið: 'Vegna þess að ég hef ekki náð því enn.' Þó að það gæti hljómað fáránlegt í fyrstu, en þetta gerir venjulega bragðið án þess að þurfa að koma með trúverðugri ástæður fyrir því að klára það ekki strax.

Dag einn horfði ég á þegar konan mín skildi svartan þvott af vandvirkni frá bláum. Mér fannst það óþarfi þar sem báðir dökkir litirnir eru jafn mikilvægir, en samt hefur þessi æfing náð að halda fötunum mínum lausum í mörg ár. "Af hverju gerirðu það?" Ég spurði hana; sem hún svaraði: „Vegna þess að ég vil frekar þvo þá sérstaklega." Fyrir mér var það fullnægjandi skýring.

Aldrei fara að heiman án þess að nota "vegna þess." Þetta einfalda en áhrifaríka orð hjálpar til við að slétta mannleg samskipti og ætti að nota það frjálslega.

Sjá einnig Cognitive Dissonance (Ch. 50); Hlutdrægni í sögu (kafli 13) og rökvilla um eina orsökina (kafli 97)

Ákvörðunarþreyta

Í margar vikur hefur þú unnið sleitulaust að þessari kynningu. PowerPoint glærurnar þínar hafa verið slípaðar upp í glampandi gljáa; allar tölur í Excel hafa reynst nákvæmar; tónhæðin sýnir kristaltæra rökfræði. Allt veltur á þessum velli - ef vel tekst til, veltur allt á því - að fá samþykki frá forstjóra þýðir að fá stöðuhækkun í hornskrifstofu framkvæmdastjóra; annars gæti það leitt til þess að atvinnuleysisbætur verði veittar eða sagt upp strax! Aðstoðarmaður yfirmanns þíns stingur upp á þremur mögulegum tímalotum: 8.00am, 11.30a.m. eða 18:00 - hvað ætti það að fara fram?

Sálfræðingurinn Roy Baumeister og Jean Twenge fylltu eitt sinn heilt borð með hundruðum ódýrra hluta, allt frá tennisboltum og kertum til stuttermabola, tyggigúmmí og kókdósir. Þeir skiptu svo nemendum sínum í tvo hópa; þeir sem voru merktir sem ákvarðanatakendur voru aðgreindir á meðan þeir sem ekki voru trúlofaðir voru stimplaðir sem ekki ákveða. Hann sagði við fyrsta hópinn: „Ég mun sýna þér sett sem innihalda tvo tilviljanakennda hluti í einu og í hvert skipti er það þitt að velja á milli tveggja valkosta - í lok tilraunar minnar mun ég gefa þér eitt þeirra sem minjagrip. ' Þeir töldu að ákvarðanir þeirra myndu ráða hvaða hlut þeir geymdu úr hverju setti. Hann sagði öðrum hópnum: 'Skrifaðu niður hvað þér finnst um hvert atriði, og ég mun velja einn af handahófi til að gefa þér í lokin.' Stuttu síðar bauð hann hverjum nemanda að stinga hendinni í ísköld vatnsból eins lengi og hægt er og halda þessari stöðu þar til honum er sleppt. Sálfræðin notar þetta próf sem klassískan mælikvarða á viljastyrk eða sjálfsaga; þeir sem skortir viljastyrk munu draga hönd sína fljótt úr ísköldu vatni, þar sem ákvarðanatökur draga sig hraðar til baka en þeir sem ekki ákveða, þar sem mikil ákvarðanataka þeirra hefur dregið úr viljastyrk þeirra - áhrif sem staðfest hafa verið í fjölmörgum öðrum tilraunum.

Það getur verið þreytandi að taka ákvarðanir. Allir sem hafa stillt tölvuna sína á netinu eða rannsakað langar ferðir - flug, hótel, afþreying, veitingastaðir og veður innifalið - vita þetta allt of vel: eftir að hafa borið saman, íhugað og valið getur maður fundið fyrir þreytu eftir allt það að bera saman, íhuga og velja staður - vísindi vísa til þessa fyrirbæris sem ákvörðunarþreyta.

Ákvörðunarþreyta getur verið hættuleg: sem neytandi verðurðu næmari fyrir auglýsingaskilaboðum og skyndikaupum; sem ákvarðanatökumaður á framkvæmdastigi getur hæfni þín til að kalla fram heilbrigða dómgreind minnkað verulega.
Viljastyrkur getur verið eins og rafhlaða: eftir nokkurn tíma þornar hún og þarf að hlaða hana upp. Ein leið til að gera þetta er að taka sér hlé til að slaka á og borða eitthvað; annars mun viljastyrkurinn hrynja þegar blóðsykurinn lækkar of lágt; IKEA veit þetta betur en

nokkur annar; þess vegna eru veitingastaðir þess þægilega staðsettir í öllum verslunum þess, þar sem ákvörðunarþreyta setur inn á ferðalagi þínu um völundarhús eins og sýningarsvæði og risavaxnar vörugeymsluhillur og ákvarðanaþreyta kemur fljótt inn; fórna hagnaði fyrir sænsku góðgæti sem gæti hjálpað til við að bæta blóðsykur áður en þú heldur áfram leitinni að fullkomnum kertastjaka áður en þú heldur áfram!

Fjórir fangar í ísraelsku fangelsi fóru fram á það við dómstólinn að þeir yrðu látnir lausir snemma, og hófst með mál 1 klukkan 8.50: Arabi dæmdur í 30 mánuði fyrir svik; Mál 2 (áætluð kl. 13.27) fjallar um gyðing sem afplánar 16 mánuði fyrir líkamsárás; Mál 3 var ákveðið klukkan 15.10). Mál 1 (áætluð kl. 16.35) snerist um gyðing sem fékk 16 mánuði fyrir líkamsárás; Mál 4 var arabi dæmdur í 30 mánaða dóm fyrir svik. Hvernig tóku dómarar ákvarðanir sínar? Mikilvægara en hollustu eða alvarleiki fanga var þreyta þeirra við að taka ákvarðanir. Dómararnir féllust á beiðni 1 og 2, þar sem blóðsykursgildi þeirra var ekki enn komið í eðlilegt horf eftir morgunmat eða hádegismat, en höfnuðu umsóknum 3 og 4, vegna ófullnægjandi orkuforða til að hætta á að losna snemma. Þeir tóku auðveldan kostinn (óstandið) og skildu menn eftir í fangelsi. Rannsókn á hundruðum dóma sýnir að á einni lotu einni og sér lækkar hlutfall „hugrökkra“ ákvarðana smám saman úr 65% í næstum engar áður en þær snúa aftur eftir hlé - svo mikið fyrir Lady Justice! Samt er ekki allt glatað: nú veistu hvenær best er að kynna verkefnið þitt fyrir forstjóra þínum.

Sjá einnig: Þversögn valsins (kafli 21); Hyperbolic Discounting (kafli 51); Einföld rökfræði (kafli 63) og sjálfgefin áhrif (kafli 81).

MYNDIR ÞÚ VERA HITLER'S PEYSU?

Eftir fall Karólínska heimsveldisins í Frakklandi á níundu öld komst Evrópa niður í stjórnleysi. Grefar, herforingjar, riddarar og aðrir staðbundnir ráðamenn tóku oft þátt í blóðugum bardögum; Stríðsmenn þeirra rændu bæjum, nauðguðu konum, tróðu akra, rændu prestum frá kirkjulegum athöfnum, tóku presta í gísla og kveiktu í klaustrum; bæði kirkjuyfirvöld og bændur voru máttlausir gegn stanslausu stríði þessara aðalsmanna.

Á tíundu öld kom franskur biskup með glæsilega áætlun. Hann bauð öllum höfðingjum og riddara Frakklands að safnast saman á einu sviði á meðan prestar, biskupar og ábótar söfnuðu öllum minjum sem þeir gátu fundið um það svæði til að sýna þar til sýnis. Við fyrstu sýn var þetta hrífandi sjón: bein, blóðblautar dúkur, múrsteinar og flísar báru merki um snertingu milli dýrlinga. Á þeim tíma gerði biskupinn, sem þekktur er fyrir virðingu, ástríðufullur ákall til aðalsmanna sem voru staddir frammi fyrir helgum minjum um að hætta ofbeldi gegn óvopnuðum fórnarlömbum og árásum gegn óvopnuðum borgurum. Til að undirstrika kröfur sínar enn frekar veifaði hann blóðugum fötum og heilögum beinum fyrir þeim sem frekari sönnun. Aðalsmenn hljóta að hafa haldið slíkum táknum með mikilli lotningu; Einstök skírskotun Gregory biskups til samvisku þeirra breiddist út um alla Evrópu og hvatti til „Friðar og vopnahlés Guðs". Aldrei ætti að vanmeta ótta sem tengist dýrlingum á þessu tímabili eða við dýrlingaminjar að sögn bandaríska sagnfræðingsins Philip Daileader.

Sem menntaður maður getur verið auðvelt fyrir þig að hlæja að þessari hjátrú sem kjánalegri. Hins vegar skaltu íhuga þetta: myndir þú klæðast einhverju sem Hitler klæddist einu sinni? Ólíklegt - sýnir kannski að virðing þín fyrir ósýnilegum öflum er enn til staðar. Peysan felur ekki lengur í sér neina tengingu við Hitler; það er ekki einn dropi af svita hans á því - en samt að klæðast honum veldur samt skömm og virðingu fyrir því sem höfundur þess táknar. Eflaust viljum við varpa hugsjónamynd til samferðamanna okkar og okkur sjálfum; samt sem áður getur hugsunin ein sett okkur af stað, jafnvel þegar við erum ein og við sannfærum okkur sjálf um að það að snerta slík föt styður ekki Hitler á nokkurn hátt. Því miður getur verið erfitt að yfirvinna slík tilfinningaleg viðbrögð, jafnvel meðal þeirra sem telja þetta efni mikilvægt - eins og stjórnmálamenn.
Jafnvel fólk sem telur sig vera mjög skynsamlegt á stundum í erfiðleikum með að eyða allri trú á dularfull öfl (meðal annars ég).

Paul Rozin og rannsóknarfélagar hans við háskólann í Pennsylvaníu komust að því að ekki er einfaldlega hægt að slökkva á dularfullum krafti. Tilraunamenn komu með myndir af ástvinum sínum sem þeir þurftu síðan að skjóta pílum á, án þess að skaða þá sem sýndir voru; þó að hik þeirra og nákvæmni í samanburði við venjuleg skotmörk hafi reynst mun lægri - eins og einhver óséður kraftur hafi komið í veg fyrir að þeir hitti þessar dýrmætu myndir.

Smithlutdrægni vísar til vanhæfni okkar til að aðskilja okkur frá ákveðnum hlutum - hvort sem þeir eru frá löngu liðnum tíma eða óbeint tengdir (eins og með myndir). Vinkona mín starfaði sem stríðsfréttaritari fyrir frönsku almenningssjónvarpsstöðina France 2. Eins og farþegar í skemmtisiglingu á Karíbahafinu safnaði vinkona mín líka minjagripum frá ævintýrum sínum - eins og stráhattum eða máluðum kókoshnetum frá hverri eyju sem hún heimsótti - sem minningar frá hverju ævintýri, þar á meðal einn til Bagdad árið 2003. Stuttu eftir að bandarískir hermenn réðust inn í stjórnarhöll Saddams Husseins laumaðist hún inn í einkahýsi hans. Þegar hún var komin inn tók hún fljótt eftir sex gullhúðuðum vínglösum í borðstofunni og fór fljótt af stað með þau. Nýlega í einni af kvöldverðarveislum hennar í París, vöktu bikararnir sem voru í stolti á borðstofuborðinu athygli mína - einn gestur spurði hana hvort þeir kæmu frá Lafayette; Þegar ég minntist á Saddam Hussein við hana svaraði hún frjálslega „nei - þeir eru frá Saddam. Afar vanmáttugur gestur var hneykslaður og byrjaði að hósta óstjórnlega, sem neyddi mig til að tjá mig: „Gerirðu þér grein fyrir hversu margar sameindir Saddams eru nú þegar hluti af þér með því að anda einn? Ég spurði. Hósti hans versnaði.

Sjá einnig Félagshlutdrægni (kafli 48); Affect Heuristics (kafli 66) fyrir frekari upplýsingar.

AF HVERJU ÞAÐ ER EKKERT MEÐALSTRIÐ

Ímyndaðu þér að fara í rútuferð með 49 öðrum, þegar á einni stoppistöð þyngsti einstaklingur í Ameríku fer um borð; á þeim tíma, hversu hátt hlutfall hefur aukist í meðalþyngd meðal farþega síðan? Kannski fjögur prósent? Fimm? Aftur á móti hoppar Bill Gates um borð á öðrum stoppistað; Nú ætti áherslan okkar ekki að vera þyngd heldur auður í staðinn - hversu mikið hefur auður aukist frá fjórum prósentum og fimm í sömu röð? Hvorug atburðarásin stenst!

Við skulum fljótt reikna út annað dæmið okkar. Í upphafi myndar hver einstaklingur með eignir upp á \$54.000 tölfræðilega miðgildi, eða miðgildi. Bættu nú Bill Gates við með auðæfi hans sem eru metin á um það bil 59 milljarða Bandaríkjadala við þessa blöndu og horfðu á hversu hratt meðalauður hefur aukist um meira en tvær milljónir prósent í tæplega tvo milljarða prósenta aukningu; sem gerir allar hugmyndir um "meðaltal" algjörlega tilgangslausa.

Nassim Taleb ráðleggur, í verkum sínum um líkindafræði, að fara ekki yfir ár sem eru að meðaltali fjögur fet djúpar, vegna hættunnar sem þær skapa við að fara yfir þær ef dýpi þeirra eykst yfir fjóra. Ár geta birst grunnar - aðeins tommur - í langan tíma áður en þær verða skyndilega tuttugu feta djúpar straumar sem ógna lífi þínu ef þú ferð yfir. Meðaltöl geta oft dulið dreifingarupplýsingar - þau hylja hvernig gildi raðast saman með tímanum.

Að meðaltali er útsetning útfjólublúa á júnídögum ekki ógn við heilsuna. En ef þú myndir eyða öllu sumrinu innandyra á skrifstofu og fara svo til Barbados og liggja í sólinni án verndar í heila viku án þess að nota sólarvörn - jafnvel þó að á heildina litið værir þú líklega að fá minni útsetningu fyrir útfjólublúu ljósi en einhver sem fór reglulega út - það myndi skapa vandamál.

Allt þetta ætti að vera nokkuð augljóst fyrir þér nú þegar; kannski jafnvel sjálfur. Segðu til dæmis að þú drekkur eitt glas af rauðvíni á hverju kvöldi í kvöldmatnum - það mun ekki valda heilsufarsvandamálum og er mælt með því af mörgum læknum. Þann 31. desember, hins vegar, ef þú drekkur ekkert allt árið og neytir skyndilega 356 glös (sem jafngildir sextíu flöskum), myndirðu líklega upplifa heilsufarsvandamál, óháð því hvert meðaltalið yfir árið var.

Uppfærsla: Í flóknum heimi nútímans verður dreifing sífellt óreglulegri; þess vegna munum við fylgjast með Bill Gates-líkum niðurstöðum á fleiri lénum. Þegar kemur að dreifingu á netinu og heimsóknum á vefsíður, þá er meðaltal vefgesta ekki til staðar: engar vefsíður fá jafn mikið umferðarmagn. Stærðfræðingar vísa oft til þessa fyrirbæris sem svokallaðs valdalögmáls, þar sem ákveðnar síður (t.d. New York Times, Facebook eða Google) fá flestar heimsóknir á meðan aðrar síður fá tiltölulega fáar. Tökum borgir sem dæmi. Tókýó er eina borgin með áætlaða íbúa yfir 30 milljónir á jörðinni, en það eru 11 með á bilinu 20-30 milljónir, 15 á milli 10-20 milljónir, 48 á milli 5-10 milljónir íbúa og þúsundir á milli 1-5 milljónir - þessi dreifing fylgir valdalögmáli þar sem sum öfgatilvik ráða yfir heildardreifingunni og skilja ekki eftir marktæka meðaltalstölu.

Hver er meðalstærð fyrirtækis, íbúafjöldi borgar, fjöldi dauðsfalla í meðalstríði (bæði hvað varðar dauðsföll og lengd), meðaltal Dow Jones dagssveifla, kostnaðarumframkeyrslu meðal byggingarframkvæmda, hversu mörg eintök er meðalbók selur á hvert eintak sem selt er af útgefanda; meðaltal tjóns af völdum fellibyls; bónus greiddur bankamanni að meðaltali; árangur markaðsherferðar að meðaltali fyrir iPhone app niðurhal og leikaralaun? Þú gætir reiknað þessi svör, en að gera það væri árangurslaust þar sem valdslög gilda hér líka.

Tökum þetta síðasta dæmi sem dæmi: Nokkrir útvaldir leikarar þéna meira en $10 milljónir árlega á meðan þúsundir og þúsundir lifa undir fátæktarmörkum. Myndir þú ráðleggja barni þínu eða dóttur að fara í leiklist miðað við meðallaunatölu sem virðist ásættanleg? Líklega ekki - það væri heimskulegt ráð.

Ályktun: Áður en þú ferð að ályktunum sem byggja á því að einhver noti hugtakið „meðaltal" skaltu taka smá stund og meta undirliggjandi dreifingu þess. Ef afbrigðileg tilvik (eins og fyrirbæri Bill Gates) hafa lágmarks áhrif, getum við haldið áfram að nota hugtakið; en þegar öfgatilvik (eins og Bill Gates) ráða ríkjum (eins og velgengni hans hjá Microsoft), verðum við að hunsa notagildi þess alfarið og gera lítið úr hugtakinu. Skáldsagnahöfundurinn William Gibson ráðlagði okkur öllum: 'Framtíðin er nú þegar komin - hún er bara ekki jafndreifð.'

Sjá einnig Base-Rate Vanræksla (kafli 28); Einföld rökfræði (kafli 63); Regression to Mean (19. kap.); Vanræksla á líkindum (kafli 26) og rökvilla fjárhættuspilara (kafli 29)

BÓNUSAR EYÐA HVEITINGA

Hvatning mannfjöldi

Nýlega ákvað vinur minn í Connecticut að flytja til New York borgar. Flutningur hans myndi fela í sér að flytja tilkomumikið safn af fornminjum eins og sjaldgæfum gömlum bókum og handblásnum Murano-gleraugum frá fyrri kynslóðum - ég vissi hversu tengdur hann væri að gefa þau til flutningafyrirtækis; þannig síðast þegar ég heimsótti, bauðst ég til að bera eitthvað af viðkvæmu hlutunum sjálfur þegar ég snéri aftur til Connecticut frá NYC. Tveimur vikum síðar barst þakkarbréf með fimmtíu dollara seðli með!

Sviss hefur eytt árum saman í að leita að viðeigandi neðanjarðargeymslu til að geyma geislavirkan úrgang sinn, með hliðsjón af nokkrum stöðum þar á meðal Wolfenschiessen nálægt Bern í mið-Sviss. Hagfræðingurinn Bruno Frey við háskólann í Zürich ferðaðist þangað með samstarfsmönnum til að safna skoðunum fólks á samfélagsfundi; þeim til undrunar studdu 50,8% tillögu þeirra! Jákvæð viðbrögð þeirra má rekja til ýmissa þátta: þjóðarstolts, almenns velsæmis, félagslegrar skyldu og möguleika á nýjum störfum meðal annarra. Teymið framkvæmdi aðra könnun og lagði að þessu sinni til að hver bæjarbúi samþykki tillöguna ef hann fengi 5.000 dala umbun frá svissneskum skattgreiðendum ef þeir samþykktu. Hvað leiddi til? Niðurstöður lækkuðu verulega: aðeins 24,6% voru sammála því.

Dagvistir barna standa frammi fyrir svipuðum erfiðleikum: foreldrar sækja börn sín eftir lokunartíma. Starfsfólk dagforeldra má ekki setja neina krakka sem eftir eru í leigubíla eða skilja þá eftir á kantinum fyrr en búið er að sækja alla krakka sem eftir eru í skólanum. Til að draga úr seinagangi foreldra hafa mörg leikskólar tekið upp gjöld fyrir seinagang; en rannsóknir sýna að þetta hefur í raun aukið seinagang frekar en að minnka það. Auðvitað hefðu þeir getað beitt harðar refsingar eins og 500 dollara á klukkustund eins og hverjum íbúa í svissneska þorpinu var boðið - en það myndi missa af tilganginum; Litlir en óvæntir fjárhagslegir hvatar hafa tilhneigingu til að ryðja út öðrum ívilnunum sem bjóða upp á mun meiri ávöxtun hvað varðar ávöxtun fyrir alla sem taka þátt í samanburði við stærri peningalega hvata - ólíkt þessu tilviki.

Sögurnar þrjár sýna einn mikilvægan sannleika: peningar eru ekki alltaf hvetjandi. Stundum gera peningar meiri skaða en gagn. Vinur minn gaf mér fimmtíu til að bæta illa verk sitt; í staðinn gróf hann undan því á meðan hann stofnaði vináttu okkar í hættu. Að bjóða kjarnorkugeymslu bætur var litið á sem mútur af sumum og minni þjóðrækni almennt; Seinkunargjöld leikskóla breyttu sambandi þeirra við foreldra úr persónulegu yfir í peninga, sem lögmætti í raun seinagang foreldra.

Vísindi hafa hugtak yfir þetta fyrirbæri: hvatningarþröng. Þegar fólk gerir eitthvað af ekki peningalegum, góðgerðarástæðum - af góðverkum, ef svo má að orði komast - en greiðsluhækkanir hindra þessar fyrirætlanir og allir aðrir hvatar minnka við tilvist þess. Fjárhagsleg umbun verða í staðinn drifkrafturinn í aðgerðum þeirra.

Ímyndaðu þér að þú rekir sjálfseignarstofnun. Starfsmenn þínir geta fengið hófleg laun; samt eru þeir mjög áhugasamir vegna þess að þeir trúa því að þeir séu að skipta máli. Hins vegar, ef þú ákveður að innleiða bónuskerfi - til dæmis smá launahækkun fyrir hvert framlag sem tryggt er - mun hvatinn fljótt dofna þar sem teymið þitt færir fókusinn frá verkefnum sem ekki gefa nein auka umbun; sköpunarkraftur, orðspor fyrirtækis eða þekkingarmiðlun skiptir ekki lengur máli - í staðinn mun öll viðleitni beinast að því að óska eftir framlögum eins fljótt og auðið er.

Svo hver ætti að vera öruggur frá hvatningarfjölgun? Stutt próf gæti leitt í ljós hver gæti verið öruggur fyrir því: þekkir þú einkabankamenn, vátryggingaumboðsmenn eða endurskoðendur sem sinna skyldum sínum af ástríðu og trúa á stærra verkefni? Nei? Fjárhagslegir hvatar og árangursbónusar virka best í atvinnugreinum með sljó störf; þar sem starfsmenn hugsa lítið um vörurnar eða fyrirtækin heldur einfaldlega ljúka vinnu vegna þess að fá launaávísun. Hins vegar, sprotaeigendur myndu gera vel í að virkja ástríðu starfsmanna sem hluta af því að kynna viðleitni frekar en að bjóða upp á hvata sem þeir gætu ekki greitt út hvort sem er.

Ein að lokum ábending fyrir ykkur sem eruð með börn: reynslan hefur kennt okkur að ungt fólk er ekki hægt að kaupa. Ef þú vilt að börnin þín geri heimavinnuna sína, æfi á hljóðfæri eða slái grasið af og til án þess að veskið þitt sé tómt - bjóddu í staðinn fasta vikupeninga þar sem það mun halda þeim heiðarlegum án þess að þau misnoti það og neiti að fara að sofa án nokkurs konar bætur.

Sjá einnig hvatning ofursvörunartilhneigingu (kafli 18); Gagnkvæmni (kafli 6); Social Loafing (kafli 33) til frekari umfjöllunar um þessi efni.

Twaddle tilhneiging

Þegar ungfrú Teen Suður-Karólína var spurð af rúllandi myndavélum hvers vegna fimmtungur Bandaríkjamanna gæti ekki fundið land sitt á heimskorti svaraði Ungfrú Teen Suður-Karólína þetta svar fyrir framan rúllandi myndavélar: „Ég trúi persónulega að Bandaríkjamenn geti það ekki vegna þess að sumir þarna úti. í okkar þjóð hafa ekki kort; og trú mína að menntun okkar eins og Suður-Afríku og Írak ætti að hjálpa þessum löndum að þróa framtíð okkar sem eitt samheldið alþjóðlegt samfélag.' Myndbandið fór eins og eldur í sinu.

Hrikalegt, þú viðurkennir það; samt eyðirðu ekki of miklum tíma í að hlusta á fegurðardrottningar. Kannski myndi eitthvað eins og þessi setning nægja: "Það er vissulega engin krafa um að þessi sífellt endurspegjandi miðlun menningarhefða tengist efnismiðaðri skynsemi og framtíðarmiðaðri söguvitund. Þegar við verðum meðvituð um intersubjective stjórnarskrá frelsisins, eignarhalds-einstaklingurinn. tálsýn um sjálfræði sundrast."

Manstu eftir Jurgen Habermas? Hann er framúrskarandi þýskur heimspekingur og félagsfræðingur sem er þekktur fyrir að skrifa Between Facts and Norms.

Báðar eru dæmi um það sem er þekkt sem þvælutilhneiging, þar sem orð eru notuð til að dylja vitsmunalega leti, heimsku eða vanþróaðar hugmyndir. Stundum virkar það og stundum ekki; fyrir fegurðardrottninguna mistókst þessi stefna stórkostlega á meðan fyrir Habermas gæti það bara virkað; því mælskulegra sem tungumálið verður, því auðveldara verðum við töfra þess að bráð; þegar það er blandað saman við hlutdrægni yfirvalds verður það enn hættulegra þar sem við samþykkjum boðskap þess án þess að efast um sannleikann.

Ég hef líka fallið fyrir tilhneigingu til tómt þvaður. Þegar ég var yngri fangaði franski heimspekingurinn Jacques Derrida ímyndunarafl mitt; Ég las bækur hans ákaft en fann lítinn skýrleika í þeim, jafnvel eftir mikla íhugun og mikla greiningu. Í kjölfarið tóku skrif hans á sig næstum töfrandi eiginleika sem að lokum varð innblástur í ritgerðarefnið mitt um heimspeki - báðar setningarnar voru á endanum gagnslaus þvaður; í fáfræði var bæði orðið sóun á plássi í mínum huga.
Mig inn í mannlega, talandi reykvél.

Tvímenning í íþróttum getur verið sérstaklega útbreidd. Mótlausir viðmælendur þvinga jafn andlausa fótboltamenn til að brjóta niður alla þætti leiks þegar allt sem þeir ætla í raun að segja er: „Við töpuðum, það er svo einfalt" en kynnirinn þarf eitthvað til að fylla útsendingartímann - og greinilega er ein leiðin sem þeir gera það á áhrifaríkan hátt í gegnum kjaftstopp og þvinga íþróttamenn og þjálfara til að taka þátt; í öllu falli þjónar svona orðræðu aðeins til að fela fáfræði og fela fáfræði fyrir almenningi.

Akademískt umhverfi hefur líka orðið vitni að þessu fyrirbæri: Þegar færri niðurstöður eru birtar á hvaða sviði vísinda sem er verða hagfræðingar sérstaklega afhjúpaðir í athugasemdum sínum og spám. Það gildir líka í viðskiptum: þegar fyrirtæki verða verri fjárhagslega, verður tal forstjóra þeirra háværara - oft til að hylja erfiðleika eða hylja erfiðar aðstæður. Athyglisverð undantekning í þessu sambandi var Jack Welch, fyrrverandi forstjóri General Electric; í viðtali benti hann á erfiðleika þess: fólk óttast að vera litið á sem einfeldninga en þetta er í raun ekki raunin!'

Munnleg tjáning er spegill hugar okkar; skýrar hugsanir verða að fullyrðingum á meðan óljós hugtök breytast í óljósar þreifingar. Því miður skortir okkur oft mjög skýrar hugsanir; lífið er flókið, svo að skilja aðeins einn flöt krefst töluverðrar andlegrar áreynslu og getur tekið skýringu til að skýrleiki komi fram; þangað til að þeim tímapunkti kemur væri skynsamlegra að fylgja ráðum Mark Twain um að "Ef þú hefur ekkert að segja... segðu ekki neitt." Ekki ætti að líta á einfaldleika sem upphaf heldur sem áfangastað.

Sjá einnig heimildarhlutdrægni (kafli 9); Lénsfíkn (kafli 76); og Chauffeur Knowledge (kafli 16) til að fá frekari innsýn í þessa spurningu.

Ímyndaðu þér að þú sért að reka lítinn einkabanka sem sér um fjármuni auðugra og aðallega eftirlauna einstaklinga, eins og í Will Rogers Phenomenon

Tveir peningastjórar þínir - A og B - heyra beint til þín; Peningastjóri A meðhöndlar aðeins einstaklinga með ofureign á meðan Peningastjóri B meðhöndlar ríkari viðskiptavini en ekki eins ofboðslega ríka viðskiptavini og peningastjóri A gerir. Ímyndaðu þér nú að stjórnin hafi beðið þig um að hækka báða meðalpottana af peningum innan sex mánaða svo þeir fái myndarlega bónusa; annars finna þeir einhvern annan. Hvar ættir þú að byrja?

Einfalt! Færðu bara einn viðskiptavin með meðalstýrðan auð á milli A og B til að jafna upp mismuninn, hækka báðar meðalstýrðar auðmagn samtímis - án þess að þurfa að eignast nýja viðskiptavini! Þegar því er lokið er allt sem á eftir að ákveða: hvar og hvernig mun ég eyða bónusnum mínum.

Ímyndaðu þér að skipta um starfsferil og taka við stjórn þriggja vogunarsjóða sem fjárfesta fyrst og fremst í einkafyrirtækjum. Sjóður A skilar ótrúlegri ávöxtun á meðan sjóðir B og C eiga í erfiðleikum. Þú vilt sýna sjálfan þig sem heilann, svo hver er áætlun þín? Til að skapa það yfirbragð að allir þrír sjóðirnir hafi batnað verulega án þess að greiða fyrir gjöld fyrir umbreytingu innanhúss, færðu nokkra hluti úr A yfir í B eða C; velja fjárfestingar sem höfðu neikvæð áhrif á meðalávöxtun A en gætu hjálpað til við að styrkja B eða C; þú ættir að sjá alla þrjá sjóðina skyndilega verða heilbrigðari án þess að greiða fyrir umbreytingu - fólk mun örugglega kannast við þig fyrir að gera það!

Þessi áhrif eru þekkt sem sviðsflutningur eða Will Rogers fyrirbæri eftir bandarískum grínista frá Oklahoma sem frægur grínisti með því að Oklahomabúar sem flytja til Kaliforníu hækki meðalgreindarvísitölu beggja ríkjanna. Þar sem flestir kannast ekki nógu oft við slíkar aðstæður skulum við kanna þetta efni frekar og kafa merkingu þess í minningar þínar.

Íhugaðu bílaleyfi: þú gætir séð um tvö lítil útibú innan eins bæjar með sex sölumönnum: sölumenn númer 1, 2, 3, 4, 5 og 6 frá útibúi A eru almennt farsælli í sölu en starfsbræður þeirra frá útibúi B. Að meðaltali hefur sölumaður 1 tilhneigingu til að selja meira. Hver sölumaður í útibúi A selur einn bíl á viku; Sölumaður 2 vaktir tvær, þar á eftir kemur efsti sölumaður nr. 6 sem skiptir sex í hverri viku. Með því að gera stærðfræðina kemur í ljós að útibú A er að meðaltali tveir sölumenn sem selja bíla í hverri viku en útibú B leiðir verulega með fimm að meðaltali á hvern sölumann á viku! Ákvörðun þín um að flytja sölumann númer 4 úr útibúi A í útibú B leiðir til aukinnar meðalsölu á mann á báðum stöðum; Meðaltal útibús A hækkar úr 2,5 einingum á mann í 2,5 en í útibúi B eru nú aðeins tveir sölumenn - númer 5 og 6, sem hækka meðalsölu þess í 5,5 einingar á mann. Switcheroo aðferðir hafa ekki áhrif á neitt almennt; frekar skapa þeir áhrifamikla blekkingu. Því ættu blaðamenn, fjárfestar og stjórnarmenn að vera á varðbergi þegar þeir heyra um hækkandi meðaltal milli landa, fyrirtækja, deilda, kostnaðarstofnana eða vörulína.

Læknisfræðin gefur okkur sérstaklega blekkjandi dæmi um fyrirbæri Will Rogers. Æxli er venjulega skipt í fjögur stig; þau sem best eru meðhöndluð falla undir stigi I á meðan árásargjarnari æxli munu fara í gegnum fjögur skref til viðbótar áður en þau ná stigi IV stöðu - sem veldur því tilefni til sviðsflutninga þegar þau fara á leiðinni. Lifun hjá krabbameinssjúklingum á fyrsta stigi er hæst á meðan lifunarhlutfall krabbameinssjúklinga á fjórða stigi er lægst. Á hverju ári koma út nýjar aðgerðir sem gera nákvæmari greiningar; skimunaraðferðir sýna nú jafnvel smávægileg æxli sem enginn hafði tekið eftir áður. Þar af leiðandi eru sjúklingar sem áður voru ranglega greindir sem heilbrigðir nú taldir meðal sjúklinga á fyrsta stigi og þar af leiðandi hafa meðallífslíkur aukist hjá þessum hópi fólks. Getum við litið á þetta sem óvenjulegt læknisfræðilegt afrek? Því miður ekki; frekar sviðsflutningur.

Sjá einnig: Ásetningsvilla (kafli 98); Lögmál smátalna (kafli 61);

Jorge Luis Borges sýnir í smásögu sinni 'Del Rigidit en La Ciencia' landi þar sem kortagerð hefur náð svo háþróuðum hæðum að aðeins er hægt að nota ítarlegustu kortin; það er að segja að kort með mælikvarða 1:1 sem tákna allt land þeirra eru ásættanleg. Borgarbúar átta sig hins vegar fljótt á því að slík kort veita enga raunverulega innsýn og endurtaka einfaldlega upplýsingar sem þeir búa nú þegar yfir; öfgafullt tilvik um hlutdrægni í upplýsingum - að trúa að fleiri gögn þýðir betri ákvarðanir.

Þegar ég leitaði að hótelum í Miami nýlega, gerði ég smálista yfir fimm hugsanleg tilboð sem slógu strax í hug. Einn stóð strax upp úr; Hins vegar, til að tryggja að ég fann bestu verðmætin, hélt ég áfram að rannsaka málið - las umsagnir viðskiptavina og bloggfærslur, skoðaði myndir og myndbönd á netinu og fór í gegnum þjónustuver þar til tveimur tímum síðar, þegar það varð ljóst hvert var í raun kjörhótelið mitt: að einn sem vakti athygli mína við fyrstu sýn; Viðbótarrannsóknir leiddu mig ekki inn á rétta braut og hefðu í staðinn getað leitt til þess að ég gisti á Four Seasons í staðinn!

Jonathan Baron frá háskólanum í Pennsylvaníu spurði lækna þessarar spurningar: sjúklingur sýnir einkenni sem gefa til kynna með 80% líkum að hann eða hún sé með sjúkdóm A; annars breytast líkurnar í átt að því að fá annað hvort sjúkdóm X eða Y í staðinn. Sem læknir, hvernig ættir þú að velja á milli þessara sjúkdóma og meðferða sem valda svipuðum aukaverkunum? Rökrétt myndi ég stinga upp á að velja sjúkdóm A og bjóða viðeigandi meðferð sem meðferð. Ímyndaðu þér að það sé greiningarpróf sem gefur til kynna að sjúkdómur X sé til staðar og sjúkdómur Y greindur, en endurspeglar ekki nákvæmlega raunverulegan sjúkdóm A í öllum tilvikum; helmingur tilvikanna myndu niðurstöður hennar sýna jákvæðar og hinn helmingurinn neikvæðar. Ef einhver er í raun og veru með sjúkdóm A, myndi helmingur af niðurstöðum þeirra líklega sýna jákvæðar á meðan 50% myndu sýna neikvæðar. Myndir þú ráðleggja að framkvæma prófið? Flestir læknar sögðu já - jafnvel þó að niðurstöður þess myndu líklega skipta engu máli. Jafnvel þótt jákvæð niðurstaða kæmi fram úr prófun, voru líkurnar á því að sjúkdómur A vegi þyngra en sjúkdómur X þannig að engar viðbótarupplýsingar bættu raunverulegu gildi hvað varðar ákvarðanatöku.

Læknar eru ekki einu sérfræðingar sem hafa lyst á að veita frekari upplýsingar. Stjórnendur og fjárfestar virðast heillaðir af ofhleðslu upplýsinga. Rannsóknir eru oft gerðar þegar nauðsynlegar staðreyndir eru aðgengilegar - fleiri gögn geta aðeins þjónað til að sóa tíma þínum og peningum, hugsanlega jafnvel setja þig í óhag. Íhugaðu þessa spurningu: hvaða borg hefur fleiri íbúa - San Diego eða San Antonio? Gerd Gigerenzer frá Max Planck stofnun Þýskalands kynnti þetta fyrir nemendum frá Chicago og Munich háskóla og 62% giskuðu rétt: San Diego. Sérhver þýskur nemandi svaraði furðu rétt! Rökstuðningur þeirra? Allir höfðu heyrt um San Diego en ekki endilega San Antonio; þannig að velja San Diego fram yfir San Antonio sem kunnuglegri. Þvert á móti höfðu Chicagobúar báðar borgirnar í huga samtímis, veittu frekari upplýsingar og hugsanlega villandi svör þeirra.

Hugsaðu um alla hagfræðingana sem starfa hjá bönkum, hugveitum, vogunarsjóðum og stjórnvöldum á árunum 2005 til 2007, sem gáfu út hvítbækur með fjölmörgum spám og athugasemdum - fyrir banka, hugveitur, vogunarsjóði og stjórnvöld - sem gefin voru út á því tímabili - frá 2005 -2007; allar útgefnar hvítbækur þeirra; mikið safn af rannsóknarskýrslum og stærðfræðilíkönum; ægilegur fjöldi ummæla sem gerðar voru; slípaðar PowerPoint kynningar gerðar; Terabæti af upplýsingum sem eru fáanlegar í gegnum Bloomberg/Reuters fréttaþjónustuna og tilbiðja guð upplýsinga... Þetta reyndist allt tilgangslaust þegar fjármálakreppan skall á alþjóðlegum mörkuðum - sem gerði spár þeirra og athugasemdir tilgangslausar; gera þessar spár einskis virði!

Forðastu að safna öllum tiltækum gögnum - einbeittu þér frekar að því að safna aðeins því sem er nauðsynlegt. Að gera þetta mun gera þér kleift að taka betri ákvarðanir; óþarfa þekking er einskis virði, sama hver veit um hana - Daniel J. Boorstin sagði það best: 'mesta hindrunin fyrir uppgötvun er ekki fáfræði heldur blekking þekkingar'; þegar keppinautar standa frammi fyrir því skaltu íhuga að drepa þá með gagnagreiningu frekar en mjúkum orðum.

Sjá einnig Ofhugsun (kap. 90); Fréttablekking (kap. 99); Vanræksla á grunnvexti (kafli 28) fyrir frekari lestur.

SERTIR SVO GOTT

John, hermaður í bandaríska hernum, lauk nýlega námskeiði í fallhlífarhermönnum og bíður spenntur eftir því að fá fallhlífarnæluna sína frá yfirmanni sínum. Loks, á síðasta tímamóta sannleikans, stendur yfirmaður hans fyrir framan hann, snýr pinnanum við bringuna á honum og slær svo fast á hann að hann skarst í hold Johns og varð til þess að hann snerti sig og skilur eftir sig innstungu á húð hans - síðan. síðan, hvenær sem tækifæri gefast, opnar hann efsta skyrtuhnappinn til að sýna litla ör hans. Áratugum síðar lifa allir munir nema þessi pínulítill nælur enn í sérstökum ramma á veggnum í stofu hans.

Mark hafði vandlega endurreist ryðgaðan Harley-Davidson án aðstoðar, eyddi hverri helgi og fríi í að koma honum í gang á meðan hjónaband hans nálgaðist upplausn. En loksins, eftir margra mánaða vinnu, var hann tilbúinn til aksturs og skein ljómandi vel undir sólargeislunum. Tveimur árum síðar, þegar Mark vantaði peninga, seldi Mark allar eigur sínar, þar á meðal sjónvarp, bíl og hús... en ekki dýrmæta eign sína; ekki einu sinni þegar mögulegir kaupendur bjóða tvöfalt raunverulegt virði þess!

John og Mark þjást báðir af réttlætingu áreynslu: þegar þú beitir mikilli orku í eitthvað hefurðu tilhneigingu til að ofmeta árangur þess. John upplifði líkamlegan sársauka fyrir fallhlífapinnann sinn; Mark's Harley kostaði hann margar klukkustundir - næstum því konan hans! - svo mikið að hann metur það mjög og mun aldrei selja það.

Réttlæting áreynslu er klassískt dæmi um vitræna mismunun. Það virðist fáránlegt að slá gat í bringuna fyrir eitthvað eins og verðleikamerki. Til þess að bæta það ofmetur hugur John það, lyftir stöðu sinni úr einhverju hversdagslega í eitthvað hálfheilagt. Allt þetta gerist því miður ómeðvitað og erfitt að koma í veg fyrir það.

Hópar nota réttlætingu átaks til að binda meðlimi saman - til dæmis með vígsluathöfnum. Geng og bræðrafélög stofna nýja meðlimi með því að láta þá fara í sársaukafullar eða óþægilegar prófanir. Rannsóknir sýna að því erfiðara sem er að standast inntökupróf, því meira stolt er félagsmenn að tilheyra. MBA skólar nýta áreynslu réttlætingu á svipaðan hátt: MBA útskriftarnemar fá oft kredit fyrir að standast ströng inntökupróf í MBA forrit. Nemendur MBA-náms verða oft þreyttir á meðan þeir stunda nám á þessari hæfni; en þegar MBA þeirra hefur verið náð munu margir telja þau nauðsynleg fyrir starfsferil sinn einfaldlega vegna krafnanna sem settar voru á þá með námskeiðum sem oft voru gagnslausar eða óviðkomandi.

Auðveldari réttlæting fyrir áreynslu er IKEA áhrifin: húsgögn sem við setjum saman sjálf geta virst verðmætari en nokkur dýr hönnuð, rétt eins og handprjónaðir sokkar sem við eyðum tímunum saman virðast oft verðmætari en nokkur dýr hönnuð. Jafnvel handsmíðaðir sokkar geta virst erfitt að skilja við; Það er erfitt að henda úreltu pari sem búið er til með varúð. Stjórnendur sem leggja langan tíma af mikilli vinnu í að búa til stefnumótunartillögu geta fundið sig ófær um að meta hlutlægt; á sama hátt eru hönnuðir, textahöfundar, vöruhönnuðir eða aðrir sérfræðingar sem hafa áhyggjur af sköpun sinni einnig sekir.

Á fimmta áratug síðustu aldar voru skyndikökurblöndur kynntar á markaðinn - sem framleiðendur töldu að myndu verða strax högg meðal húsmæðra. Því miður tóku húsmæður strax óbeit á þeim, sem sannaði að framleiðendur hefðu rangt fyrir sér.

Fyrirtækin brugðust við vellíðan þeirra og jók erfiðleikana við að undirbúa mat (að berja egg sjálfur). Þetta skapaði aukna tilfinningu um afrek hjá konum sem útbjuggu það sjálfar og jók þakklæti þeirra á þægindavörum.

Nú þegar þú skilur réttlætingu átaks geturðu gefið verkefnum hlutlægari einkunn. Tilraun: alltaf þegar þú fjárfestir miklum tíma og orku í eitthvað, taktu skref til baka til að meta niðurstöðuna - aðeins útkomuna. Þessi skáldsaga sem þú eyddir fimm árum í að skrifa sem enginn hefur áhuga á að gefa út? Kannski er það ekki Nóbelsverðugt eftir allt saman? Og þessar konur sem þú eltir í mörg ár? Myndu þeir þiggja þig á auðveldari hátt ef þeir fengju annað skot?

Sjá einnig: Sunk Cost Fallacy (kafli 5); Vitsmunalegt misræmi (kafli 50)

AF HVERJU DREIST SMÁLITIR SAMAN?, AF HVERJU SKÍNA ÞESSIR HLUTI SJÁLFLEGT

Gerum ráð fyrir að þú sitir í stjórn verslunarfyrirtækis með 1.000 verslanir; helmingur er staðsettur í þéttbýli en helmingur í dreifbýli. Forstjórinn þinn óskaði eftir því að ráðgjafi gerði rannsókn á þjófnaði í búð; nú hafa niðurstöður þeirra verið kynntar. Á vegg fyrir framan hann voru sýnd 100 útibúsnöfn sem hafa orðið fyrir háum þjófnaði miðað við sölu, ásamt óvæntri niðurstöðu hans: „Útibú með hærra þjófnaðarhlutfall hafa tilhneigingu til að vera aðallega staðsett í dreifbýli" Eftir stutta þögn og Vantrú ávarpaði forstjórinn starfsmenn sína beint: „Eftir mikla íhugun og vandlega íhugun eru næstu skref okkar skýr. Framvegis munum við setja upp viðbótaröryggiskerfi í öllum útibúum á landsbyggðinni svo við getum fylgst með því þegar þessir brekkur reyna að stela frá okkur aftur. Erum við öll sammála?'

Jæja...ekki alveg. Eftir að hafa beðið ráðgjafann um að setja saman lista yfir 100 útibú með lægsta þjófnaðarhlutfallið, ertu hissa þegar listinn þinn inniheldur verslanir í dreifbýli! „Staðsetning er ekki það sem ræður úrslitum," hrópar þú með stolti þegar þú horfir í kringum borðið á samstarfsfólk þitt. 'Stærð skiptir máli; í verslunum á landsbyggðinni hefur eitt atvik oft mikil áhrif á þjófnaðarhlutfall en stærri borgarútibú gera - þess vegna eru gjaldskrár mun meiri hér en hjá útibúum borgarinnar." og það hefur bara farið í taugarnar á þér!"

Fólk á erfitt með að átta sig á lögmáli lítilla tölu, þannig að blaðamenn, stjórnendur og stjórnarmenn falla oft í gildru þess. Tökum öfgafullt dæmi. Í stað þjófnaðarhlutfallsins munum við skoða meðalþyngd starfsmanna í hverju útibúi. Sem dæmi okkar munum við líta á tvær verslanir í stað 1.000: stórútibú með 1.000 starfsmenn og smáútibú með tvo starfsmenn; í báðum verslunum samsvarar meðalþyngdin nokkurn veginn við meðalþyngd íbúa (til dæmis 170 pund); þegar ráðning eða uppsögn starfsfólks breytir þessu meðaltali ekki verulega. En í litlum verslunum mun það breytast umtalsvert meira vegna breytinga sem hafa áhrif á það hvort verslunarstjóri þeirra hafi samstarfsmenn sem eru of þungir eða grannir að þyngd sem hafa mun meiri áhrif á þessa meðalþyngd en stór útibú þar sem ráðningar- eða uppsagnarákvarðanir verslunarstjóra hafa áhrif á meðalþyngd þess. meira. Í minni verslunum geta verslunarstjórar haft áhrif á meðalþyngd þess með því að ráða/reka starfsmann eða stjórnanda með samstarfsmenn annað hvort of þunga/magna innanborðs (í þeim tilfellum hefur það mikil áhrif á meðalþyngd).
Snúum okkur aftur að búðarþjófnaðarvandanum í smástund og skoðum þetta nánar. Eins og það kemur í ljós, hafa lítil útibú tilhneigingu til að upplifa meiri sveiflur í þjófnaðartíðni, frá mjög háum til mjög lágum - eitthvað sem enginn töflureikni ráðgjafa gæti fanga. Þegar öll þjófnaðarhlutföll eru skráð eftir stærð - litlar verslanir birtast fyrst neðst og síðan stórar verslanir og síðan smærri efst; sem þýðir að niðurstaða forstjórans gæti hafa verið gagnslaus en að minnsta kosti þurfa þeir ekki lengur dýrt öryggiskerfi á litlum stöðum.

Ímyndaðu þér að þú lesir í blaðinu: „Byrjunarfyrirtæki hafa tilhneigingu til að ráða klárari starfsmenn. Rannsókn á vegum National Institute of Unnecessary Research reiknaði út meðal greindarvísitölu yfir bandarísk fyrirtæki; sprotafyrirtæki réðu MENSA efni!' Hver yrðu fyrstu viðbrögð þín? Vonandi augabrúnahækkun. Þetta fyrirbæri er dæmi um hvernig lítil fyrirtæki hafa tilhneigingu til að ráða færri starfsmenn; þannig sveiflast meðalgreindarvísitala þeirra oftar en stór fyrirtæki, sem gefur litlum og nýjum fyrirtækjum hátt og lágt stig; Rannsókn Þjóðarstofnunar hefur því enga raunverulega þýðingu og staðfestir tilviljun.

Gættu þín þegar þú heyrir ótrúlega tölfræði um hvaða litla aðila sem er eins og fyrirtæki, heimili, borgir, gagnaver, maurabú, sóknir eða skóla; það sem kann að virðast ótrúlegar niðurstöður geta í raun verið saklaus afleiðing af handahófskenndri dreifingu. Nóbelsverðlaunahafinn Daniel Kahneman opinberaði í nýlegri bók sinni að jafnvel reyndir vísindamenn féllu fyrir þessu lögmáli um fámenni; sem getur aðeins talist hughreystandi.

Sjá einnig: Veldisvöxtur (kafli 34);

VÆNTINGAR

Þann 31. janúar 2006 birti Google fjárhagsuppgjör fyrir síðasta ársfjórðung 2005: Tekjur jukust um 97% á meðan hreinn hagnaður jókst um 82% milli ára - metfjórðungur hvað varðar tekjur og hreinan hagnað í sömu röð. Eins og við var að búast féllu hlutabréf um 16% strax við að heyra þessar ótrúlegu tölur; Stöðva þurfti viðskipti og hefjast síðar aftur með hlutabréfum sem lækkuðu um 15% meira - olli örvæntingarfullum kaupmönnum á öllum viðskiptakerfum sem spurðu á bloggsíðum um „hvaða skýjakljúf er best að hoppa úr? '

Hvað fór úrskeiðis? Sérfræðingar á Wall Street höfðu búist við enn betri niðurstöðum, svo þegar þær urðu ekki að veruleika voru 20 milljarðar dala dregnir frá verðmæti fjölmiðlarisans.

Sérhver fjárfestir veit að það er ómögulegt að spá nákvæmlega fyrir um fjárhagslegar niðurstöður. Þó að búast mætti við því að fjárfestar ypptu öxlum undan lélegum spám sem "slæm ágiskun, mín mistök", bregðast fjárfestar oft harðar við; eins og raun ber vitni í janúar 2006 þegar Juniper Networks birti óvænt hagnað á hlut sem var einum tíunda undir spám greiningaraðila; Gengi hlutabréfa þeirra lækkaði um 21% og verðmæti fyrirtækja féll um 2,5 milljarða dala þar sem væntingar voru miklar í aðdraganda tilkynningar þeirra og hvers kyns misræmi, hversu lítið sem það var, var mætt með skjótum refsingum frá fjárfestum.

Mörg fyrirtæki leggja mikið á sig til að standast spár sérfræðinga. Til að komast undan ótta sínum fóru sumir að birta áætlun um tekjur; þetta voru mistök þar sem nú lítur markaðurinn eingöngu á þessar innri spár - sem hann greinir oft betur - sem spátæki. Fjármálastjórar verða að ná þessum markmiðum nákvæmlega; með því að nota allar reikningsskilaaðferðir sem þeir hafa yfir að ráða til að ná sem mestum árangri.

Væntingar geta einnig leitt til lofsverðra hvata. Bandaríski sálfræðingurinn Robert Rosenthal gerði tilraun sem opnaði augun í ýmsum skólum. Kennurum var tilkynnt um nýtt (falsað) próf sem gæti greint nemendur á mörkum þess að upplifa vitsmunalega vöxt; svokallaðir „blómara". Tuttugu prósent nemenda sem valdir voru af handahófi voru flokkaðir af handahófi sem mikla möguleika; kennarar töldu þetta afkastamikið.
Rosenthal gerði tilraunir á nemendum í eitt ár, eftir þann tíma uppgötvaði hann að þessir nemendur höfðu verulega hærri greindarvísitölu samanborið við börn í samanburðarhópi - þetta varð þekkt sem Rosenthal áhrif (eða Pygmalion áhrif).

Hins vegar, ólíkt forstjórum og fjármálastjórum sem sníða frammistöðu sína meðvitað að væntingum, voru aðgerðir kennara yfirleitt ómeðvitaðar. Án þess að sjálfir viti það, gætu kennarar í ómeðvitað einbeitt sér meiri tíma að blómstrandi mönnum sem aftur leiddu til meiri hópnáms. Ennfremur voru kennarar svo fyrir áhrifum af frábærum nemendum að þeir eignuðu þeim ekki bara betri einkunnir heldur einnig bætta persónueiginleika - eitthvað sem er þekkt sem geislabaugáhrif.

En hvernig ættum við að bregðast við persónulegum væntingum? Ein lausnin er lyfleysuáhrifin - pillur og meðferðir sem virðast ólíklegar til að bæta heilsuna en gera það í rauninni samt. Þriðjungur sjúklinga skráði áhrifin, þó að nákvæm virkni þess sé enn óþekkt; það eina sem við vitum með vissu er að væntingar hafa áhrif á lífefnafræði innan heilans og þar af leiðandi allan líkamann - hins vegar geta Alzheimersjúklingar ekki hagnast þar sem ástand þeirra skerðir svæði sem ber ábyrgð á meðhöndlun væntinga í heilanum.

Væntingar kunna að virðast óáþreifanlegar, en þær hafa raunverulegar afleiðingar. Væntingar hafa vald til að breyta raunveruleikanum og það er ómögulegt að losna við þær alveg; en þú getur tekist á við væntingar á skynsamlegri hátt: hækkað þær fyrir sjálfan þig og þá sem eru nálægt þér til að auka hvatningu; á sama tíma og þú lækkar væntingar um hluti sem þú hefur ekki stjórn á eins og hlutabréfamarkaðnum. Tilhlökkun getur hjálpað til við að forðast óþægilega óvart!

Sjá einnig Svartur svanur (kap. 75); Spá blekking (kafli 40); Halo Effect (kafli 38)

Þrjár auðveldar spurningar. Gríptu pennann fljótt og skrifaðu svörin þín fljótt á spássíuna. Fyrsta spurningin: í stórverslun kosta bæði borðtennisspaði og plastkúla $1,10. Ef einn kostar einum dollara meira, hversu mikið er hinn hluturinn? Önnur spurning: í textílverksmiðju taka fimm vélar nákvæmlega fimm mínútur að framleiða fimm skyrtur; hversu langan tíma tekur 100 að framleiða 100? Í þriðja lagi: Í tjörn eru vatnaliljur sem fjölga sér veldisvísis á hverjum degi og taka meira svæði á hverjum degi þar til það nær alveg yfirborð hennar (48 dagar fyrir fulla þekju! Ekki lesa lengra fyrr en öll svör hafa verið skráð! Ekki lesa frekar fyrr en öll svör hafa verið skráð niður!Lestu ekki fyrr en eftir að þú hefur skrifað niður.

Hver spurning inniheldur bæði leiðandi og nákvæma lausn; fljótleg, leiðandi svör geta innihaldið 10 sent, 100 mínútur og 24 daga; Hins vegar eru þetta röng svör og þurfa þess í stað fimm sent, fimm mínútur og 47 daga sem lausn. Hversu mörgum svaraðir þú rétt?

Prófessor Shane Frederick hefur búið til og gefið Cognitive Reflection Test (CRT), þar sem þúsundir hafa tekið það og skorað að minnsta kosti einu sinni. Hingað til hafa nemendur við Massachusetts Institute of Technology (MIT) í Boston staðið sig best, skorað 2,18 rétt svör að meðaltali; Princeton háskóli kom í öðru sæti með 1,63 á meðan nemendur frá háskólanum í Michigan fengu aðeins 0,83 að meðaltali. En meðaleinkunnir í þessu tilfelli sýna ekki mikið: það sem er áhugavert er hvernig þeir sem skora mikið eru ólíkir hinum.

Frederick komst að því að fólk með lágar CRT niðurstöður hefur tilhneigingu til að velja öruggara valið; eitthvað er alltaf betra en ekkert! Þó að þeir sem skoruðu að minnsta kosti 2 eða hærra vildu oft áhættusamari valkosti eins og fjárhættuspil - þetta var sérstaklega áberandi meðal karla.

Eitt sem skilur hópa að er geta þeirra til að stjórna hvötum. Við ræddum ofurbóluafslátt í smáatriðum í kafla 5, þar sem fjallað var um tælandi kraft „nú". Frederick lagði síðan þessa spurningu fyrir þátttakendur: „Vilt þú frekar fá hlutinn þinn sem þú vilt núna eða síðar í lífinu?
"Ætti ég að velja á milli þess að fá 3.400 $ núna eða eftir einn mánuð?" er oft svarað því að fá það strax; þeir sem eru með lægri CRT stig hafa tilhneigingu til að taka hraðari kaupákvarðanir vegna hvatvísi. Aftur á móti kjósa þeir sem eru með háar CRT niðurstöður venjulega að bíða í nokkrar vikur í viðbót og sýna sterkan viljastyrk til að hafna tafarlausri fullnægingu - og eru verðlaunaðir á sínum tíma."

Hugsun er þreytandi; skynsamleg íhugun krefst meiri viljastyrks en að gefa í innsæi, með öðrum orðum. Þannig gerðu Harvard sálfræðingur Amitai Shenhav og rannsóknarfélagar hans rannsókn til að sjá hvernig CRT niðurstöður fólks tengdust trúartengslum þess; þeir sem skoruðu hátt voru oft trúleysingjar en þátttakendur með lægri CRT stig trúðu á Guð og höfðu guðlega reynslu oftar en trúleysingjar gerðu - þetta er skynsamlegt þar sem innsæir ákvarðanatökur hafa tilhneigingu til að efast ekki um trúarkenningar eins skynsamlega.

Ef CRT stigið þitt skilur eitthvað eftir og þú vilt auka það skaltu byrja á því að heilsa jafnvel einföldum rökfræðispurningum með vantrú. Mundu: ekki allt sem virðist trúlegt er satt! Svo gerðu aðra tilraun: þú ert að ferðast frá A til B; aðra leiðina þangað keyrirðu á 100 mph á meðan þú kemur til baka og keyrir aðeins á 50. Hver var meðalhraði þinn í báðum ferðum? 75? Hægðu á þér!

Sjá einnig Hyperbolic Discounting (kafli 51); Ákvörðunarþreyta (kafli 53); Veldisvöxtur (kafli 34); Gambler's Fallacy (kafli 29) og The Problem With Averages (kafli 55) sem frekari úrræði.

Kæri lesandi: Mér til algjörrar undrunar þekki ég þig náið. Svona myndi ég einkenna þig: „Þú hefur mikla þörf fyrir að annað fólk kunni að meta þig og dáist; þó hefurðu oft tilhneigingu til að gagnrýna sjálfan þig líka.' Möguleikar þínir eru gríðarlega vannýttir og enn á eftir að hámarka möguleika þína. Þó að þú hafir einhverja persónuleikagalla, þá eru þeir venjulega viðráðanlegir með einhverjum breytingum; hins vegar hefur kynferðisleg aðlögun þín valdið þér áskorunum. Þótt þú hafir út á við agað og stjórnað, finnur þú oft fyrir óöryggi innra með þér. Stundum gætir þú efast um hvort þú hafir tekið viðeigandi ákvörðun eða framkvæmt nauðsynlegar aðgerðir. Tilfinning þín fyrir breytingum og fjölbreytni veldur þér óþægindum, sem gerir þig óánægðan þegar heimurinn verður stöðnaður eða takmarkandi. Sem sjálfstæður hugsandi samþykkir þú ekki staðhæfingar annarra án fullnægjandi sönnunar. Reynsla þín hefur kennt þér að það er ekki skynsamlegt að vera of opinn þegar þú opinberar þig fyrir öðrum. Persónuleiki þinn er allt frá því að vera útsjónarsamur og vingjarnlegur, stundum til innhverfur og hlédrægur; sumar vonir þínar gætu jafnvel virst háleitar! Öryggi er eitt af aðalmarkmiðum þínum í lífinu.'

Kannast þú við sjálfan þig? Hvernig myndi mat mitt fara úr 1 (lélegt) í 5 (framúrskarandi)

Bertram Forer gerði tilraun árið 1948 með því að nota stjörnuspekidálka úr ýmsum tímaritum til að búa til nákvæman kafla sem síðan var hægt að gefa nemendum sínum til lestrar og meta, sem bendir til þess að hver einstaklingur hafi fengið persónulegt mat. Nemendur hans gáfu Forer að meðaltali 86% nákvæmnistig sem leiddi til endurtekinna prófana í áratugi með nánast sömu niðurstöðum.

Líklega hefur þú gefið textanum fjórar eða fimm stjörnur. Fólk hefur tilhneigingu til að viðurkenna marga eigin eiginleika þegar þeir lesa alhliða lýsingar - fyrirbæri sem kallast Forer áhrif (eða Barnum áhrif). Það útskýrir hvers vegna gervivísindi eins og stjörnuspcki, stjörnumeðferð, rithandargreining, lífrytmagreining tarotkortalestur í lófafræði og raddir með látnu fólki virka á svo áhrifaríkan hátt.

Hvers vegna eru áhrif Forers til? Í fyrsta lagi sagði Forer flestar fullyrðingar sínar í bók sinni um þessi efni.
Í öðru lagi eiga þessar fullyrðingar við um alla: 'Stundum efast þú alvarlega um gjörðir þínar.' Það myndi enginn neita því! Í þriðja lagi höfum við tilhneigingu til að samþykkja flattandi staðhæfingar sem tengjast okkur ekki beint: 'Þú ert stoltur af sjálfstæðri hugsun þinni.' Hver myndi ekki? Í fjórða lagi, staðfestingarhlutdrægni: við samþykkjum upplýsingar sem staðfesta það sem við skynjum af okkur sjálfum á meðan við síum út allt sem er mótsagnakennt; það sem eftir stendur er heildstæð andlitsmynd.

Ráðgjafar og greiningaraðilar geta framkvæmt svipaða töfra: "Þessi hlutabréf hafa verulegan vaxtarmöguleika jafnvel í mjög samkeppnisumhverfi; hins vegar skortir stjórnendur hvata til að gera sér fulla grein fyrir og hrinda í framkvæmd hugmyndum frá þróunarteymi sínu. Stjórnendur eru reyndir iðnaðarmenn; hins vegar eru merki um skrifræði eru augljós; sparnaðarmöguleikar eru fyrir hendi í rekstrarreikningi þess og við ráðleggjum fyrirtækinu að einbeita sér betur að nýrri hagkerfum til að tryggja framtíðarmarkaðshlutdeild." Hljómar nógu trúverðugt?

Hvernig getur maður metið stjörnuspekinga? Til að fá óhlutdrægt mat skaltu velja tuttugu manns og gefa hverjum og einum númer. Láttu sérfræðingur einkenna hvern einstakling fyrir sig á spjöldum án þess að hann komist að því hver númerið hans var fyrr en eftir að hafa fengið öll eintök. Aðeins þegar flestir þátttakendur greindu „sína" lýsingu eins og nákvæmlega er lýst geta sannir hæfileikar komið fram - ég er enn að bíða!

Sjá einnig: Eiginleika-jákvæð áhrif (kafli 95); Staðfestingarhlutdrægni (kap. 7-8);

AF HVERJU ER SJÁLFBOÐAÐASTARF FYRIR FUGLA

Heimska sjálfboðaliða

Jack, ljósmyndari tískutímarita, eyðir mánudegi til föstudags í að ferðast milli Mílanó, Parísar og New York í verkefnum frá tískutímaritum í leit að fallegum stúlkum með áhugaverða hönnun, við óspilltar birtuskilyrði. Hann er vel þekktur í félagslegum hringjum og stærir sig af því við vini sína að þóknun hans upp á um það bil $500 á klukkustund standi vel í samanburði við verð í viðskiptalögum; "Og skotin mín líta miklu betur út en nokkur bankastjóri!"

Jack lifir öfundsverðum lífsstíl en hefur nýlega orðið heimspekilegri. Eitthvað hefur fengið hann til að efast um samband sitt við tísku: iðnaðurinn virðist sjálfselskur í hans augum núna og skilur hann eftir eirðarlausan á nóttunni, þrá eftir innihaldsríkara starfi sem gerir honum kleift að skila einhverju þroskandi til baka inn í samfélagið - sama hversu lítið það er.

Dag einn hringir síminn hans. Það var Patrick, fyrrverandi bekkjarbróðir hans og nú forseti fuglaklúbbs á staðnum: „Næsta laugardag er okkar árlega fuglahúsaferð - okkur vantar sjálfboðaliða til að byggja fuglahús fyrir tegundir í útrýmingarhættu og koma þeim svo fyrir í skóginum eftir að við höfum sett upp. Endilega vertu með! Við byrjum að hittast klukkan 8; vonandi klárum við fyrir hádegistíma'

Hvað ætti Jack að segja ef honum er virkilega annt um að skapa betri heim? Einfaldlega ætti hann að hafna. Hvers vegna? Jack þénar $500 á klukkustund á meðan smiðir græða venjulega $50. Í stað þess að reyna að byggja vönduð fuglahús sjálfur (eitthvað sem myndi aldrei gerast), hvers vegna ekki að vinna klukkutíma aukalega sem ljósmyndari og ráða síðan fagmann í sex tíma til að byggja hágæða hús sem áhugamaður getur ekki gert sjálfur? Skattframtalið hans myndi standa undir þessum mismun upp á $200 sem gæti síðan verið gefið beint til fuglaklúbbs? Þannig myndi framlag hans ná miklu lengra.

Jack mun líklega birtast bjartur og snemma næsta laugardag til að setja saman fuglahús, sem hagfræðingar kalla heimsku sjálfboðaliðans. Þótt sjálfboðaliðastarf sé vinsæl stefna; yfir fjórðungur Bandaríkjamanna býður sig fram í sjálfboðavinnu. Samt vara hagfræðingar við því að bjóða sig fram fyrir hvaða mál sem er - sjálfboðaliðastarf getur tekið vinnu frá verslunarfólki sem annars gæti notað þennan tíma til að byggja fuglahús sjálfir, í staðinn að taka tíma frá þeim sjálfir eða leggja saman nokkur fuglahús í höndunum er líklega skilvirkara - útvega honum tækifæri sem myndu færa umbun sem eru langt umfram allt áþreifanlegt framlag af þessu tagi sem sérhvert sjálfboðaliðastarf gæti veitt.

Jack veit að hæfileikar hans geta aðeins aukið gildi þegar þeir eru beittir beint. Til dæmis, ef fuglaklúbburinn var að skipuleggja fjáröflunarpóstherferð og vantaði faglegar myndir teknar af meðlimum til að vera með í póstherferð hans gæti hann annað hvort skotið þá sjálfur eða unnið klukkutíma í viðbót við að ráða annan toppljósmyndara og gefið afganginn af því að ráða annan. topp ljósmyndari.

Nú komum við að hinu umdeilda efni óeigingjarna: er óeigingirni yfirhöfuð til eða er það einfaldlega leið fyrir okkur til að létta egóið okkar? Þó að sjálfboðaliðastarf þjóni oft sem leið til að hjálpa samfélagi þeirra, þá gegna persónulegur ávinningur eins og færniþróun og netmöguleikar einnig mikilvægu hlutverki. Skyndilega erum við ekki lengur að hegða okkur eingöngu af alúð; margir sjálfboðaliðar taka þátt í því sem kalla mætti „persónulega hamingjustjórnun", með ávinningi sem er langt frá því sem upphaflega var ætlað með sjálfboðaliðastarfi - strangt til tekið er hver sá sem hagnast eða finnur fyrir einhverri ánægju af sjálfboðaliðastarfi ekki hreinn altrúi.

Gerir Jack rangt skref með því að bjóða sig fram á laugardagsmorgni? Ekki endilega; einn hópur sem getur brugðist þessari tilhneigingu eru orðstír eins og Bono, Kate Winslet eða Mark Zuckerberg; þeir veita bráðnauðsynlega kynningu þegar þeir taka þátt í sjálfboðaliðaverkefnum sem fela í sér byggingu fuglahúsa, hreinsun á ströndum eða jarðskjálftahjálp. Þess vegna verður Jack að meta vandlega hvort þátttaka þeirra myndi bæta einhverju af verðmætum; annars væri líklega besta leiðin fyrir einstaklinga til að leggja sitt af mörkum með peningum sínum frekar en erfiðisvinnu.

Sjá einnig Deformation Professionalnelle (kap. 92); Frávikshlutdrægni (kap. 44);

AF HVERJU ERT ÞÚ ÞJÓNUÐUR

Hvað finnst þér um erfðabreytt hveiti? Þetta er tilfinningaþrungið umræðuefni og of fljótt svar getur leitt til eftirsjárverðra ákvarðana; með hlutlægri nálgun þyrfti að taka tillit til bæði kosta þess og galla sérstaklega. Skrifaðu niður alla mögulega kosti, vigðu þá eftir mikilvægi þeirra og margfaldaðu líkur þeirra með líkum - þetta gefur lista yfir væntanleg gildi. Notaðu nú þetta sama ferli þegar þú skoðar hugsanlega ókosti. Nefndu alla ókosti, metið hugsanlegt tjón þeirra og margfaldaðu þá tölu með líkum þeirra. Að draga jákvæðar upphæðir frá neikvæðum upphæðum gefur hreint væntanlegt verðmæti - ef sú tala er yfir núlli ertu á móti erfðabreyttu hveiti; annars gefur það til kynna að þú ert á móti því. Án efa þekkir þú þessa nálgun á ákvarðanafræði sem kallast væntanlegt gildi, sem birtist víða um ákvarðanafræði. Samt eru allar líkur á því að þér hafi aldrei dottið í hug að framkvæma slíka úttekt - og örugglega enginn af prófessorunum sem skrifa kennslubækur notaði þessa aðferð við val á maka sínum!

Enginn treystir í raun á þessa aðferð við ákvarðanatöku. Í fyrsta lagi teygir ímyndunaraflið okkar einfaldlega ekki nógu langt; Skilningur okkar getur aðeins náð svo langt inn í það sem þegar hefur komið í gegnum reynsluna. Ímyndaðu þér epískan storm ef þú ert aðeins 30 ára er erfitt, en að reikna litlar líkur er nánast ómögulegt vegna skorts á gögnum um sjaldgæfa atburði. Í þriðja lagi krefjast litlar líkur oft færri gagnapunkta og leiða til stærri villna á nákvæmum líkindum - skapa óhjákvæmilegan villuhring. Heilinn okkar er heldur ekki hannaður fyrir slíka útreikninga; slíkir útreikningar krefjast tíma og fyrirhafnar - ekki okkar náttúrulega ástand! Í þróunarfortíð okkar mættu þeir sem ofhugsuðu oft ótímabært fráfall frá rándýrum. Ákvarðanatakendur í dag treysta mjög á andlegar flýtileiðir sem kallast heuristics fyrir hröð ákvarðanatökuferli.

Einn af þeim heuristic sem oftast er notaður er áhrifa-heuristic. Áhrif eru tafarlaus viðbrögð: eitthvað sem þér líkar við eða líkar ekki við; til dæmis, að heyra „skotskot" kallar fram neikvæð tengsl á meðan að heyra „lúxus" framkallar jákvæð; þessi sjálfvirka einvídd hvatning kemur í veg fyrir að maður taki tillit til áhættu og ávinnings við ákvarðanatöku.
Í stað þess að meðhöndla áhættu og ávinning sem sjálfstæðar breytur, sem þær vissulega eru, tengir áhrifaheuristic þær í gegnum skynjunarrásir.

Tilfinningaleg viðbrögð þín við málefnum eins og kjarnorku, lífrænu grænmeti, einkaskólum og mótorhjólum ákvarða mat þitt á áhættu og ávinningi sem þeim tengist. Ef eitthvað snertir þig tilfinningalega virðist áhætta þess minni á meðan ávinningur þess virðist meiri en raun ber vitni; öfugt ef eitthvað sem þér líkar ekki við vekur sterkar tilfinningar gegn því; áhætta og ávinningur virðist vera háður þrátt fyrir að raunveruleikinn sýni þeim annað.

Ímyndaðu þér að eiga Harley-Davidson. Ef rannsókn gefur til kynna að það gæti verið áhættusamara að aka bíl en áður var talið, gæti undirmeðvitund þín brugðist við með því að meta kosti þess öðruvísi og gefa upplifuninni enn meira frelsi.

En hvernig myndast upphafleg, sjálfsprottin tilfinning, eins og hamingja eða reiði? Vísindamenn við háskólann í Michigan veittu þátttakendum aðra hvora af þremur myndum í minna en hundraðasta úr sekúndu; ýmist brosandi andlit, reið andlit eða hlutlausar myndir voru sýndar stuttlega áður. Þátttakendur þurftu síðan að velja hvort þeim líkaði við tilviljunarkenndan kínverskan staf sem þeim hafði verið sýnd (án þess að kunna kínversku), þar sem flestir þátttakendur voru hlynntir þeim sem voru strax á undan brosandi andlitstákni. Jafnvel að því er virðist óverulegir þættir geta haft mikil áhrif á tilfinningar okkar. Hirschleifer og Shumway rannsökuðu hvernig annars ómarkviss þáttur átti þátt í markaðsframmistöðu 26 helstu kauphalla á árunum 1982-1997 með því að prófa samband þeirra á milli sólarljósstunda á morgun og markaðsframmistöðu í hverri kauphöll. Þeir uppgötvuðu forvitnilega fylgni sem er eins og gamalt orðtak bónda: ef sólin skín skært á morgnana hafa birgðir tilhneigingu til að aukast yfir daginn - ekki alltaf, en nógu oft. Hver hefði haldið að sólskin gæti flutt milljarða? Morgunsólskin virðist hafa sömu jákvæðu áhrifin og brosandi andlit hafa!

Sama fyrirætlanir okkar, tilfinningar okkar stjórna okkur. Ákvarðanir eru oft teknar út frá tilfinningum frekar en hugsunum; gegn öllum bestu ásetningi setjum við "Hvað finnst mér um þetta?" með "Hvernig finnst mér þetta". Svo brostu! Framtíð þín veltur á því!

Sjá einnig Félagshlutdrægni (kap. 48); Tapsfælni (kafli 32), áberandi áhrif (kafli 83) og smithlutdrægni (kafli 54)

Bruce vinnur í vítamínbransanum. Faðir hans byrjaði á því á tímum þegar fæðubótarefni voru ekki enn hluti af daglegum lífsstíl; læknar þyrftu að ávísa þeim. Þegar Bruce tók við sem forstjóri snemma á tíunda áratugnum rauk eftirspurnin upp og varð til þess að hann tók stór lán til að auka framleiðsluna. Í dag stendur hann sem einn farsælasti einstaklingurinn í sínu fagi og forseti landssamtaka vítamínframleiðenda; næstum daglega frá barnæsku hefur hann tekið að minnsta kosti þrjú fjölvítamín. Þegar viðtal við blaðamenn um virkni þess; Þegar blaðamaður spurði hann hvort þeir gerðu eitthvað, svaraði Bruce „Ég er viss um það" - geturðu trúað honum?

Hér er önnur áskorun fyrir þig. Hugsaðu um hvaða hugmynd eða trú sem þú ert viss um; kannski mun gull rísa á næstu fimm árum, Guð er til eða tannlæknirinn þinn er að ofhlaða þig - skrifaðu þetta allt niður í einni setningu og athugaðu hvort þú trúir sjálfum þér í alvöru!

Ertu ekki sannfærður um að sannfæring þín sé gildari en Bruce? Jæja, hér er ástæðan: þín er innri athugun, en Bruce er ytri; með öðrum orðum, þú getur séð inn í sál þeirra en ekki inn í þína.

Í tilfelli Bruce gætirðu hugsað: „Jæja, auðvitað er það honum fyrir bestu að trúa því að vítamín séu gagnleg - auður hans og félagsleg staða er háð velgengni þeirra; Allt sitt líf hefur hann tekið pillur svo hann mun aldrei viðurkenna að þær hafi verið tímasóun" En fyrir þig persónulega er þetta öðruvísi: Þú hefur gert miklar rannsóknir innra með þér og komið út sem algjörlega hlutlausir áhorfendur.

En getur innri ígrundun sannarlega verið hrein og heiðarleg? Sænski sálfræðingurinn Petter Johannson gerði rannsókn þar sem tilraunamenn skoðuðu tvær andlitsmyndir af handahófi fólki og völdu hvor andlitið var meira aðlaðandi; bað þá um að lýsa aðlaðandi eiginleikum þess í návígi. En með sniðugu brella - flestir þátttakendur tóku ekki eftir því að hann skipti um mynd á miðri leið - héldu flestir áfram að rökstyðja hvers vegna þeir vildu mynd svo rækilega! Niðurstöður hans úr rannsókn sinni: sjálfskoðun er ekki áreiðanleg: þegar við gerum sálarleit tökum við oft huglægar ákvarðanir - sem þýðir að sjálfsskoðun er óáreiðanleg: þegar við gerum innri sjálfsgreiningu
Tilbúnar niðurstöður til að ná tilætluðum niðurstöðum er þekkt sem sjálfskoðunarblekking - þessi trú á að íhugun leiði til sannleika eða nákvæmni er meira en fáfræði, vegna sterkrar sannfæringar okkar höfum við tilhneigingu til að upplifa þrjú viðbrögð þegar einhver deilir ekki sjónarmiðum okkar: Viðbrögð 1, 2 eða 3.

Fyrsta svar: Asumption of Ignorance. Þú gerir ráð fyrir að hinn aðilinn hafi ekki nægilega þekkingu; hefðu þeir fengið þekkingu þína, gætu þeir vel deilt sjónarhorni þínu. Pólitískir aðgerðarsinnar hafa tilhneigingu til að hugsa á þessum nótum: þeir telja að upplýómun muni sannfæra aðra inn í herbúðir sínar. Viðbrögð 2: Assumption of Idiocy Svar 3: Assumption of Malice. Þegar einhver skilur ekki augljósa ályktun út frá fyrirliggjandi upplýsingum og getur því ekki dregið þær augljósu ályktanir sem hann kann að virðast fáfróður og heimskur fyrir okkur öll. Skrifstofukrötum finnst sérstaklega gaman að nota þessa nálgun þar sem hún verndar „heimska“ neytendur fyrir sjálfum sér. Svar 1: Skortur á réttlátri málsmeðferð. Samstarfsaðili þinn býr yfir öllum nauðsynlegum upplýsingum - og skilur jafnvel umræðuna - en er vísvitandi baráttuglaður og býr yfir illgjarnum ásetningi. Margir trúarleiðtogar og fylgjendur líta á vantrúaða í þessu sama ljósi: Ef þeir eru ósammála þeim hljóta þeir að vera umboðsmenn Satans!

Ályktun: ekkert er eins sannfærandi og þín eigin trú, þess vegna getur sjálfsskoðun veitt raunverulega sjálfsþekkingu. Því miður er sjálfskoðun oft fölsuð eða fölsuð með of mikið traust sem of mikið og of lengi er lagt á innri athuganir; í öðru lagi er skynjun okkar oft meiri á okkur sjálfum en öðrum og það skapar tálsýn um yfirburði; lækning fyrir bæði er að verða sífellt gagnrýnni gagnvart okkur sjálfum - meðhöndla innri athuganir með jafnri tortryggni og kröfur frá þriðja aðila; orðið þinn harðasti gagnrýnandi!

Sjá einnig Illusion of Control (kafli 17); Sjálfsafgreiðsla hlutdrægni (kap. 45); Staðfestingarhlutdrægni (chs 7-8) og Not-Invented-Here Syndrome (ch 74) fyrir meira um þessi efni.

Við hliðina á rúminu mínu eru 24 bækur sem eru hlaðnar upp. Þó ég dýfi inn og út, getur enginn yfirgefið eigur mínar. Þó ég viti að óreglulegur lestur veitir mér enga raunverulega innsýn þrátt fyrir allar stundirnar sem ég hef eytt í lestur, svo í staðinn væri skynsamlegra fyrir mig að einbeita mér að einni bók í einu; afhverju er ég samt að pæla í þeim öllum 24 í einu?

Vinur minn þekkir mann sem er að deita þrjár konur samtímis og getur séð sjálfan sig stofna fjölskyldu með hverri þeirra, en hann getur samt ekki stillt sig um að velja eina - það myndi þýða að fara framhjá tveimur öðrum til frambúðar; með því að halda valmöguleikum opnum eru allir valmöguleikar í boði, þó engin raunveruleg tengsl myndast fyrir vikið.

Xiang Yu hershöfðingi, á þriðju öld f.Kr., sendi her sinn yfir Yangtze-ána til að skora á Qin-ættina. Meðan lið hans sváfu bauð hann að kveikja í öllum skipum; næsta morgun sagði hann við þá: 'Nú hafið þér aðeins einn kost: Annað hvort berjist til sigurs eða deyja.' Með því að útrýma hörfa sem valmöguleika hjálpaði hann að beina athygli þeirra eingöngu að bardaga. Spænski landvinningaforinginn Cortes notaði svipaðar hvatningaraðferðir þegar hann lagði undir sig Mexíkó á sextándu öld þegar hann sökkti sínu eigin skipi eftir að hafa lent á austurströndinni.

Xiang Yu og Cortes skera sig úr sem útúrsnúningur; flestir leitast við að auka möguleika okkar eins mikið og mögulegt er. Sálfræðiprófessorarnir Dan Ariely og Jiwoong Shin hafa sýnt fram á styrk þessa eðlishvöt í gegnum netleik. Leikmenn fengu 100 stig í upphafi og þrjár hurðir birtust á skjánum - rauðar, bláar og grænar. Að opna hvert þeirra kostaði eitt stig; þó, með hverju herbergi sem þeir komu inn í gætu þeir unnið sér inn fleiri stig. Leikmenn brugðust rökrétt við og völdu að vera áfram í einu herbergi þar til það kæmi fram. Ariely og Shin breyttu síðan reglunum þannig að ef hurðir voru ekki opnaðar innan tólf hreyfinga fóru þær að minnka á skjánum, að lokum hverfa með öllu; leikmenn hlupu síðan hús úr húsi í leit að hugsanlegum fjársjóði; þetta óframleiðandi klúður leiddi til þess að þeir skoruðu 15% færri stig en í fyrri leiknum. Að lokum bættu Ariely og Shin við einum síðasta snúningi: þeir breyttu því hvernig þú fékkst stig með því að auka hurðarstærðir um 25%! Að lokum bættu þeir við öðru snúi: leikmenn myndu samt skora 10% stig í þetta skiptið! Skipuleggjendurnir bættu við annarri hrukku með öðru ívafi: enn og aftur: hurðir gátu lokast innan tólf hreyfinga þegar þær birtust - sem neyddi leikmenn til að hoppa hurð frá hurðaropnun eins hratt og áður! Ariely og Shin gerðu síðan aðra breytingu; í þetta skiptið þegar hurðir opnuðust ekki innan tólf hreyfinga, fóru hurðir að minnka af skjánum og hurfu að lokum af skjánum! Þegar Ariely og Shin breyttust enn og aftur með því að breyta reglum: hurðir urðu að opnast innan tólf hreyfinga, annars hverfa þær af skjánum! Leikmenn byrjuðu að keppa frá dyrum til að reyna að tryggja aðgang að öllum mögulegum fjársjóðum sem leiddi til 15% færri stiga! Ariely og Shin bættu við einum síðasta snúningi: í þetta skiptið en fyrri leikur skora 15% færri stig skora 15% færri stig en áður á meðan þeir bættu við einum síðasta snúningi: skipuleggjendur bættu við öðru snúningi: þegar þeir voru opnaðir innan tólf hreyfinga hurfu þeir smám saman af skjánum þar til að lokum hvarf áður en hvarf með öllu hvarf þegar hurðir fóru að minnka, Ariely breyttu reglum sem krafðist þess að hurðin hefði nú verið opnuð innan tólf hreyfinga annars, byrjaði að minnka af skjánum innan tólf hreyfinga eða hvarf á annan hátt strax og gerði hurð eftir 12 hreyfingar eða fyrri skoruðu 15 svo hratt svo mikið scraming að áður skoraði 15% færri stig og skoraði 15% færri stig og bætti svo við öðru snúi... The -

Að opna hurðir kosta nú þrjú stig og sama kvíðinn hófst: leikmenn sóuðu stigum sínum í að reyna að halda öllum dyrum opnum. Jafnvel eftir að hafa lært hversu margir punktar leyndust í hverju herbergi, varð engin breyting; að afsala valkostum var of mikill kostnaður fyrir þá.

Af hverju hegðum við okkur óskynsamlega? Vegna þess að afleiðingar þess eru oft ekki skýrar. Á fjármálamörkuðum, til dæmis, er þetta augljóst: allir valmöguleikar á verðbréfi kosta alltaf eitthvað; það er ekkert til sem heitir ókeypis valkostur; enn á öðrum sviðum virðast valkostir oft ókeypis; þó að í sannleika kosti þetta líka kosta; hver ákvörðun krefst andlegrar orku og tekur dýrmætan tíma til að hugsa og lifa; Forstjórar sem skoða alla mögulega stækkunarmöguleika velja oft engan á endanum; fyrirtæki sem reyna að þjóna öllum viðskiptavinum mistakast oft; Sölumenn sem sækjast eftir leiðum endar oft á því að loka engum samningum þrátt fyrir alla viðleitni.

Fólk í dag hefur tilhneigingu til að festast við að hafa mörg verkefni í gangi í einu og vera opið fyrir öllum tækifærum sem bjóðast; en þessi nálgun getur fljótt dregið úr árangri. Þess í stað verðum við að læra hvenær og hvers vegna á að loka dyrum; viðskiptaáætlanir þjóna aðallega sem staðhæfingar um hvaða starfsemi eigi ekki að taka þátt í. Notaðu svipaða nálgun og fyrirtæki: skráðu það sem þú átt ekki að stunda í lífinu og taktu reiknaðar ákvarðanir um að sækjast ekki eftir ákveðnum möguleikum; þegar valkostur kemur upp, prófaðu hann á móti listanum þínum sem ekki á að sækjast eftir áður en þú tekur frekari skref. Listi mun ekki aðeins hjálpa þér að halda þér frá vandræðum, heldur mun hann einnig spara tíma í að taka ákvarðanir. Með listann þinn í höndunum, í stað þess að taka ákvarðanir í hvert sinn sem nýjar hurðir opnast - margar hurðir eru ekki skynsamlegar jafnvel þó að handföng þeirra virðast nógu auðveld - allt sem þú þarft að gera er að vísa til hennar þegar þú velur.

Sjá einnig: Sunk Cost Fallacy (Kafli 5);

VIÐVÖRUN UM NEOMANIA

Eftir fimmtíu ár, hvernig mun heimurinn okkar líta út og hvaða hlutir munu umlykja okkur daglega? Það er auðvelt að festast í Neomania; leggjum allt "glænýtt" til hliðar.

Fólk sem velti þessari spurningu fyrir sér fyrir fimmtíu árum hafði frábærar hugmyndir um hvernig „framtíðin" myndi líta út: hraðbrautir í himninum, borgir sem líkjast glerheimum og skotlestir sem þysjaðu á milli skýjakljúfa. Við myndum búa í plasthylkjum neðansjávarborgum í fríi á tunglinu og taka pillur í stað þess að láta líffræðileg börn verða getin með getnaði; velja frekar börn úr vörulistum til að vera börnin okkar; vélmenni myndu verða bestu vinir í stað fólks sem félaga á meðan dauðanum var fyrir löngu búið að uppræta - myndin sem þeir ímynduðu sér var ekki langt undan!

En bíddu aðeins: líttu vel í kringum þig: þú situr í stól sem skapaður var í Egyptalandi til forna; klæðast buxum sem þróuð voru fyrir um 5.000 árum síðan af germönskum ættbálkum um 750 f.Kr.; leðurskórnir á fótum þínum eru upprunnin á síðustu ísöld; bókahillurnar þínar eru úr viði - eitt elsta byggingarefni sem maðurinn þekkir; um kvöldmatarleytið notarðu gaffalinn eins og hann var notaður af Rómverjum: að moka bitum af dauðum dýrum og plöntum í munninn á þér um kvöldmatarleytið - ekkert hefur breyst - ekkert hefur breyst heldur;

Erum við að spá í hvernig heimurinn okkar mun líta út eftir fimmtíu ár? Nassim Taleb gefur okkur nokkrar leiðbeiningar í bók sinni Antifragile; taka tillit til þess að flest tækni sem hefur verið til á síðustu hálfri öld mun halda áfram að þjóna mannkyninu í hálfa öld til viðbótar - á meðan nýleg tækni mun úreltast hraðar en búist var við. Hvers vegna? Hugsaðu um uppfinningar sem tegundir: allt sem hefur staðist aldalanga þróun mun líklega halda áfram að halda áfram í framtíðinni líka. Gömul tækni er sönnuð; Það er ekki alltaf hægt að skilja eðlislæga rökfræði þess. Þú ættir að taka þetta með í reikninginn næst þegar þú mætir á stefnumótunarfund, þar sem eitthvað sem hefur varað í gegnum aldirnar hlýtur að hafa eitthvert gildi. Fimmtíu ár fram í tímann munu líklega líkjast nútímanum, þó þú gætir séð nýjar áberandi græjur eða uppfinningar koma fram sem gætu vakið áhuga í fyrstu. Samt koma þeir oft og fara fljótt.

Þegar við hugum að framtíð okkar leggjum við oft of mikla áherslu á tækninýjungar og „drápsöpp", en vanmetum hlutverk þeirra.
Taleb hefur fylgst með þessari tilhneigingu í gegnum tíðina. Á sjöunda áratugnum voru geimferðir í hávegum höfð, sem leiddi til þess að margir nemendur ímynduðu sér að fara í skólaferðir til Mars. Seinna á áratugnum urðu plasthús í tísku svo við hugsuðum um hvernig

við myndum skreyta gegnsæju híbýli okkar með plasthúsgögnum. Hann rekur þessa tilhneigingu aftur til "neomania", hrifningu á öllu nýju og glansandi.

Í fyrstu fann ég til samúðar með þeim sem ættleiða snemma - fólkið sem getur ekki lifað án þess að hafa aðgang að nýjasta iPhone. Á þeim tíma fannst mér þeir vera á undan sinni samtíð; núna lít ég hins vegar á þá sem óskynsamlega einstaklinga sem þjást af nýmaníu - þeir virðast hafa minni áhyggjur af því hvort vara veitir áþreifanlegan ávinning en hafa meiri áhyggjur af nýjungum en raunverulegu notagildi.

Ekki grípa til róttækra ráðstafana þegar spáð er um framtíðina. Klassísk kvikmynd Stanley Kubrick frá 1968 2001: A Space Odyssey þjónar sem myndskreyting. Þetta hugsjónasama verk, sem átti sér stað um aldamótin 1000, spáði því að Ameríka myndi hýsa þúsund sterka tunglnýlendu, þjónustað af PanAm-samgönguflugi - eitthvað sem enginn sá koma. Ég legg til þessa þumalputtareglu í staðinn: hvað sem hefur lifað af í X ár mun halda áfram að gera það í X ár í viðbót - Nassim Taleb telur að "kjaftæðissía" sögunnar geti aðskilið brellur frá leikjaskiptum svo ég er tilbúinn að veðja við hann!

Sjá einnig Hedonic Treadmill (kafli 46) sem dæmi um hvers vegna áróður virkar.
Seinni heimsstyrjöldin sá hverja þjóð búa til áróðursmyndir. Þetta var notað til að vekja upp þjóðernistilfinningar meðal óbreyttra borgara og hermanna og hvetja til fórna fyrir þjóð sína. Eftir að hafa eytt óheyrilegri upphæð í áróðursmyndir eingöngu, gerði bandaríska stríðsdeildin rannsóknir á því hvort þessi útgjöld skiluðu sér. Rannsóknir voru gerðar með reglulegum hermönnum; Viðbrögð þeirra sýndu alls ekki aukna ákefð fyrir stríði!

Litu hermennirnir á þessar myndir sem illa gerðar? Varla. Heldur þekktu hermenn þessar kvikmyndir sem áróður sem gerði það að verkum að það var nánast ómögulegt fyrir hvaða boðskap sem er í þessum myndum að hafa nokkurt vægi hjá áhorfendum; jafnvel þótt kvikmynd hafi komið fram rökum eða vakið nægilega mikla athygli áhorfenda til að verðskulda tillitssemi eða þakklæti fyrir boðskap hennar; Efni þess yrði einfaldlega litið á það sem tómt og algjörlega virt að vettugi.

Níu vikum síðar kom eitthvað óvænt í ljós: sálfræðingar gerðu aðra úttekt á viðhorfum hermanna til stríðs; Niðurstaðan: þeir sem höfðu horft á myndina lýstu mun meiri stuðningi en þeir sem höfðu ekki horft á myndina. Augljóslega virkaði áróður!

Vísindamenn voru undrandi, vitandi að sannfæringarkraftur rökræðna minnkar með tímanum, eins og geislavirk efni. Þú hefur sennilega upplifað þetta sjálfur: lestu grein um kosti genameðferðar, verðið áhugasamur í fyrstu en missir fljótt áhugann eftir nokkrar vikur; loksins eru bara leifar af eldmóði eftir.

Það ótrúlega er að áróður virkar oft á hinn veginn: þegar hann slær í gegn hjá fólki þá eykst áhrif hans bara með tímanum. Hvers vegna? Sálfræðingurinn Carl Hovland leiddi tilraun fyrir stríðsdeildina og skapaði þetta fyrirbæri "Sleeper Effect". Í augnablikinu er besta skýringin okkar á því að minningar okkar gleyma upprunanum hraðar en þær gleyma því sem rökin sjálf (t.d. áróðursdeild) sögðu á meðan þau muna boðskapinn sjálfan (þ.e. stríð er nauðsynlegt og göfugt).
Þess vegna öðlast upplýsingar sem fengnar eru frá ótraustum aðilum smám saman traust með tímanum þar sem ófrægingaröfl hverfa hraðar en skilaboð þeirra gera.

Bandarískar kosningar birta í auknum mæli neikvæðar pólitískar auglýsingar þar sem frambjóðendur reyna að gera lítið úr gögnum eða orðspori hvers annars með villandi einföldum aðferðum - í þessu tilviki verða pólitískar auglýsingar að vera í samræmi við bandarísk kosningalög með því að upplýsa um styrktaraðila sína í lok hverrar auglýsingar, en þó sýna fjölmargar rannsóknir. að svefnáhrif leika enn á meðal óákveðinna kjósenda þar sem boðberinn dofnar á meðan yfirlýsingar þeirra eru prentaðar í minnið - þetta gerir frambjóðendum kleift að koma með skaðlegustu ásakanir sem mögulegt er á frambjóðendur keppinauta án þess að óttast að hefndaraðgerðir eða afleiðingar verði gefin út á hvorum aðilum ef lokaniðurstaðan myndi vera minna neikvæður en lög gera ráð fyrir - þetta gerir kosningaauglýsingar mun erfiðara ferli en það ætti að nota gegn andstæðingum beggja hliða gegn andstæðingum frá báðum hliðum í herferðum hvað varðar kosningaþátttöku eða kjörsókn en ella er mögulegt á fyrri kosningatímabilum.

Mér hefur oft fundist það furðulegt hvernig auglýsingar geta yfirleitt virkað. Sérhver rökfastur einstaklingur ætti auðveldlega að þekkja auglýsingar fyrir það sem þær eru og vanhæfa eða flokka þær á viðeigandi hátt; en jafnvel þér sem hygginn og greindur lesandi mun ekki alltaf takast að gera þetta með góðum árangri; þú gætir gleymt hvaðan tilteknar upplýsingar komu eftir nokkrar vikur - hvort sem það er fræðandi grein eða klípandi auglýsingar!

Hvernig geturðu unnið gegn svefnáhrifum? Í fyrsta lagi skaltu vera á varðbergi gagnvart óumbeðnum ráðleggingum, jafnvel þótt þau virðist vel ætluð - að gera þetta verndar þig að einhverju leyti gegn meðferð. Í öðru lagi, forðastu heimildir með auglýsingum eins mikið og mögulegt er (við erum heppin að bækur eru áfram auglýsingalausar!). Í þriðja lagi, auðkenndu og mundu hver uppspretta hvers rifrildar sem þú lendir í var. Reyndu að skilja rökhugsun þeirra eins vel og mögulegt er og hver hagnast á hverju. Þó að þetta ferli gæti hægt á ákvarðanatökuferli nokkuð en mun einnig betrumbæta þau með tímanum.

Sjá einnig Innrömmun (42. kap.); Forgangs- og nýleg áhrif (kafli 73); Fréttir Illusion (kap. 99).

Alternativ blindness

Ímyndaðu þér þetta: þú ert að fletta í gegnum bækling sem sýnir ávinninginn af MBA gráðu sem boðið er upp á við háskólann á staðnum. Augnaráð þitt flettir yfir ljósmyndir af háfleygðu háskólasvæðinu og nútímalegum íþróttaaðstöðu; ásamt myndum af brosandi nemendum af ólíkum þjóðernishópum með áherslu á ungar konur, kínverska og indverska framfaramenn. Að lokum nærðu yfirliti sem sýnir fjárhagslegt virði þess: $100.000 gjaldið getur auðveldlega verið á móti með því að útskriftarnemar afla sér aukatekna áður en þeir fara á eftirlaun: um það bil $400.000 eftir skatta! Ekkert mál.

Rangt. Slík rök leyna ekki einum, heldur fjórum rökvillum. Í fyrsta lagi er „líkamsblekking sundmanns", að því leyti að MBA-nám hefur tilhneigingu til að laða að sér ferilsinnaða einstaklinga sem munu líklega ráða yfir meðallaunum án viðbótarhæfni eins og MBA-prófs. Önnur goðsögnin: MBA tekur tvö ár og á þeim tíma geturðu búist við tekjutapi upp á $100.000; því raunverulegur kostnaður við MBA myndi líklega fara yfir $100.000 þegar tekið er tillit til hugsanlegrar ávöxtunar af fjárfestingu. Í þriðja lagi er heimskulegt að gera áætlanir eftir meira en þrjátíu ár - hver veit hvað gerist á þeim tíma? Að lokum eru aðrir valkostir fyrir hendi; ekki vera bundinn af því að "gera MBA eða ekki gera MBA" einn. Kannski er annað forrit í boði sem kostar verulega minna og býður einnig upp á starfsframa. Mér finnst fjórði misskilningurinn sérstaklega heillandi; við skulum kalla það valblindu: þegar okkur tekst ekki að bera saman núverandi tilboð við næstbesta valtilboðið.

Hér er dæmi úr fjármálum: ímyndaðu þér að þú eigir safnað pening á sparnaðarreikningi og leitaðu ráða hjá fjárfestingarmiðlara sem mælir með því að kaupa skuldabréf sem greiðir 5% vexti í stað þess að vera aðeins 1% sem sparireikningar gefa til baka. Finnst okkur skynsamlegt að kaupa skuldabréfið? Enginn veit. Að íhuga aðeins þessa tvo kosti myndi ekki veita nákvæmt mat; til að raunverulega meta alla mögulega fjárfestingarvalkosti, veldu þá ákjósanlegasta (svona gerir toppfjárfestir Warren Buffet það).
Buffett mælir hverja færslu á móti næstbesta samningnum sem er í boði á hverri stundu - jafnvel þótt það þýði að gera meira af því sem við erum nú þegar að gera.'

Öfugt við Warren Buffett verða stjórnmálamenn oft valblindu að bráð. Íhugaðu borgarskipulag þitt um að byggja íþróttavöll á auðri lóð; Stuðningsmenn gætu haldið því fram að það muni gagnast íbúum meira tilfinningalega og fjárhagslega en tómt lóð - hvernig sem þessi samanburður er gallaður: í staðinn ættu þeir að meta allar hugmyndir sem verða ómögulegar vegna byggingar þess eins og skóla, sviðslistamiðstöðvar, sjúkrahús eða brennsluofna; Að öðrum kosti gætu þeir selt landið af og fjárfest ágóðann eða lækkað skuldir borgarinnar með þessari vallausn.

Ertu að horfa framhjá öðrum lausnum? Ímyndaðu þér að læknirinn þinn uppgötvar æxli á fimm árum og leggur til flókna aðgerð sem ef heppnast myndi fjarlægja það algerlega en þó er áhættan talin mikil með heildarlifunarhlutfall upp á aðeins 50% Hvernig ákveður þú? Íhugaðu vel valkosti þína: ákveðinn dauði eftir fimm ár eða 50% líkur á að deyja í næstu viku; val blinda! Kannski er afbrigði af ífarandi skurðaðgerð í boði á öðru sjúkrahúsi í bænum sem býður ekki upp á það eins og er á stofnuninni þinni. Skurðaðgerð til að hægja á æxlisvexti gæti aðeins dregið úr einkennum tímabundið; þó, þessi ífarandi skurðaðgerð veitir meiri tíma og hugarró en val hennar; hver veit, kannski munu þróaðari meðferðir til að útrýma æxlum á þessum tíu árum koma fram?

Niðurstaða: Ef þú átt í erfiðleikum með að taka ákvarðanir, mundu að það eru fleiri en tveir valkostir - svo sem engin skurðaðgerð og áhættuaðgerð - í boði fyrir þig. Ekki vera föst á milli algjörs vals og mögulegra valkosta þess; vertu með opinn huga!

Sjá Þversögn valsins (kafli 21); Líkamsblekking sundmanns (kafli 2) til frekari lestrar um þessi efni.

AF HVERJU VIÐ MENUM AÐ UNGUM BYSSU

FÉLAGSLEGUR SAMANBURÐUR HLUTDRÆGNI

Eftir að bókin mín náði #1 á metsölulistanum bað útgefandi minn um aðstoð mína við að útvega áritun fyrir annan titil af kunningjamanni á leið inn á topp tíu listann; þeir töldu að vitnisburður frá mér myndi gefa það auka þrýsting til að vera með á þessum lista.

Alltaf undrandi yfir því að þessar vitnisburðir virka yfirleitt, í ljósi þess að við vitum öll að aðeins jákvæðar athugasemdir koma inn á bókajakka (þessi bók innifalin). Skynsamur lesandi verður að leggja hrósið til hliðar eða að minnsta kosti íhuga það samhliða hugsanlegri gagnrýni sem er alltaf til staðar, jafnvel þótt í mismunandi myndum. Þó að ég hafi skrifað margar sögur fyrir aðrar bækur, var enginn fyrir titla sem keppa. Þegar ég íhugaði valkostina mína áttaði ég mig á hlutdrægni í félagslegum samanburði hafði tekið gildi - þessi tilhneiging til að forðast að hjálpa þeim sem gætu brátt skyggt á þig og litið heimskulega út til lengri tíma litið.

Bókasögur geta þjónað sem meinlaust dæmi um hlutdrægni í félagslegum samanburði; Hins vegar hefur háskólasamfélagið tekið þetta á allt hættulegra stig. Sérhver vísindamaður leitast við að birta eins margar greinar í virtum vísindatímaritum og ávinna sér rétt til að meta erindi frá öðrum vísindamönnum sem senda inn verk til birtingar. Með tímanum biðja ritstjórar þig um að leggja mat á erindi annarra vísindamanna - oft ákveða aðeins tveir eða þrír sérfræðingar hvaða greinar ná niðurskurði á hverju sviði; með þessa vitneskju í huga, hvað myndi gerast þegar uppkominn vísindamaður sendir frá sér jarðskjálfta grein sem hótar að steypa rótgrónum sérfræðingum af stóli? Þeir myndu líklega verða sérstaklega strangir þegar þeir meta það - þetta er hlutdrægni í félagslegum samanburði í vinnunni!

Sálfræðingurinn Stephen Garcia og fræðimenn hans lýsa dæmi þar sem nóbelsverðlaunahafi meinaði einum af efnilegum ungum samstarfsmönnum sínum að sækja um að vinna við háskólann „hans", þótt það gæti virst skynsamlegt í upphafi; með tímanum verður það gagnkvæmt þegar nefndur ungi samstarfsmaður gengur til liðs við annan rannsóknarhóp - sem getur útilokað frekari samskipti milli gamla prófessorsins og hans eða hennar og þessa unga undrabarns.
Garcia bendir á að hlutdrægni í félagslegum samanburði geti verið einn þáttur sem kemur í veg fyrir að stofnanir haldi stöðu sinni sem rannsóknarhópar á heimsmælikvarða yfir langan tíma. Fáir rannsóknarhópar ná að vera á toppnum í mörg ár í röð.

Hlutdrægni í félagslegum samanburði er annað mikilvægt mál hjá sprotafyrirtækjum. Guy Kawasaki starfaði sem „æðsti guðspjallamaður" Apple í fjögur ár og ráðleggur í dag frumkvöðlum sem áhættufjárfesta og ráðgjafa. Samkvæmt Kawasaki: „A-spilarar ráða fólk jafnvel betra en þeir sjálfir. Eins og Steve [Jobs] sagði, ráða B-spilarar C-spilara svo þeir geti fundið sig betri en þá og C-spilarar ráða D-spilara; þegar B-spilarar eru ráðnir, búist við að það sem hann kallaði „bozo-sprenginguna" eigi sér stað innan fyrirtækis þíns; ráðning B-spilara leiðir á endanum til þess að ráðnir eru Z-leikmenn í stað B-spilara. Ráðleggingar: Ráðið fólk sem er betra en þú sjálfur, annars muntu fljótlega leiða hóp af lágkúrum. Svokölluð Duning-Kruger áhrif eiga við hér; Z-spilarar með vanhæfni hafa oft þá hæfileika að horfa framhjá umfangi þess, trúa því að þeir búi yfir meiri greind en raun ber vitni; slíkt fólk skapar blekkingar yfirburði sem leiðir það til þess að gera enn fleiri mistök sem aftur rýra hæfileikahópinn með tímanum.

Isaac Newton var þá 25 ára gamall og þegar skólinn hans lokaði vegna plágufaraldurs 1666-7 bauðst Isaac Barrow til að koma með og sjá rannsóknir hans, sem Barrow yfirgaf strax sem prófessor til að ganga til liðs við sem einn af nemendum Newtons. — það var sannarlega göfugt af honum! Þvílíkt siðferðilegt fordæmi sem það gaf. Og hvenær heyrðir þú síðast um prófessor sem stígur til hliðar í þágu þess að annar frambjóðandi eða forstjóri láti af hendi stöðu sína vegna þess að þú áttar þig á því að einn starfsmaður þeirra gæti unnið betur?

Ályktun: Að lokum, fóstrar þú einstaklinga sem eru hæfileikaríkari en þú sjálfur? Þó að það gæti ógnað stöðu þinni í upphafi, til lengri tíma litið mun það aðeins gagnast. Aðrir munu hvort sem er ná þér á einhverju stigi; þar til sá tími kemur væri skynsamlegt að fara á þeirra góðu hliðar og læra af þeim - sem var hvatning mín til að skrifa vitnisburðinn í lokin. Sjá nánar: Öfund (kap. 86); Andstæðuáhrif (kafli 10).

FORGANGS- OG NÝLEG ÁHRIF

Leyfðu mér að kynna tvo menn, Alan og Ben. Ákveddu strax hvern þú kýst án þess að hugsa það of lengi: Alan er klár, vinnusamur, hvatvís, gagnrýninn, þrjóskur og afbrýðisamur á meðan eiginleikar Ben fela í sér þessa eiginleika en með ívafi: Ben getur líka verið afbrýðisamur, þrjóskur, gagnrýninn hvatvís og duglegur og klár. einnig. Flestir velja Alan þó báðar lýsingarnar hljómi svipað. Heilinn þinn hefur tilhneigingu til að gefa meiri gaum að lýsingarorðum sem eru skráð fyrst og skapar þannig tvo aðskilda persónuleika - Alan er vinnusamur á meðan Ben sýnir afbrýðisemi og þrjóska eiginleika - eitthvað sem kallast forgangsáhrif.

Án forgangsáhrifanna myndi fólk sleppa glæsilegum forstofum í höfuðstöðvum sínum; Lögfræðingur þinn myndi finnast jafn ánægður með að birtast í slitnum strigaskóm frekar en Oxford hönnuðum fyrir fundina þína.

Forgangsáhrifin valda oft hagnýtum villum. Nóbelsverðlaunahafinn Daniel Kahneman ræðir hvernig hann, í upphafi prófessorssemdar sinnar, flokkaði prófverkefni í röð: nemandi 1 og síðan nemandi 2, síðan fengu allar síðari spurningar sem var svarað gallalaust hærri einkunnir; þetta þýddi að nemendur sem svöruðu fullkomlega yrðu í uppáhaldi hjá Kahneman og þetta myndi á endanum hafa áhrif á hvernig hann gaf öðrum hlutum prófanna einkunn. Til að vinna gegn þessum áhrifum byrjaði Kahneman að flokka einstakar spurningar í lotum - öll svör við spurningu 1 eru gefin, síðan öll svör við spurningu 2 o.s.frv. - þannig að vinna gegn þessum áhrifum og gera þau óvirk.

Því miður virkar þetta bragð kannski ekki alltaf í reynd; til dæmis þegar þú ræður nýja starfsmenn þá er hætta á að ráða þann sem gefur góða fyrstu sýn fyrst. Að hámarka skilvirkni þegar sambærilegum spurningum er svarað einn í einu frá öllum frambjóðendum í röð.

Ímyndaðu þér að þú sért hluti af stjórn fyrirtækisins. Umræðuefni kemur upp sem þú hefur ekki gert upp hug þinn enn og einn eða fleiri þátttakendur viðstaddir segja skoðun sem getur haft áhrif á hvernig þú metur hana í heild. Ekki hika við að tjá það áður en aðrir gera það - þannig geta allir lært.
Með því að gera þetta muntu öðlast meiri áhrif með samstarfsfólki þínu og koma þeim yfir til þín. Ef þú ert formaður nefndar, vertu viss um að safna skoðunum í handahófskenndri röð svo enginn hafi ósanngjarnan forskot á annan meðlim.

Forgangsáhrif eru kannski ekki alltaf að kenna; nýleg áhrif gegna oft jafn áhrifamiklu hlutverki. Upplýsingar sem geymdar eru nýlega hafa tilhneigingu til að festast betur í minni okkar - þetta gerist vegna þess að skammtímaminnisskrár okkar innihalda aðeins takmarkað pláss; um leið og eitthvað nýtt kemur verður eldra verk að víkja.

Hvenær hefur forgangur yfirburði nýlegrar áhrifa og öfugt? Þegar þú stendur frammi fyrir því að taka tafarlausar ákvarðanir byggðar á mörgum birtingum (einkennum, prófsvör osfrv.), vega forgangsáhrifin þyngra. En ef þessar birtingar mynduðust yfir lengri tíma - til dæmis ef þú hlustaðir á ræðu nýlega þá eru nýleg áhrif meira áberandi; þú munt muna skýrari lokapunkta/punchlines frekar en upphafspunktana.

Ályktun: Fyrstu og síðustu birtingar ráða yfir, sem þýðir að innihaldið á milli hefur aðeins lágmarks áhrif. Reyndu að forðast að taka ákvarðanir sem byggjast eingöngu á fyrstu kynnum; þetta mun án efa blekkja þig í einhverri mynd. Metið alla þætti á sanngjarnan og hlutlausan hátt - þó það sé kannski auðveldara sagt en gert - eins og að taka viðtöl með því að taka mark á stigum á fimm mínútna fresti og taka svo meðaltal út eftir það til að tryggja að allir þættir teljist jafnt eins og halló og bless stig.

Sjá einnig Illusion of Attention (kafli 88); Svefnáhrif (kap. 70); Áberandi áhrif (kafli 83)

AF HVERJU HEIMLAGERÐ ER BEST

Eldunarhæfileikar mínir eru frekar grunnir og konan mín veit það. Af og til tekst mér samt að búa til eitthvað ætilegt. Nýlega, þegar ég keypti sóla, bjó ég til óvenjulega sósu úr hvítvíni, maukuðum pistasíuhnetum, hunangi, rifnum appelsínuberki og balsamikediki - og þegar hún smakkaði það byrjaði hún að skafa af sér það sem henni fannst vera of djörf tilraun; en mér fannst það bragðast dásamlega og útskýrði smáatriði þess en engin breyting var að sjá á svip hennar.

Tveimur vikum síðar útbjó konan mín tóna í kvöldmatinn aftur, í þetta sinn eldaði hún hana sjálf. Hún útbjó tvær sósur: hina sannreyndu beurre blanc sósu sem og óvenjulega uppskrift frá frönskum toppkokki sem bragðaðist hræðilega; síðar opinberað sem svissneskur í staðinn! Greinilegt að hún kom mér á óvart; Ég hafði fallið fyrir Not-Invented-Here Syndrome (NIH heilkenni), þar sem öll sköpun sem þú býrð til sjálfur verður betri í samanburði við allt sem kemur á eftir.

NIH heilkenni veldur því að fólk verður ástfangið af eigin hugmyndum. Þetta á ekki bara við um fiskisósuuppskriftir heldur hvers kyns lausnir, viðskiptahugmyndir og uppfinningar sem þróaðar eru innbyrðis; fyrirtæki meta slík hugtök oft mikilvægari en nokkur frá utanaðkomandi aðilum; þó þetta gæti ekki endilega verið rétt í raun og veru. Nýlega hitti ég forstjóra hugbúnaðarfyrirtækis fyrir sjúkratryggingafyrirtæki. Hann útskýrði hversu erfitt það væri fyrir fyrirtæki sitt - jafnvel þó það hafi leitt markaðinn hvað varðar þjónustu, öryggi og virkni - að selja hugbúnaðarvörur sínar beint til hugsanlegra viðskiptavina. Margir vátryggjendur telja að þeirra eigin innanhúslausnir veiti bestu lausnirnar, enn annar forstjóri sagði mér hversu erfitt það væri að sannfæra starfsfólk sitt í höfuðstöðvunum um að samþykkja lausnir sem lagðar eru til frá fjarlægum dótturfyrirtækjum.

Þegar fólk vinnur saman að því að leysa vandamál og metur þessar hugmyndir sjálft mun NIH heilkennið óhjákvæmilega gera vart við sig og taka sinn gang. Þannig hefur það óhjákvæmilega áhrifaríka niðurstöðu sem leiðir til áhrifaríkrar birtingar þess. Þetta gerir ástandið enn mikilvægara.
Það er skynsamlegt að skipta teymum í tvo hópa: annar mun búa til hugmyndir á meðan hinn metur þær, hugmyndir sem myndast af einu teymi eru metnar af öðru, síðan snúið við - þannig fá báðir hópar jafnan tíma til að búa til hugmyndir og meta hugtök frá öðrum. Við höfum tilhneigingu til að meta okkar eigin viðskiptahugmyndir á jákvæðari hátt en þær sem aðrir hafa lagt fram - eiginleiki sem er nauðsynlegur fyrir velgengni frumkvöðla en leiðir þó oft til vonbrigða ávöxtunar í sprotafyrirtækjum.

Sálfræðingurinn Dan Ariely notaði blogg sitt á The New York Times til að mæla NIH heilkenni. Lesendur Ariely beðnir um að gefa lausnir á sex vandamálum, eins og "Hvernig geta borgir dregið úr vatnsnotkun án þess að vera takmörkuð með lögum?" koma með tillögur og meta hagkvæmni; tilgreina frekar tíma- og peningafjárfestingar í hverja hugmynd sem lagt er til; að lokum að nota aðeins fimmtíu orð svo öll svörin sem gefin voru passa nákvæmlega saman. Engu að síður mátu flestir lesendur svör sín mikilvægari og viðeigandi en samverkamenn þeirra, jafnvel þó að innsendingarnar væru nánast eins.

Á samfélagslegu stigi getur NIH heilkennið haft hörmulegar afleiðingar. Við höfnum oft vitrænum hugmyndum frá öðrum menningarheimum einfaldlega vegna þess að við getum ekki metið sannaða kosti þeirra. Sviss, þar sem hvert ríki eða kantóna (borið fram cantonesalee á frönsku) hefur ákveðin völd, var heimili óvenjulegs máls um National Involvement in Health (NIH) þegar ein lítil kantóna neitaði að samþykkja kosningarétt kvenna þrátt fyrir hneykslan alríkisdómstól árið 1990 sem í raun breytti því - enn eitt hrópandi dæmið um National Intervention in Health. Lítum líka á nútíma umferðarhringtorg sem hannað var af breskum flutningaverkfræðingum á sjöunda áratugnum og útfært um allt Bretland. Það státar af ströngum ávöxtunarkröfum. Eftir nokkurra áratuga gleymsku og mótspyrnu dreifðust ráðstafanir til að draga úr umferðarþunga eins og hringtorgum að lokum um bæði Norður-Ameríku og meginlands Evrópu. Frakkland eitt státar nú af yfir 30.00 hringtorgum sem margir Frakkar kenna ranglega við skapara þess, sem hannaði Place de l'Etoile.

Ályktun: við höfum tilhneigingu til að hrífast af okkar eigin hugmyndum og gera okkur sífellt drukknari af krafti þeirra. Að vera edrú og meta gæði þeirra hlutlægt eftir á að hyggja - hver af hugmyndum þínum frá síðustu tíu árum var í raun framúrskarandi? Einmitt.

Sjá einnig Introspection Illusion (kafli 67); Endowment Effect (kafli 23); Sjálfsafgreiðsla hlutdrægni (kap. 45); Fölsk samstöðuáhrif (kafli 77)

"Allir álftir eru hvítir." Um aldir stóð þessi fullyrðing. Hvert snævi eintak var sönnun fyrir þessari fullyrðingu; einhver annar litur? Óhugsandi. Það var til 1697, þegar Willem de Vlamingh rakst fyrst á svartan svan í leiðangri til Ástralíu; síðan þá hafa svartir álftir komið til að tákna ósennileika í lífinu.

Einn dagur árið 1987 var slíkur dagur - Nassim Taleb lýsti þessum atburði fræga í bók sinni með því að gefa enga viðvörun um niðurstöðu hans! Black Swan atburður.

Black Swan atburðir eru ólýsanlegir atburðir sem gjörbreyta lífi, ferli og samfélagi á stórkostlegan hátt - allt frá loftsteinum sem slá þig niður til uppgötvunar Sutters á gulli í Kaliforníu eða dauða Sutters; frá uppgötvun Sutter til spútnik og þróun netvafra; eða önnur kynni sem gjörbreyta lífi manns - hver um sig eru hugsanlegir svartir svanir sem gætu haft jákvæðar eða neikvæðar afleiðingar - þetta flokkast allir sem svartir svanir.

Donald Rumsfeld var einu sinni frægur fyrir að koma fram öflugri heimspekilegri hugsun á blaðamannafundi: það eru hlutir sem við vitum fyrir víst („þekktar staðreyndir"), sumt sem er enn óþekkt (þekkt óþekkt) og það sem er okkur hulið eða dularfullt. ('óþekktir óþekktir').

Erum við núna að kanna stærð og umfang alheimsins, tilvist kjarnorkuvopna í Íran eða hvort netið geri okkur snjallari eða heimskari eða ekki? Þessar spurningar tákna „þekkt óþekkt", sem við gætum, með nógu mikilli fyrirhöfn, einhvern tímann vonað að fá svör; ólíkt óþekktum óþekktum hlutum eins og Facebook oflæti sem enginn bjóst við við upphaf þess fyrir tíu árum: það var sannarlega óvænt og óútreiknanlegt.

Af hverju eru svartir svanir mikilvægir? Þrátt fyrir að það hljómi undarlega, hafa svartir svanir verið í auknum mæli með tímanum og hafa tilhneigingu til að verða sífellt afleiðingar. Þó að við getum skipulagt framtíð okkar með vissu, þá geta óvæntir atburðir eins og Svartir svanir oft valdið því að við bregðumst við.
Endurgjöfarlykkjur og ólínuleg áhrif hnekkja oft bestu fyriraætlunum okkar, sem leiðir til óvæntra niðurstaðna. Ein ástæðan er eðlislæg geta heilans okkar til að veiða og safna. Á steinaldartímanum lentu veiðimenn sjaldan í neinu raunverulegu óvenjulegu - dádýrin okkar sem elt voru voru oft hægari eða hraðari, feitari eða grennri. Allt stefndi í stöðugt meðallag.

Í dag er öðruvísi; ein bylting getur margfaldað tekjur þínar með stærðargráðu - spurðu bara Larry Page, Usain Bolt, George Soros, J.K. Rowling eða Bono sem dæmi. Áður fyrr voru slík auðæfi ólýsanleg - aðeins nýlega hafa slík afrek verið möguleg og leitt til ótta okkar nútímans við öfgakenndar aðstæður. Þar sem líkur geta ekki fallið niður fyrir núll og hugsanir manna sýna oft villur, ættir þú að gera ráð fyrir að allt sé yfir núlllíkum.

Hvað er hægt að gera? Settu þig í aðstæður sem gætu gert þér kleift að ná far.

Skapaðu þér þann möguleika að vera svo heppinn að upplifa jákvæðan Black Swan atburð (þó það sé afar ólíklegt). Íhugaðu að gerast listamaður, uppfinningamaður eða frumkvöðull með stigstærð vöru. Að selja tíma þinn sem starfsmaður, tannlæknir eða blaðamaður dugar ekki - þó að þú þurfir að halda áfram þessari braut forðastu umhverfi sem gæti leyft neikvæðum Black Swan atburðum að koma upp.
Vertu skuldlaus, fjárfestu sparnaðinn þinn eins varlega og hægt er og sættu þig við að lifa við hófleg lífskjör óháð því hvort stóra byltingin þín verður eða ekki.

Skýringar um tvíræðni andúð (kafli 80); Spá blekking (kafli 40); Aðrar leiðir (kafli 39) og væntingar (kafli 62) úr þessari bók.

Að skrifa bækur um skýra hugsun færir mér margs konar verðlaun: leiðtogar fyrirtækja og fjárfestar greiða mér gjarnan fyrir ræður um það fyrir góðan pening, þó það virðist skrýtið þar sem bækur eru miklu ódýrari. Á einni læknaráðstefnu flutti ég erindi um vanrækslu á grunntíðni með hliðstæðu úr læknisfræði: sérstaklega þegar rætt var um stingandi brjóstverk meðal 40 ára sjúklinga gæti það bent til hjartasjúkdóma eða einfaldlega streitu - streita er miklu líklegri (með hærri grunni) hlutfall), svo það væri skynsamlegt að prófa fyrst fyrir þennan möguleika áður en þú prófar hjartasjúkdóma eða streitu - eitthvað sem allir læknar skildu innsæi þegar ég notaði hagfræðidæmi; en flestir höktuðu þegar reynt var að skilja þessa hugmynd í smáatriðum samanborið við hliðstæður úr læknisfræði eða læknisfræði almennt samanborið við þegar notað var hagfræðidæmi úr læknisfræði, þessi samlíking höklaði mest þegar útskýrði þennan þátt grunnvaxtar vanrækslu: þegar notað var hagfræðidæmi dróst mest af þegar talað er um vanrækslu á grunnvexti (grunnvaxta vanrækslu er auðveldara).

Eins og með fjárfesta, þegar ég tala fyrir framan áhorfendur upplifi ég svipuð fyrirbæri: þegar ég nota dæmi úr fjármálum eða hagfræði til að sýna ranghugmyndir grípa fljótt í gegn; en ef ég nota dæmi úr líffræði þá virðast þau týnd - sýna hvernig innsýn berst ekki auðveldlega á milli sviða - áhrif sem kallast lénsfíkn.

Harry Markowitz hlaut Nóbelsverðlaunin í hagfræði árið 1990 fyrir kenningu sína um "Portfolio Selection". Þetta ferli ákvarðar bestu samsetningu eignasafns, að teknu tilliti til bæði áhættu- og ávöxtunarsjónarmiða. Þegar hann var notaður á eigin sparnað Markowitz - hvernig á að skipta þeim á hlutabréf og skuldabréf - valdi hann einfaldlega 50/50 dreifingu. Nóbelsverðlaunahafi gat ekki beitt aðferðafræðilegu ferli sínu á áhrifaríkan hátt í persónulegum málum sínum; augljóst tilfelli um lénsfíkn; því ekki að færa þekkingu frá fræðasamfélaginu inn í daglegt líf.

Vinur minn er adrenalínáhugamaður. Hann nýtur þess að klifra yfir hangandi kletta með berum höndum og hoppa af fjöllum í vængjafötum, meðal annars ævintýralegra iðja. Í síðustu viku sagði hann mér hvers vegna það getur verið áhættusamt að stofna fyrirtæki; Ekki er alltaf hægt að útiloka gjaldþrot sem valkost. Þegar við ræddum mál hans svaraði ég „Persónulega vil ég frekar vera gjaldþrota en dauður!" Hann kunni ekki að meta rökstuðning minn!

Sem höfundur skil ég erfiðleikana við að skipta frá einu sérfræðisviði yfir á annað. Að plotta skáldsögur og búa til persónur kemur mér auðveldlega í hug; tómar síður hræða mig ekki! Á hinn bóginn er eitthvað allt annað að takast á við tóma kassa og skjái.
Innréttingar geta verið ógnvekjandi; Ég get eytt klukkustundum í að glápa út í geiminn án þess að hafa hugmynd í huga.

Fyrirtæki treysta oft á lénsfíkn. Hugbúnaðarfyrirtæki gæti ráðið áhrifaríkan sölumann neytendavöru og komist að því að það reynist afar krefjandi að færa hæfileika sína frá neytendavörum yfir í þjónustusölu. Kynnir sem skarar fram úr þegar hann talar við litla hópa gæti hvikað þegar áhorfendur hans fara yfir 100 manns; eða hæfileikaríkur markaðsmaður gæti skyndilega skort alla stefnumótandi sköpunargáfu þegar hann fer úr forstjórahlutverkinu.

Markowitz gefur okkur dæmi sem undirstrikar hversu erfið umskiptin úr atvinnulífi yfir í einkalíf geta verið. Ég veit um forstjóra sem skara fram úr sem leiðtogar í starfi en virðast samt tómar skeljar þegar kemur að nánum samskiptum utan skrifstofuvegganna. Eins og oft vill verða eru læknar versta stéttin þegar kemur að sígarettureykingum og tóbaksnotkun. Lögreglumenn hafa tilhneigingu til að vera tvisvar sinnum ofbeldisfyllri á heimilum en óbreyttir borgarar á meðan bókmenntafræðingar fá léleg dóma fyrir bækur sínar. Parameðferðaraðilar hafa tilhneigingu til að eiga veikari hjónabönd en skjólstæðingar þeirra; að sögn stærðfræðiprófessors Barry Mazur. "Fyrir nokkrum árum var ég að reyna að ákveða hvort ég ætti að flytja frá Stanford til Harvard eða ekki." Eftir að hafa leiðst vini mína með endalausum umræðum stakk einn upp á því að ég setti saman lista yfir kostnað og ávinning ásamt væntanlegu gagni mínu til að reikna gróflega út. Án þess að hugsa var svar mitt: „Komdu svo Sandy, þetta er alvarlegt.“ Án þess að hugsa vel um svar mitt var svar mitt:

Það getur verið krefjandi að flytja þekkingu frá einu svæði til annars, sérstaklega á milli fræðilegra og raunveruleikaaðstæðna - og sérstaklega á milli fræðimanna og raunveruleika eins og fræðasviðs á móti raunveruleikasviðum. Því miður á þetta við jafnvel um þekkingu þessarar bókar: þú gætir átt í erfiðleikum með að beita henni í daglegu lífi; jafnvel fyrir mig sem rithöfund reyndust þessi umskipti vera erfið! Bókagáfur þýðast ekki auðveldlega yfir í götusnjall.

Sjá einnig Deformation Professionale (kafli 92); Chauffeur Knowledge (kafli 16) og Twaddle Tendency (kafli 57)

Hvaða tónlist kýst þú: 60s eða 80s tónlist? Hvernig myndi almenningur bregðast við? Fólk hefur tilhneigingu til að varpa óskum sínum yfir á aðra; þeir sem elska sjöunda áratuginn gætu gert ráð fyrir að flestir aðrir geri það líka; á sama hátt gætu áhugamenn á níunda áratugnum gert ráð fyrir að flestir aðrir deili tónlistarsmekk sínum líka. Við gætum oft ofmetið einhug meðal fólks í kringum okkur og gerum ráð fyrir að allir séu sammála hugsunum okkar og skoðunum - þetta fyrirbæri er þekkt sem fölsk samstöðuáhrif.

Stanford sálfræðingur Lee Ross kannaði þetta fyrst árið 1977 með því að búa til samlokuborð með slagorðinu „Eat at Joe's" og biðja handahófsvala nemendur að klæðast því um háskólasvæðið í þrjátíu mínútur og áætla hversu margir aðrir nemendur myndu bjóða sig fram til þess; þeir sem vildu bera merkið gerðu ráð fyrir að flestir aðrir (62%) væru sammála, en þeir sem höfnuðu kurteislega töldu að flestum (67%) myndi finnast hugmyndin of heimskuleg; báðir hópar nemenda ímynduðu sér að þeir væru hluti af hinum almenna meirihluta.

Fölsk samstaða má sjá meðal hagsmunahópa og stjórnmálaflokka sem ofmeta stöðugt vinsældir málefna sinna, svo sem hlýnun jarðar. Sama hversu mikilvægt þér finnst þetta mál vera, líklegast trúir þú að flestir aðrir deili þinni skoðun á því. Stjórnmálamenn hafa sömuleiðis tilhneigingu til að ofmeta vinsældir sínar vegna eðlislægrar bjartsýnishlutdrægni sem getur ekki annað en látið þá trúa að kosningahorfur þeirra séu meiri en raun ber vitni.

Listamönnum vegnar enn verr: þegar þeir ráðast í ný verkefni búast listamenn við meiri árangri en nokkru sinni fyrr. Persónulegt dæmi mitt var að skáldsagan mín Massimo Marini sló í gegn; enda hafði hann staðið sig vel miðað við forvera sína (þó þessir hefðu líka fengið jákvæða dóma), sem virtist jafn góð að mínu mati. Því miður fyrir mig þó var almenningsálitið ósammála og sannaði að ég hefði rangt fyrir mér: þetta fyrirbæri sem kallast falsk samstaða.

Og þetta á jafnt við í viðskiptum: þótt R&D deild telur að vara hennar muni höfða til neytenda þýðir það ekki að neytendur geri það líka. Fyrirtæki undir forystu tæknisérfræðinga hafa tilhneigingu til að taka ákvarðanir með þessa hlutdrægni í huga.
Uppfinningamenn hafa tilhneigingu til að verða heillaðir af háþróaðri eiginleikum vöru sinna og gera rangt ráð fyrir að þeir muni einnig töfra viðskiptavini.

Fölsk samstaða eru heillandi af annarri ástæðu. Þegar fólk deilir ekki skoðunum okkar, merkjum við þær fljótt sem óeðlilegar eða grunsamlegar. Tilraun Ross staðfesti þetta; nemendur sem klæddust samlokuborðum sáu þá sem ekki voru sammála sem hrokafulla eða sjálfhverfa á meðan þeir í öðrum búðum litu á þá sem athyglisleitendur eða merkisbera sem hálfvita og hávaðaframleiðendur.

Ef til vill minnirðu á rökvillu félagslegrar sönnunar - hugmyndin um að hugmynd verði betri eftir því sem fleiri gerast áskrifendur að henni - sem gefur til kynna fölsk samstöðuáhrif svipuð því sem sést í kosningum með fölskum samstöðu. Nei. Félagsleg sönnun er þróunaraðferð til að lifa af. Að fylgja mannfjöldanum hefur oftar bjargað húðinni okkar síðustu 100.000 árin en að fara einn. Þrátt fyrir að engin utanaðkomandi áhrif taki þátt í að skapa rangar samstöðuáhrif, þjóna þau samt félagslegu hlutverki; þess vegna hefur þróunin ekki útrýmt þeim. Heilinn okkar var ekki skapaður til að þekkja sannleikann; Tilgangur þeirra er þess í stað að eignast afkvæmi eins oft og hægt er. Sá sem var álitinn hugrakkur og sannfærandi (með fölsku samstöðuáhrifunum) skildi eftir glæsilega fyrstu sýn, laðaði að sér fleiri auðlindir og jók möguleika sína á að miðla genum sínum til komandi kynslóða. Efasemdarmenn þóttu minna aðlaðandi.

Ályktun: Að viðurkenna að heimsmynd þín hljómar ekki við viðhorf almennings er aðeins hálf baráttan - ekki gera ráð fyrir að þeir sem hafa mismunandi hugmyndir séu hálfvitar áður en þú vísar þeim algjörlega á bug og vantreysti þeim, skoðaðu fyrst forsendur þínar vandlega og hlutlægar og reyndu að ögra sjálfum þér áður en þeir bregðast neikvætt við þeim sem hafa ólík sjónarmið.

Sjá einnig Social Proof (Ch. 4) og Not-Invented-Here Syndrome (Ch. 75) fyrir frekari umfjöllun um þessi hugtök.

T V Í R Æ Ð N I   A N D Ú Ð

Tveir kassar. Box A inniheldur 100 kúlur: 50 rauðar og 50 svartar. Í reit B, sama hver er valinn án þess að skoða, 100 af sömu stærð en engin vitneskja um hverjar verða rauðar eða svartar kúlur ef einhverjar eru dregnar þaðan fyrir slysni - ef rauð kúla kemur út vinnurðu $100 ! Hvaða kassa myndir þú velja: A eða B? Flestir hafa tilhneigingu til að velja A sem valkost.

Spilaðu aftur með því að nota nákvæmlega sömu kassana og reyndu að draga fram eina svarta bolta að þessu sinni fyrir $100! Hvaða kassa myndir þú velja í þetta skiptið? Líklegast væri það A; Hins vegar, í rökfræðilegum skilningi, myndi B innihalda færri rauðar kúlur (og þar með fleiri svartar kúlur), sem réttlætir val þitt að þessu sinni.

Villa er algeng; ekki hafa áhyggjur: þetta fyrirbæri er þekkt sem Ellsberg þversögnin og er nefnt í höfuðið á Daniel Ellsberg, fyrrverandi sálfræðingi frá Harvard (hann lak síðar leynilegum Pentagon-skjölum í prentun sem varð til þess að Nixon forseti sagði af sér). Ellsberg þversögnin gefur reynslusögur fyrir því að við höfum tilhneigingu til að hygla kunnuglegum líkindum fram yfir óþekkta (reit A yfir kassa B).

Svo við komum aftur að áhættu og óvissu (eða tvíræðni) og mismun þeirra. Áhætta þýðir að líkur eru þekktar; óvíst er þegar líkur eru enn óþekktar; með því að taka áhættu með í reikninginn geturðu ákveðið hvort skynsamlegt sé að taka fjárhættuspil eða ekki. Óvissa gerir ákvarðanir enn erfiðari og leiðir oft til skelfilegra afleiðinga. Auðvelt er að rugla saman áhættu og óvissu - sem oft leiðir til skelfilegra afleiðinga fyrir alla sem reyna að reikna með einum á móti öðrum. Tölfræði er forn 300 ára gömul vísindi sem rannsaka áhættu. Fjölmargir prófessorar rannsaka hugtök þess; þó er engin kennslubók til um óvissu; þannig að við reynum að passa óvissu inn í áhættuflokka án þess að það sé skynsamlegt. Hér að neðan eru tvö dæmi þar sem þessi kenning virkar og eitt þar sem hún virkar ekki: eitt úr læknisfræði (þar sem það virkar vel) og eitt úr hagfræði (þar sem það virkar ekki).

Menn eru milljarðar á jörðinni. Líkamar okkar eru ekki verulega breytilegir, ná svipaðum hæðum og aldri (enginn verður nokkurn tíma 100 fet á hæð).
Maður getur lifað í 10.000 ár (eða aðeins millisekúndur!). Flestir menn hafa tvö augu, fjórar hjartalokur og 32 tennur; þetta þýðir að við myndum líta út eins og músum frá sjónarhóli annarrar tegundar. Vegna þessa, þegar tekist er á við sjúkdóma sem hafa svipaða eiginleika eins og krabbamein, er skynsamlegt að segja til dæmis: „Það er 30% hætta á að þú deyrð úr krabbameini.“ Hins vegar væri alls ekki skynsamlegt að fullyrða að „það eru 30% líkur á að evran hrynji innan fimm ára“. Hvers vegna? Hagkerfið býr í umhverfi ófyrirsjáanlegs. Engin

gjaldmiðilssaga gerir okkur kleift að draga úr líkum með nokkurri vissu; og munurinn á áhættu og óvissu sýnir einnig hvers vegna líftryggingar og skuldatryggingar eru verulega ólíkar. Credit default swaps (CDS) eru tryggingar gegn sérstökum vanskilum vegna vangetu fyrirtækja til að greiða, líkt og líftryggingar ná yfir áhættu á auðreiknanlegu formi; Skuldatryggingar setja inn óvissu í líf okkar sem stuðlaði að fjármálaóreiðu 2008. Þegar orðasambönd eins og „hættan á óðaverðbólgu er x prósent" eða „eiginfjárstaða okkar er í hættu y prósent" heyrast, takið eftir: þær ættu að draga upp rauða fána.

Til að forðast skyndidóma verður þú að læra að sætta þig við tvíræðni. Því miður getur þetta verið krefjandi og óyfirstíganlegt verkefni sem þú getur ekki haft bein áhrif á. Amygdala þín gegnir mikilvægu hlutverki hér - þetta svæði á stærð við hnetur í miðju heilans sem ber ábyrgð á minnisvinnslu og tilfinningum gegnir einnig lykilhlutverki hér: lögun þess ákvarðar getu þína eða skortur á henni til að takast á við óvissu; Pólitísk tilhneiging þín endurspeglar þessa dýnamík þar sem umburðarlyndi þitt gagnvart óvissu er mismunandi eftir byggingu hennar; að mörgu leyti tengist þetta því hversu oft atkvæði þitt hallast að íhaldssemi - sést að hluta til af líffræðilegum orsökum á bak við pólitíska tilhneigingu þeirra!

Sá sem vill hugsa skýrt verður að skilja muninn á áhættu og óvissu. Aðeins í vissum tilfellum getum við treyst á skýrar líkur - spilavíti, myntkast eða líkindakennslubækur geta veitt slíka tryggingu - oft sitjum við uppi með vandræðalega tvíræðni sem krefst þolinmæði í meðhöndlun. Lærðu að samþykkja allt sem hluta af lífinu!

Sjá einnig: Svartur svanur (75. kap.); Vanræksla á líkindum (kap. 26); Vanræksla á grunnvexti (kafli 28); Framboðshlutdrægni (kafli 11) og aðrar leiðir (kafli 39) til frekari íhugunar. (82-91).

AF HVERJU HELDUR ÞÚ ÁFRAM MEÐ STÖÐU QUO

Á veitingastað nýlega skoðaði ég vínlistann þeirra í örvæntingu: Irouleguy? Harslevelu? Susumaniello? Þótt hann væri ekki sérfræðingur var það augljóst að sommelier þeirra var að reyna að heilla okkur með veraldlegu vali sínu. Að lokum á síðu átta var innlausn í formi „Franska húsvínsins okkar: Reserve du Patron, Bourgogne $52“. Strax að panta eina hugsun "Þetta getur örugglega ekki verið verra...".

Síðan ég keypti iPhone fyrir nokkrum árum hefur það gert mér kleift að sérsníða allt - gagnanotkun, samstillingu forrita, dulkóðunarstillingar og hljóðstyrk myndavélarlokara - að nákvæmlega mínum forskriftum. En þú gætir giskað rétt: enginn hefur enn verið stilltur!

Í kjarna mínum er ég ekki tæknilega áskorun; frekar er ég einfaldlega annað fórnarlamb "sjálfgefnu áhrifanna". Þegar eitthvað finnst okkur þægilegt og aðlaðandi höfum við tilhneigingu til að halda okkur við sjálfgefna stillingu þess - eins og vín hússins og farsímastillingar frá verksmiðjunni þar sem við sættum okkur yfirleitt ánægð. Rétt eins og ég, kjósa margir aðrir staðlaða valkosti fram yfir einstaka valkosti - til dæmis þegar þeir kaupa nýja bíla hafa margir kaupendur tilhneigingu til að velja sjálfgefinn lit án tillits til þess að hann sé tiltækur í öðrum gerðum; margir kaupendur velja það óháð því. Margir kjósa sjálfgefið umfram allt annað!

Í bók sinni Nudge sýna hagfræðingurinn Richard Thaler og lagaprófessorinn Cass Sunstein hvernig stjórnvöld geta í raun leiðbeint þegnum sínum án þess að brjóta stjórnarskrárvarið frelsi. Yfirvöld þurfa aðeins að bjóða upp á nokkra möguleika - alltaf með „út“ fyrir þá sem ekki geta gert upp á milli þeirra - til að fólk geti tekið upplýsta ákvörðun um bílatryggingar fyrir sig og nágranna sína. New Jersey og Pennsylvania sýndu þetta með tveimur bílatryggingum sem íbúum þeirra var veitt. New Jersey auglýsti þessa stefnu sem staðlaðan kost og flestir voru ánægðir með að sætta sig við lægri kostnað og afsal á tilteknum bótarétti ef slys ætti sér stað. Ökumenn í Pennsylvaníu virtust frekar hneigðist að velja annan, dýrari kostinn sem staðalval og gerðu þetta fljótt að söluhæsta kostinum. Þessi niðurstaða var nokkuð merkileg í ljósi þess að ökumenn beggja ríkja eru almennt svipaðir.
Umfjöllun getur verið mismunandi, allt eftir því hvað einstaklingur kýs og æskilegt fjárhagsáætlun.

Lítum á þessa tilraun: það er bráður skortur á líffæragjöfum, en samt velja aðeins 40% líffæragjafa. Eric Johnson og Dan Goldstein gerðu skoðanakönnun þar sem fólk var spurt hvort það vildi taka virkan afþreyingu við dauðann. Með því að gera líffæragjafir að sjálfgefna valmöguleikanum frekar en að afþakka/afþakka sjálfgefið, jókst nýtingin verulega úr 40% í yfir 80%! Þetta sýndi mikinn mun á sjálfgefnu vali á móti sjálfgefnu vali.

Þegar enginn staðall valkostur er tilgreindur, höfum við tilhneigingu til að láta okkur nægja hvaða sjálfgefna stillingu sem er til og framlengja og sannreyna núverandi ástand hennar. Mannlegt eðli vill frekar það sem þeir vita; ef valið er á milli þess að prófa eitthvað nýtt eða halda sig við það sem við vitum nú þegar, hafa margir tilhneigingu til að halda sig við það sem er kunnuglegt þrátt fyrir að vita að allar breytingar myndu gagnast þeim; bankinn minn rukkar mig $60 árlega til að senda reikningsyfirlit út; að hlaða þeim niður í staðinn myndi spara þennan kostnað, samt einhvern veginn pirrar þessi þjónusta mig enn; kannski vegna þess að það er nógu öruggt?

Svo hvaðan stafar hlutdrægni í stöðu quo? Tapsfælni á stóran þátt í þessu fyrirbæri. Tap hefur tvisvar sinnum meiri áhrif á okkur en hagnaður gerir og það gerir verkefni eins og endurnýjun samninga afar krefjandi - sérhver ívilnun sem þú gefur út vegur tvöfalt þyngra en allt sem þú færð til baka, og skapar hreint tap í gegnum slík skipti.

Bæði sjálfgefna áhrifin og hlutdrægni í óbreyttu ástandi sýna mikla tilhneigingu okkar til að halda okkur við hvernig hlutirnir eru, jafnvel þótt þetta setji okkur í óhag. Með því að breyta mannlegri hegðun með því að stilla sjálfgefna stillingar á annan hátt geturðu haft áhrif á mannlegar ákvarðanir með betri árangri.

„Kannski fylgir líf okkar stórkostlegu, duldu sjálfgefnu hugtaki," lagði ég til við matarfélaga í von um að vekja hann til djúprar heimspekilegrar umræðu. Í staðinn, eftir að hafa tekið vín úr Reserve du Patron, sagði hann einfaldlega: „kannski þarf það bara tíma."
Sjá einnig ákvörðunarþreyta (kafli 53); Þversögn valsins (kafli 21); Tapsfælni (32. kap.).

AF HVERJU „SÍÐASTA TÆKIFÆRI" GERÐU OKKUR TIL HANN

Ótti við eftirsjá || Paul á hlutabréf í fyrirtæki A, en á árinu var að íhuga að selja þau og kaupa hlutabréf af fyrirtæki B í staðinn - valdi að lokum að gera það ekki og gerði sér grein fyrir því í dag að hann hefði fengið 1.200 dollara aukalega hefði hann gert það í staðinn. Á sama tíma átti George hlutabréf frá fyrirtæki B en seldi þau til að kaupa A hluti í staðinn; í dag gera báðir mennirnir sér grein fyrir að þeir hefðu getað komist betur að með B í staðinn og fengið $1200 aukalega hagnað ef þeir hefðu haldið honum lengur; hver finnur fyrir meiri eftirsjá? Paul eða George?

Eftirsjá er sú tilfinning að taka ranga ákvörðun, óska þess að einhver gæfi okkur annað tækifæri. Þegar spurt var hver myndi líða verr eftir að hafa valið lélegt val, völdu aðeins 8% Paul á meðan 92% völdu George þrátt fyrir að báðar aðstæður væru eins: bæði Paul og George gerðu lélegt hlutabréfaval sem skildi þá jafn mikið úr vasanum; Paul átti þegar hlutabréf í A á meðan George þurfti að kaupa þau sjálfur, Paul var óvirkur á meðan George var virkur - svo virðist sem þeir sem ekki fylgja almennri rökfræði upplifa meiri eftirsjá.

Aðgerð er ekki alltaf uppspretta eftirsjár; stundum getur aðgerðaleysi skapað meiri tilfinningaleg áhrif en að gera eitthvað í því. Tökum sem dæmi forlag sem stendur ein um að neita að gefa út töff rafbækur; Eigandi þess fullyrðir að bækur ættu að vera áfram prentaðar á pappír eins og hefðin segir til um. Stuttu síðar höfðu níu útgefendur með áætlanir um að koma rafbókaáætlunum af stað brugðist; þetta varð til þess að aðeins hefðbundin pappírsútgefendur stóðu uppi áður en þeir urðu gjaldþrota - þar á meðal einn sem reyndi en gafst upp á endanum og fór á þann hátt sem hefðbundinn útgefandi með hefðbundin forlög voru síðasta fórnarlambið; á endanum, hver fann mest fyrir þessari röð ákvarðana sem teknar voru? Og hver vann mestan stuðning? Til hægri: hefðbundinn blaðaútgefandi með hefðbundna afstöðu sína gegn útgáfu á töff rafrænum nöldurum!

Lítum á bók Daniel Kahneman, Thinking, Fast and Slow sem dæmi: Eftir hvert flugslys heyrum við af einstaklingi sem ætlaði að fljúga degi fyrr eða síðar en af hvaða ástæðu sem er breytti bókun sinni á síðustu stundu - skapaði undantekningu sem safnar okkar samúð meiri en þessum „venjulegu" farþegum um borð í illa farna fluginu frá upphafi.
Ótti við eftirsjá getur fengið okkur til að bregðast við óskynsamlega; til að forðast óvelkomin tök þess á okkur, hegðum við okkur oft íhaldssamt til að víkja ekki of langt frá því sem aðrir búast við af okkur. Enginn er ónæmur; jafnvel afar öruggir kaupmenn hafa tilhneigingu til að selja framandi hlutabréf 31. desember (D-dagur fyrir árangursmat og bónusútreikninga) bara til að víkja ekki of langt frá hjörðinni. Að sama skapi kemur ótti við eftirsjá (þekktur sem gjafaáhrif) í veg fyrir að fólk henti hlutum sem ekki eru lengur nauðsynlegir - óttast eftirsjá ef það myndi koma í ljós að þú þyrftir þá slitnu tennisskóna eftir allt saman!

Iðrun getur verið sérstaklega yfirþyrmandi þegar það er boðið upp á „síðasta tækifæri", eins og safaríbæklinga sem halda því fram að þeir gefi „síðasta tækifærið þitt til að sjá nashyrning áður en tegund hans deyr út". En hvers vegna skyldi einhver fljúga alla leið frá Evrópu núna í svona óskynsamlegum tilgangi?

Svo segjum að þig hafi lengi dreymt um að eiga þitt eigið heimili, samt er land að verða af skornum skammti og aðeins örfáar lóðir með útsýni yfir vatnið eru eftir; þrír hafa komið og farið og skilur bara einn eftir sem síðasta tækifærið þitt! Þar sem þú finnur fyrir skelfingu yfir því sem virðist vera síðasta tækifærið sem völ er á, kaupirðu þessa lóð á óheyrilegu verði og trúir því að þetta gæti verið það; í raun og veru, þó að fasteignir með töfrandi útsýni yfir vatnið muni halda áfram að birtast á markaðnum; Síðustu tækifæri geta valdið okkur skelfingu, sem leiðir okkur þessa leið - jafnvel fyrir reyndan samningsaðila!

Sjá einnig Scarcity Error (kafli 27); Endowment Effect (kafli 23); Aðrar leiðir (kafli 39) og ramma (kap. 42.).

Ímyndaðu þér eitt augnablik að marijúana hafi verið í brennidepli almennrar fjölmiðlaumræðu um nokkurt skeið, með sjónvarpsþáttum sem sýna potthausa, leynilega ræktendur og sölumenn; Tabloid pressa prentar myndir af 12 ára stúlkum reykja joints; breiðblöð sem kanna læknisfræðilegar hliðar sem og heimspekilegar skoðanir á notkun marijúana - allir virðast tala um það! Gerum ráð fyrir að reykingar hafi ekki skaðleg áhrif á akstur á neinn hátt - hvaða ökumaður sem er gæti lent í slysi á einhverjum tímapunkti fyrir tilviljun; á sama hátt geta ökumenn með liðum lent í slysum af og til eins og allir aðrir - algjörlega fyrir tilviljun!

Kurt er blaðamaður á staðnum. Kvöld eitt þegar hann er að keyra heim kemur hann á slysstað með bíl vafinn utan um trjábol. Vegna tengsla sinna við lögregluna á staðnum kemst hann að því að þeir fundu marijúana falið í aftursæti þessa bíls - sem varð til þess að hann flýtti sér aftur á fréttastofuna með þessari fyrirsögn: „Marijuana drepur enn annan ökumann".

Eins og áður hefur verið fjallað um gerum við ráð fyrir að ekkert tölfræðilegt samband sé á milli neyslu marijúana og bílslysa og slysa þeirra, sem gerir fyrirsögn Kurts óréttmæta og fullyrðingar hans óstuddar af staðreyndum. Kurt hefur orðið að bráð fyrir eitthvað sem kallast áberandi áhrif - þar sem áberandi eiginleikar eða eiginleikar fá meiri athygli en þeir eiga skilið; Það að marijúana sé svo augljóst hér hefur valdið því að hann trúði því að þetta atvik væri af völdum þess.

Þegar Kurt byrjar í viðskiptablaðamennsku gerist mikilvægur atburður: eitt stærsta fyrirtæki heims hefur nýlega tilkynnt að það muni gera konu að forstjóra! Kurt, sem er himinlifandi yfir þessari þróun, byrjar strax að skrifa athugasemd sína: konan fékk líklega stöðuhækkun vegna þess að hún var kvenkyns - þegar í raun og veru hafði þetta líklega ekkert með kyn að gera (þar sem karlar gegna yfirleitt flestum aðalhlutverkum); hefði forysta kvenna verið talin svo mikilvæg af öðrum fyrirtækjum sem þegar starfa, hefðu þau líklega gert það fyrir löngu; í þessari frétt einum saman verður kyn áberandi og fær þannig aukið vægi frá Kurt og lesanda hans.

Blaðamenn eru ekki einir þegar kemur að því að verða áberandi áhrifunum að bráð - við erum það öll. Tveir menn rændu verslun.
Nígerískir innflytjendur ræna banka, eru samstundis handteknir og komnir í ljós sem slíkir við yfirheyrslur hjá lögreglumönnum skömmu síðar. Þó að enginn sérstakur þjóðernishópur geti borið óhóflega ábyrgð á bankaránum, tengjum við samt löglausa nígeríska innflytjendur við bankarán; það skekkir hugsun okkar; við gerum ráð fyrir að þeir séu löglausir innflytjendur í því aftur! Sömuleiðis ef Armeni fremur nauðgun er honum oft kennt frekar

en öðrum þáttum sem eru til staðar meðal Bandaríkjamanna sem eru til staðar meðal Bandaríkjamanna frekar en aðrir þættir sem eru til staðar innan Bandaríkjamanna sem stuðla einnig að því að fordómar myndast þrátt fyrir að langflestir lifa löglegu lífi gleymist - við minnumst þess Sérstaklega athyglisverð atvik sem tengjast innflytjendum um leið og við heyrum um eitthvað sem tengist þeim og það byrjar venjulega með sláandi neikvæðum atvikum fyrst!

Áberandi áhrifin geta mótað bæði skynjun okkar á fyrri atburðum sem og hvernig við sjáum fyrir okkur framtíðina. Daniel Kahneman og Amos Tversky komust að því að við leggjum oft óþarfa áherslu á mikilvægar upplýsingar þegar spáð er, sem gæti skýrt hvers vegna fjárfestar bregðast sterkari við tilkomumiklum fréttum (eins og uppsögnum forstjóra) en minna sláandi upplýsingum eins og langtímaáætlanir um hagvöxt. Jafnvel faglegir sérfræðingar geta ekki alltaf sniðgengið áhrif þess.

Ályktun: Mikilvægar upplýsingar hafa mikil áhrif á hugsanir okkar og gjörðir. Við höfum tilhneigingu til að líta framhjá þáttum sem þróast hægt og hafa langtímaáhrif sem við höfum tilhneigingu til að vanrækja með öllu. Ekki vera blindaður af óreglu; td bók með áberandi, líflegum rauðum jakka kemst á metsölulistann, sem fær lesendur til að rekja árangur hennar eingöngu til forsíðumyndarinnar - ekki falla fyrir þessari freistingu: safna nægum andlegum styrk til að berjast gegn augljósum skýringum!

Sjá einnig The Halo Effect (kafli 38); Forgangs- og nýleg áhrif (kafli 73); Staðfestingarhlutdrægni (chs 7-8); Innleiðing (kafli 31); Fundamental Attribution Error (kafli 36) og áhrifaheuristic (kafli 66)

AF HVERJU ER PENINGAR EKKI NAKIR.

Einn haustdag snemma á níunda áratugnum var hvasst með blautum laufum sem þyrluðust um. Þegar ég ýtti hjólinu mínu upp hæðina í átt að skólanum, tók ég eftir einhverju skrítnu við fæturna á mér: stórt og ryðbrúnt laufblað kom í ljós sem virði 500 svissneskra franka seðla - um það bil $250 í dag; algjör gæfa á þeim tíma fyrir menntaskólanema! Þeir peningar hurfu fljótlega úr vasa mínum; Ég notaði það fljótt til að kaupa eina af toppgerðunum sem til eru með diskabremsum og Shimano gírum (þó fyrra hjólið mitt virkaði fínt!), Jafnvel þó að gamla hjólið mitt virkaði enn vel eins og áður!

Þó að ég hafi ekki verið alveg peningalaus þá, eftir að hafa náð að safna mér nokkur hundruð frönkum með því að slá gras í hverfinu mínu, datt mér aldrei í hug að eyða svo erfiðum peningum í eitthvað svo léttvægt eins og að fara í bíó eða versla. - eyðsla mín var ekki óhófleg og var skynsamlegra þegar ég hugsaði um þessa hegðun; peningar geta aðeins verið litnir öðruvísi eftir uppruna þeirra; því fylgir því tilfinningatengsl sem bæta við aukalögum.

Tvær spurningar. Við skulum ímynda okkur að eftir að hafa unnið hörðum höndum í eitt ár og í lok þess finnurðu að þú sért með $20.000 til viðbótar á reikningnum þínum en í upphafi hans, hvað myndir þú gera við hann? A) Láttu það sitja í bankanum þínum. B) Fjárfestu það. C) Notaðu það til nauðsynlegra endurbóta eins og endurnýjunar á myglúðu eldhúsi eða skipta um slitin dekk. D) Dekraðu við þig í eyðslusamri skemmtisiglingu.

Eins og er dæmigert fyrir flesta þá muntu líklega velja A, B eða C sem svar þeirra.

Önnur spurning. Hvað myndir þú gera ef þú myndir vinna $20.000 í lottóinu? Veldu úr A, B, C eða D eins og hér að ofan; flestir taka nú annað hvort C eða D sem sýnir gallaða hugsun; þó þér sé frjálst að telja það hvernig sem þér þóknast; $20.000 eru eftir $20.000.

Spilavíti gefa okkur mörg dæmi um ranghugmyndir svipaðar þessu. Vinur setur $1.000 á rúllettaborð - bara til að tapa öllu - heldur því fram: 'Ég tefldi ekki $1.000 frá; Ég vann þetta allt áðan.' Aðspurður af öðrum um tjón sitt svarar hann: 'En það er sama upphæð!' og fullyrðir: „Alls ekki!
"Ekki segja mér það!" Hann hlær. Við komum fram við peninga sem við vinnum, uppgötvum eða erfum með meira kæruleysi en peninga sem aflað er með mikilli vinnu; Hagfræðingurinn Richard Thaler kallaði þessi áhrif húspeningaáhrifin; það leiðir til þess að við tökum meiri áhættu; Sigurvegarar í lottói eru oft verr staddir þegar þeir hafa greitt vinninginn sinn; í þessum skilningi getur gamla orðatiltækið - vinna sumt, tapað einhverju - aðeins þjónað til að lágmarka raunverulegt tap.

Thaler skipti nemendum sínum í tvo hópa. Einn komst að því að þeir höfðu unnið $30 og gætu tekið þátt í myntkasti þar sem halar þýddu $9 í ávöxtun og hausar myndu leiða til $9 taps; 7 af hverjum 10 nemendum ákváðu að hætta og taka þátt. Aftur á móti uppgötvaði annar hópur að þeir höfðu ekkert unnið við fyrstu sýn, en hafði samt val á milli þess að fá $30 eins og lofað var eða taka þátt í öðru myntkasti þar sem hausar unnu $21 á meðan halar unnu $39. Hins vegar tóku aðeins 43% upp hvorn valmöguleikann, jafnvel þó að báðir valkostirnir buðu upp á sama væntanlegt gildi: $30

Markaðsfræðingar skilja kraft húspeningaáhrifanna. Fjárhættuspil á netinu 'verðlauna' þér með $100 inneign þegar þú skráir þig, kreditkortafyrirtæki gefa ókeypis símtalsinneign þegar fyllt er út umsóknareyðublöð, flugfélög gefa kílómetra í burtu þegar þú skráir þig í tíðarflugklúbba og símafyrirtæki veita símtalainneign til að hjálpa fólki að venjast því að hringja oftar - allt þökk sé þessari fíngerðu stefnu sem kallast húspeningaáhrifin! Mikið af afsláttarmiðaæði stafar af þessu fyrirbæri.

Ályktun: Vertu á varðbergi þegar þú vinnur peninga eða færð eitthvað ókeypis frá fyrirtæki. Líkurnar eru miklar á að þú greiðir það til baka með vöxtum af einskærri yfirlæti; Þess vegna er betra að slíta alla auðæfi af þessum sýnilega ókeypis peningum, breyta þeim í verkamannafatnað, leggja þá inn á bankareikninginn þinn eða setja þá aftur inn í þitt eigið fyrirtæki eins fljótt og auðið er.

Sjá einnig: Endowment Effect, Scarcity Error og Loss Aversion í kafla 23--32 fyrir frekari greiningu á upplausnum sem virka ekki (kafli 23-25 og 32-33)

Frestun

Vinur minn er listamaður; Bækur hans innihalda um 100 blaðsíður á sjö ára fresti og gefa tvær línur af prentun á dag - í mesta lagi! Þegar hann var spurður út í ömurlega framleiðni sína svaraði hann „Rannsóknir eru miklu skemmtilegri en að skrifa." Sem slíkur situr hann við skrifborðið sitt, vafrar um vefinn tímunum saman eða grúfir yfir óljósum bókum í leit að frábærum og gleymdum sögum til að skrifa niður áður en hann sannfærir sjálfan sig um að það væri ekki skynsamlegt fyrr en hann væri kominn í "rétta skapið". Því miður gerist þetta sjaldan nógu sjaldan til að réttlæta frestun á skrifum sínum þar sem hann sannfærði sjálfan sig um að byrja aðeins þegar „rétta skapið" kom og náði tökum á sér - gerist sjaldan!

Annar vinur hefur reynt daglega síðustu tíu ár að hætta að reykja; hver sígaretta gæti verið hans síðasta. Á meðan hafa skattframtölin mín legið ókláruð á borðinu mínu í sex mánuði; þó ég hafi ekki misst vonina um að þeir fylli sig á endanum.

Frestun er tilhneigingin til að fresta því að grípa til aðgerða sem krefjast fórna - að fara í ræktina, skipta um tryggingar fyrir ódýrari tryggingar eða skrifa þakkarbréf eru aðeins nokkur dæmi um slík verkefni sem gætu þurft að gera og ályktanir munu ekki hjálpa í þessum tilvik.

Frestun er heimska í ljósi þess að ekkert verkefni klárar sig sjálft. Við vitum að þeir eru gagnlegir, svo hvers vegna frestum við þeim þangað til annað? Vegna þess að tíminn líður á milli sáningar og uppskeru. Sálfræðiprófessor Roy Baumeister sýndi þessa hugmynd með frábærri tilraun. Hann setti nemendur fyrir framan ofn fullan af súkkulaðikökum sem verið var að baka og sendi frá sér ómótstæðilega ilmandi ilm þeirra inn í herbergið. Setti hann þá skál fulla af radísum nálægt ofninum og sagði nemendum að þeir mættu neyta eins margra og þeir vildu án takmarkana; smákökur voru hins vegar stranglega bannaðar. Hann skildi þá eftir eina í herberginu í þrjátíu mínútur. Nemendum í öðrum hópi var leyft að svelta sig frjálslega í smákökur áður en báðir hóparnir reyndu erfið stærðfræðivanda sem felur í sér smákökur; þeir sem bannað er að borða neitt hættu tvisvar sinnum hraðar en þeir sem leyfðu ótakmarkaða kökuneyslu; þetta tímabil sjálfstjórnar hafði liðið farsællega.
Viljastyrkurinn var þverraður og skildu þá eftir án nægrar andlegrar orku eða viljastyrks til að takast á við verkefnið. Viljastyrkur virkar eins og rafhlaða; þegar þær hafa verið tæmdar gætu framtíðaráskoranir reynst óyfirstíganlegar.

Sjálfsstjórn getur ekki alltaf verið til staðar allan tímann; það þarf tíma og pláss fyrir endurnýjun. Sem betur fer er allt sem þarf til að ná þessu markmiði að fylla á blóðsykur og slaka á - tvær einfaldar en mikilvægar aðferðir!

Þó að borða nóg og taka reglulegar pásur séu nauðsynlegir þættir til að ná árangri, er næsti mikilvægi þátturinn að beita ýmsum brellum til að halda réttri leið. Þetta getur falið í sér að útrýma truflunum - til dæmis þegar ég skrifa skáldsögur slökkva ég oft á internetaðgangi til að verða ekki afvegaleiddur þegar ég kemst í hnýttan hluta af skrifum. En öflugasta tæknin af öllu er að setja tímamörk; sálfræðingur Dan Ariely fann að utanaðkomandi yfirvöld - eins og kennarar eða IRS embættismenn - hafa tilhneigingu til að virka best. Sjálf settir frestir virka aðeins ef verkefnið hefur verið sundurliðað í skrefum og hver hluti fær sinn gjalddaga; þess vegna eru þessi þokufullu áramótaheit dæmd til að mistakast!

Frestun er bæði mannleg og óskynsamleg; því, til að berjast gegn því á áhrifaríkan hátt nota samþætta nálgun. Nágranni mínum tókst að skrifa doktorsritgerðina sína á þremur mánuðum með því að nota þessa stefnu: að leigja lítið herbergi án síma- eða nettengingar og setja þrjár dagsetningar á hvern hluta af blaðinu sínu fyrir hvern frest sem hún tilkynnti hverjum þeim sem vildi hlusta (þar á meðal að prenta þær á fyrirtækinu hennar spil!) Hún fyllti eldsneyti í hádeginu eða á kvöldin með því að lesa tískublöð eða sofa.

Sjá einnig: Óhlutdrægni (44 kap.); Skipulagsvilla (kap. 91); Aðgerðarhlutdrægni (kafli 43); Hyperbolic Discounting (kafli 51); Zeigarnik áhrif (kap. 93)

BYGGÐU ÞINN EIGIN KASTALA

Öfund Hvað myndi gera þig mest afbrýðisaman? Það eru þrjár aðstæður af öfund sem gætu pirrað þig: A) Þegar laun vina þinna hækka á meðan þín eru óbreytt. B) Meðallaun þeirra lækka á meðan þín gera það. C) Meðallaun þín lækka og öfugt.

Ef svarið þitt var A, ekki hafa áhyggjur: þetta er alveg eðlilegt: bara enn eitt fórnarlamb græneygðu skrímslsins!

Hér er rússnesk saga: Bóndi finnur töfralampa. Eftir að hafa nuddað það kemur upp úr lausu lofti ónefndur snillingur og lofar þeim einni ósk. Eftir að hafa hugsað um nokkurn tíma og íhugað möguleika sína ákveður bóndinn að lokum: Nágranni minn á kú; þess vegna vona ég að hún deyi svo ég megi erfa hana".

Eins fáránlegt og það kann að hljóma, getur þú líklega tengt við bóndann. Viðurkenndu það: svipaðar hugsanir hljóta að hafa hvarflað að þér einhvern tíma á lífsleiðinni. Hugleiddu samstarfsmann þinn sem fær háan bónus á meðan þú færð aðeins gjafabréf: öfund getur leitt til óskynsamlegra aðgerða eins og að neita að hjálpa honum lengur og jafnvel gata dekkin á Porsche hans; að gleðjast í leyni þegar fótur hans brotnar að skíða er niðurstaða sem þú gleðst yfir í laumi.

Öfund sker sig úr meðal allra tilfinninga sem ein sem auðvelt er að hrista af sér, ólíkt reiði, sorg eða ótta. Samkvæmt greiningu Balzac á öfund sem löst - því það er enginn ávinningur sem hún hefur í för með sér - getur öfund aðeins þjónað einum tilgangi - einlægum smjaðri; annars er tímasóun.
Öfund getur komið upp í mörgum myndum: eignarhald, stöðu, heilsu, æsku hæfileika vinsældir fegurð. Vegna þess að líkamleg viðbrögð beggja eru svipuð, getur öfund auðveldlega verið skakkt fyrir öfund; munurinn liggur í hverju viðfangsefni þess er (staða peningar heilsu osfrv.). Til þess að afbrýðisemi eigi sér stað þurfa að minnsta kosti tveir aðilar að taka þátt á meðan öfund þarf að minnsta kosti þrjá (Peter er afbrýðisamur yfir því að Sam svarar ekki í síma hans á meðan fallega stúlkan í næsta húsi hringir í hann í staðinn).

Öfund getur oft leitt okkur inn á óheilbrigða braut með því að kveikja á þeim sem líkjast okkur hvað varðar aldur, starfsferil og búsetu. En hvers vegna finnum við fyrir gremju í garð viðskiptafólks frá annarri öld, plöntum eða dýrum sem ekki stafar ógn af eða skortir félagslega stöðu - ekkert af þessari verðskulduðu öfund í öllum tilvikum!
Sem rithöfundur öfunda ég ekki milljónamæringa alls staðar að úr heiminum; frekar þeir sem eru í borginni minni. Tónlistarmenn, stjórnendur eða tannlæknar eru í fyrsta sæti. Forstjórar öfunda aðra stóra forstjóra; ofurfyrirsætur öfunda farsælli ofurfyrirsætur; eins og Aristóteles orðaði það best: 'Leikamenn öfunda leirkerasmiðir.'

Gerðu til dæmis ráð fyrir að fjárhagslegur árangur þinn geri þér kleift að flytja úr einu af grófari hverfum New York til Upper East Side á Manhattan. Í fyrstu kann þessi hreyfing að líða vel; vinir kunna að dást að íbúðinni þinni og heimilisfangi. En fljótt eftir það áttarðu þig á að það eru íbúðir af mismunandi hlutföllum í kringum þig, ásamt nýjum jafningjahópum sem samanstanda af miklu ríkari einstaklingum miðað við gamla jafningjahópinn þinn, sem veldur því að ný vandamál koma upp á yfirborðið - öfund og stöðukvíða meðal þeirra.

Hvernig er hægt að berjast gegn öfund? Fyrst skaltu hætta að bera þig saman við aðra. Í öðru lagi, finndu hæfnihringinn þinn og fylltu hann sjálfur; skera út svæði þar sem þú ljómar - sama hversu lítið - svo að allir viti að ÞÚ ert húsbóndi þess kastala.

Eins og allar tilfinningar á öfund rætur sínar í þróun mannsins. Ef hominidið úr hellinum við hliðina tók meira af kjöti mammútsins en sanngjarnt var fyrir okkur sem tapa, þá hvatti öfund okkur til að gera eitthvað í málinu; slakir veiðimenn dóu úr hungri á meðan aðrir veisluðu. Í dag gegnir öfund hins vegar ekki lengur svo stóru hlutverki. Ef nágranni minn kaupir sér Porsche þá þýðir það ekki minna fyrir mig!

Þegar ég finn öfund minn aukast minnir konan mín mig á: 'Það er í lagi að öfunda þá sem þú þráir að verða.'

Sjá einnig Social Comparison Bias (Ch. 72); Hedónísk hlaupabretti (kafli 46).

Persónugerð Í 18 ár var bandarískum fjölmiðlum bannað að sýna ljósmyndir af líkkistum fallinna hermanna. Þegar Robert Gates, varnarmálaráðherra Bandaríkjanna, aflétti þessu banni í febrúar 2009, helltust myndum á netið í þúsundatali. Opinberlega þurfa fjölskyldumeðlimir að gefa samþykki áður en hægt er að birta eitthvað; en í raun er ekki hægt að framfylgja þessari reglu með skilvirkum hætti. Þessi takmörkun hafði einn tilgang - að hylja raunverulegan kostnað stríðs - með því að dulbúa sanna tölur þeirra sem tölfræði á meðan raunverulegt fólk vekur tilfinningar í okkur öllum.

Hvers vegna er þetta raunin? Í árþúsundir hafa hópar verið nauðsynlegir til að lifa af, svo á undanförnum 100.000 árum höfum við þróað með okkur ótrúlegan hæfileika til að lesa huga annarra - þetta vísindalega hugtak er þekkt sem "hugakenningin". Hér er tilraun til að sýna fram á þetta: þú færð $100 og verður að skipta þeim með einhverjum, tillaga þín er skoðuð hvort ef hann/hún samþykkir tilboðið þitt, þá skiptist peningunum í samræmi við það eða skilað til baka - ef hinn aðilinn samþykkir ekki, verður þú að skila þetta allt án þess að fá neitt til baka - hvernig mun þetta spilast?

Við fyrstu sýn væri skynsamlegt að gefa óþekktum ókunnugum manni mjög lítið - eins og aðeins $1 - því allt væri betra en ekkert. Samt sáu hagfræðingar sem gerðu tilraunir með Ultimatum-leiki (tæknihugtakið) að einstaklingar hegða sér nokkuð öðruvísi þegar þeir tóku þátt. Þeir myndu bjóða á bilinu 30%-50%, allt fyrir neðan það sem var talið ósanngjarnt - dæmi um samúð okkar í garð annars manns. Ultimatum leikurinn getur verið augaopnari hvernig skynjun okkar er mismunandi eftir því hver er að horfa út.

Hins vegar, með einni lítilli breytingu er hægt að draga verulega úr þessari tilfinningu: færa leikmenn í aðskilin herbergi. Þegar fólk getur ekki lengur séð eða hefur aldrei hitt starfsbræður sína - eða hefur aldrei vitað af þeim - verður mun erfiðara að líkja eftir tilfinningum sínum; að lokum að verða óhlutbundin með öllu og hlutdeild þeirra fer niður fyrir 20% að meðaltali.

Paul Slovic gerði aðra tilraun með því að óska eftir framlögum. Einn hópur sá mynd af Rokia frá Malaví - vannæringu barni sem lifir á góðgerðarmálum - áður en henni var sýnd mynd hennar og sýnt hversu mikið fé myndi hjálpa.
Eftir að hafa verið sýnd tölfræði um hungursneyð í Malaví gaf fólk í einum hópi að meðaltali $2,83 af $5 sem þeir fengu til að svara stuttri könnun; eftir að hafa verið sýnd tölfræði um meira en þrjár milljónir vannærðra barna sem verða fyrir áhrifum, lækkuðu meðalframlög um 50%; þetta virtist vera þveröfugt þar sem maður myndi halda að örlæti fólks myndi aukast með því að vita af umfangi þess; því miður virðist þetta ekki vera raunin; fólk ekki tölfræði stýrir gjörðum okkar!

Fjölmiðlasamtök hafa lengi viðurkennt að leiðinlegar staðreyndaskýrslur og súlurit draga ekki lesendur að sér; fyrir vikið hefur leiðarvísir þeirra við frásagnir lengi verið að gefa hverjum atburði „ímynd". Þegar greint er frá fyrirtæki eða ríki sem kemur fram í fréttum, til dæmis, birtist mynd af forstjóra þess venjulega við hlið þess (annaðhvort glottandi eða grimmandi eftir eftirspurn á markaði), þar sem ríkisforsetar eða bankastjórar verða táknmyndir í þessum sögum; þegar eitthvað eins og jarðskjálfti verður, verða fórnarlömb hans andlit alls.

Þessi þráhyggja skýrir velgengni einnar af stóru uppfinningum menningarinnar: skáldsögunni. Þetta bókmenntalega „morðingjaapp" varpar einstaklingsbundnum og mannlegum átökum á einstök örlög. Í stað þess að fræðimaður skrifar tæmandi ritgerð um sálrænar pyntingar í Puritan Nýja Englandi, lesum við samt The Scarlet Letter eftir Hawthorne; svipað fyrir kreppuna miklu? Þó að tölfræði hennar kann að virðast fjarlæg fyrir flest okkar, eins og hún er upplifuð í gegnum Steinbeck's Grapes of Wrath, er hún enn ljóslifandi í minningunni.

Ályktun: Vertu á varðbergi þegar þú rekst á mannlegar sögur. Spyrðu um staðreyndir þeirra og tölfræðilega dreifingu svo þú getir sett frásögn þeirra betur í samhengi. Ef þú vilt hreyfa eða hvetja fólk í þínum eigin tilgangi skaltu hins vegar tryggja að sagan þín innihaldi nöfn og andlit þar sem þetta mun gera frásagnarlistina öflugri.

Sjá einnig Söguhlutdrægni (kafli 13); Fréttablekking (kap. 99); Tengingarhlutdrægni (kafli 22)

Eftir mikla úrkomu í suðurhluta Englands flæddi á yfir bakka sína. Lögreglan lokaði og afstýrði umferð á krossgötum hennar í tvær vikur - samt að minnsta kosti einu sinni á dag ók að minnsta kosti einn bíll framhjá viðvörunarskiltum og inn í hratt rennandi vatnið, algjörlega ómeðvitað um hvað lá beint fyrir framan þá.

Harvard sálfræðingarnir Daniel Simons og Christopher Chabris gerðu tilraun þar sem tvö lið nemenda fóru í körfubolta fram og til baka á milli liða sem klæddust svörtum eða hvítum bolum - þar sem svartur klæddur svörtum bolum var skilvirkari í að senda bolta til baka en hliðstæða þeirra í framhjá þeim afturábak. Hægt er að skoða þessa stuttu mynd sem kallast „The Monkey Business Illusion“ á netinu (horfðu á hana áður en þú lest meira!). Skoðaðu hér áður en þú lest frekar!) Áhorfendur eru beðnir um að telja hversu oft leikmenn í hvítum stuttermabolum gefa boltann á milli kl. bæði lið fléttast í gegnum hringi sem fléttast inn og út og fara fram og til baka. Á einum tímapunkti í myndbandinu gerðist eitthvað óvænt: nemandi klæddur eins og górillu kom skyndilega inn og byrjaði að berja á brjóstið áður en hann fór fljótt aftur. Þú ert beðinn um kl. endirinn ef þú tekur eftir einhverju óvenjulegu; helmingur áhorfenda svaraði vantrúaður á að það hefði jafnvel verið einhver undarleg hegðun; þeir gætu ekki skilið slíka nærveru - er víst engin górilla til staðar hér?

Monkey Business Test er ein þekktasta tilraunin í sálfræði og undirstrikar það sem sálfræðingar kalla blekkingu um athygli: við höldum að við tökum eftir öllu sem gerist í kringum okkur þegar í raun og veru höfum við tilhneigingu til að taka aðeins eftir því sem við erum að einbeita okkur að - hér, sendingar frá Team White; fyrirvaralausar truflanir geta jafnvel verið eins stórar og áberandi og górilla!

Stundum getur það sett skynjun okkar á athygli í hættu að hringja í akstri. Oftast veldur þetta engin vandamál; að hringja hefur almennt engin skaðleg áhrif á akstursverkefni eins og að halda sig innan akreina og hemla þegar þörf krefur. En þegar eitthvað óvænt gerist - eins og barn sem hleypur yfir veginn - verður athygli þín of þunn til að bregðast við í tíma; rannsóknir sýna að þetta er satt með annað hvort farsíma eða áfengi sem kemur við sögu. Sama hvernig þú heldur á síma eða notar hann, áhrif hans á viðbragðstíma þinn við óvæntum atburðum eru enn takmörkuð.

Kannast þú við setninguna: "Fíllinn í herberginu?" Hér er átt við augljóst efni sem enginn vill ræða; ósagt bannorð. Aftur á móti gætum við skilgreint „Górillan í herberginu“ sem: mál sem verður að ræða strax en er litið framhjá eða hunsað vegna þess að enginn veit um það.

Swissair var flugfélag sem var svo einbeitt að útrás að það hunsaði ört minnkandi lausafjárstöðu þess, sem leiddi til gjaldþrots þess 2001 og 2002. Eða íhugaðu óstjórn innan austurblokka sem leiddi til aðskilnaðar þeirra, sem leiddi til falls Berlínarmúrsins og áhættu í bókum banka sem engum var sama um fyrir 2007. Þessi dæmi sýna okkur hversu oft górillur ganga á meðal okkar án þess að við gerum okkur grein fyrir því.

Það er ekki sérhver óvenjulegur atburður sem fer fram hjá okkur; fremur, það sem við tökum ekki eftir, verður ekki hlustað á og verður óséð af okkur; þannig skilur okkur ekki eftir neinum mikilvægum hlutum sem við erum að horfa framhjá og gefur tilefni til rangrar trúar að allt sem skiptir máli sé fylgst með af okkur.

Af og til, losaðu þig við blekkinguna um athygli. Hugsaðu í gegnum allar mögulegar og að því er virðist ólíklegar aðstæður - óvæntir atburðir geta komið upp sem enginn er að tala um; leyndarmál sem enginn tekur á er ekki tekið á; vera vakandi fyrir þögninni eins og hávaða; athuga jaðarsvæði í stað miðlægra; búast við einhverju óvenjulegu en risastóru - að vera stór tryggir ekki að eftir sé tekið; Það verður líka að búast við að eitthvað óvenjulegt komi fram!

Sjá einnig: Eiginleika-jákvæð áhrif (kafli 95); Staðfestingarhlutdrægni (chs 7-8), Availability Bias (ch. 11) og forgangs- og nýleg áhrif (chs 73)

Ímyndaðu þér að sækja um draumastarfið þitt: þú pússar upp ferilskrána þína þar til hún glitrar, ljómar í viðtali og undirstrikar öll afrek þín og hæfileika á meðan þú gerir lítið úr veikleikum eða áföllum. Þegar þeir spyrja hvort þú gætir aukið sölu um 30% á sama tíma og kostnaður minnki um 30% ætti svar þitt að vera: "Íhuga það gert." Burtséð frá því hvaða áhyggjur þú hefur innra með þér um hvernig þetta gæti gerst, einbeittu þér fyrst að því að vekja hrifningu viðmælenda; fylgdu síðar; allar tilraunir til að koma með svör sem ekki eru ímyndunarafl gætu hugsanlega sett þig út úr deilum og á endanum leitt til þess að þú verðir vanhæfur frá frekari íhugun viðmælenda; gefðu jafnvel hálfraunhæf svör sem gætu sett þig út af tillitssemi - sama hversu vel þau hljóma í staðinn.

Ímyndaðu þér sjálfan þig sem blaðamann með framúrskarandi bókahugmynd sem allir eru að tala um. Eftir að hafa fundið áhugasaman útgefanda sem er reiðubúinn að borga fyrirfram, spyr hann hvenær hann megi búast við handritinu (getur það verið tilbúið eftir hálft ár?) Þú stamar: „Hmm... Ekki hugmynd. Hversu langan tíma tók það mig síðast?" Þú svarar með: 'Teldu það gert.' Þegar samningurinn hefur verið undirritaður og peningar á bankareikningnum þínum, þá er alltaf tími fyrir önnur verkefni og að skrifa sögur!

Strategísk rangfærsla er hið opinbera hugtak fyrir slíka hegðun: því meiri sem veðja er, því ýktari ættu fullyrðingar þínar að verða. Þrátt fyrir að stefnumótandi rangfærsla virki ekki alls staðar - til dæmis ef augnlæknir lofar fimm sinnum í röð að gefa þér fullkomna sjón aðeins til að skila verri niðurstöðum en áður eftir hverja aðgerð, gætirðu að lokum hætt að trúa loforðum hans með öllu - gæti stefnumarkandi rangfærsla samt reynst dýrmætt þegar reynt er að reyna einu sinni, svo sem viðtöl (þar sem eitt fyrirtæki mun ekki ráða þig oftar en einu sinni!). Hins vegar ætti það ekki að virka hér heldur; þess í stað gæti það vel virkað þegar aðeins einfaldar tilraunir standa frammi fyrir eða einstakar tilraunir sem fela í sér einstaka tilraunir - eitthvað sem augnlæknir myndi ekki gera.

Stórverkefni eru sérstaklega viðkvæm fyrir rangfærslum þegar ábyrgð þeirra er dreifð, svo sem þegar stjórnvöld sem upphaflega styrktu þau hafa ekki lengur völdin, mörg fyrirtæki taka þátt og benda oft fingri eða lokadagsetningin er í nokkur ár.
Bent Flyvbjerg frá Oxford þekkir stór verkefni náið. Framúrkeyrsla á kostnaði og tímaáætlun er algeng vegna þess að vinningstilboð endurspegla ekki alltaf heildarárangur; frekar kemur það niður á því hvað lítur best út á pappírnum - eitthvað sem Flyvbjerg kallar „öfugur darwinismi": sá sem framleiðir mest heitt loft mun venjulega sigra. Er stefnumótandi rangfærsla einfaldlega blekkjandi framkvæmd? Ekki endilega; alveg eins og konur sem fara með förðun eru blekkingar á meðan karlar sem leigja Porsche-bíla til að sýna fjárhagslega hæfileika er blekkjandi - blekkingar en samfélagslega ásættanlegar svo við verðum ekki í uppnámi - sama á við um rangfærsluaðferðir sem notaðar eru þegar konur eru farðaðar eða

karlar sem leigja Porsche til að sýna. Fjárhagslegt atgervi er hlutlægt blekkt en samfélagslega ásættanlegt svo við verðum ekki í uppnámi yfir því heldur! Sama gildir um stefnumótandi rangfærslukerfi sem notuð eru í samningaviðræðum - jafnvel þó að aðeins einn aðili viti um rangfærsluaðferðir sem notaðar eru gegn öðrum aðila en geti komist upp með að vera rangar útskýrðar í samningaviðræðum; sama gildir þegar beitt er beitt rangri framsetningu getur komist upp með að vera vanvirtur þegar beitt er blekkingum þegar beitt er beitt líka - eins og menn sem leigja Porsche sem merki um fjárhagslegan hæfileika til að gefa til kynna fjárhagslegan hæfileika eru einfaldlega að ljúga í þessum efnum siðleysi en ekki vera í uppnámi samfélagslega ásættanlegt þannig að við verðum ekki upptekin af stefnumótandi rangfærslum. Sama á við um stefnumótandi rangfærslur sem notaðar eru gegn þeim, báðar með blekkingum gegn einum eða öðrum en búist var við eða meðhöndluð á annan hátt eftir því. Sama með rangfærslur þegar þær eru notaðar þegar þær eru rangar.

Strategísk rangfærsla getur ekki alltaf haft alvarlegar afleiðingar; Hins vegar, þegar það kemur að málum sem raunverulega skipta máli eins og heilsu þinni eða framtíðarstarfsmönnum skaltu vera á varðbergi. Þegar um er að ræða fólk (hvort sem það er umsækjendur um embættið, höfunda eða augnlækna), ekki treysta á það sem þeir halda fram; skoða fyrri frammistöðu þeirra í staðinn. Þegar tekist er á við verkefni (hvort sem það eru svipuð verkefni eða nýjar tillögur sem virðast óraunhæfar bjartsýnir). Vertu á varðbergi gagnvart öllu sem virðist óraunhæft bjartsýni; biðja endurskoðanda að skoða áætlanir vandlega; bæta við ákvæði í samninga sem kveður á um viðurlög komi til þeirra; og millifæra þessa peninga beint inn á vörslureikning til að tryggja vörslu vörslureikning hans sem viðbótarráðstöfun gegn umframkostnaði.

Sjá einnig Overconfidence Effect (kafli 15) fyrir nánari upplýsingar og hvar er slökkt rofi.

OFHUGSA

Það var einu sinni greindur margfætla sem sat aðgerðalaus við borðbrún þegar þeir tóku eftir ljúffengu sykurkorni yfir herberginu. Hann lagði fljótt mat á valkosti sína: á hvaða borðfæti ætti hann fyrst að skríða upp eða niður? Næst þurfti hann að ákveða hver ætti að stíga fyrsta skrefið og í hvaða röð. Þar sem hann var góður í stærðfræði framkvæmdi hann alla nauðsynlega útreikninga og valdi eina leið fram yfir allar aðrar áður en hann tók fyrstu skrefin. Því miður, þó að útreikningar hans og íhugun hafi valdið því að hann flækist í loftinu sem varð til þess að hann hætti dauður áður en frekari framförum hefði verið náð; svelti hann í raun og svelti hann að lokum út áður en nokkurn tíma hefði náð framförum og svelti hann út áður en hann komst nær eða lengra í lífinu en nokkru sinni hafði áður ímyndað sér og dó sveltur vegna ofhugsunar.

Á Opna breska golfmótinu 1999 lék franski kylfingurinn Jean Van de Velde óaðfinnanlega fram á lokaholuna þar sem hann leiddi með þremur höggum. Jafnvel með þetta þriggja högga forskot gat hann þægilega efni á tveimur höggum yfir pari án þess að verða undir; sem gerir aðgang að stóru deildunum aðeins augnabliki í burtu! Þegar Van de Velde steig inn á brautina fóru að myndast svitaperlur á enni hans. Fyrsta sveifla hans endaði með því að hann flaug inn í runnana tuttugu feta frá markholinu og gerði Van de Velde sífellt taugaóstyrk fyrir síðari skot sem aðeins eykur þessa kvíðatilfinningu. Van de Velde sló boltanum sínum í hnéhátt gras áður en hann lét hann falla í vatnið og fór úr skónum til að vaða í gegn. Eitt augnablik íhugaði hann að skjóta úr tjörninni; að lokum þó hann hafi ákveðið að taka vítaskot í sandinn; eftir að hafa skotið inn í hana sjö sinnum komst hún loks inn á flötina og inn í holuna sína; Van de Velde tapaði Opna breska en tryggði sér sæti í íþróttasögunni með þessari frægu þrefaldri frammistöðu.

Consumer Reports gerði smakktilraun með reyndum smekkmönnum á níunda áratugnum, þar sem 45 tegundir af jarðarberjahlaupi tóku þátt. Síðar gerðu sálfræðiprófessorarnir Timothy Wilson og Jonathan Schooler svipuð próf með nemendum háskólans í Washington; svipaðar niðurstöður komu fram þar sem bæði sérfræðingar og nemendur vildu svipað bragð af hlaupi. En Wilson gekk lengra: Hann gerði annað próf með öðrum hópi nemenda sem kusu öðruvísi en áður - aðeins í þetta skiptið völdu þeir mismunandi valkosti með öllu! Í fyrsta hópnum fylltu þátttakendur út langan spurningalista til að rökstyðja einkunnir sínar í smáatriðum og komust með algjörlega rangstæða röðun, með nokkrum af bestu afbrigðunum neðst.

Í grundvallaratriðum hindrar of mikil hugsun aðgang manns að visku tilfinninga þinna. Þó að þessi fullyrðing gæti virst óvenjuleg frá einhverjum eins og mér sjálfum sem leitast við að hreinsa út rökleysu úr hugsunarferlum mínum, þá myndast tilfinningar alveg eins og kristaltærar skynsamlegar hugsanir; Tilfinningar tákna einfaldlega annað form upplýsingavinnslu sem getur veitt skynsamlegri ráðgjöf en skynsamleg.

Þetta leiðir til mikilvægrar spurningar: Hvenær ætti maður að hlusta á höfuðið eða magann? Þumalfingursreglan gæti falið í sér þetta: þegar kemur að athöfnum eins og hreyfifærni (marfætt, Van de Velde eða að læra á hljóðfæri) og spurningum sem þú hefur oft áður svarað (eins og "hæfnihringur Warren Buffett"), þá er það best að ofgreina ekki of náið. Yfirveguð ákvarðanataka grefur undan innsæishæfileikum þínum til að takast á við vandamál. Rétt eins og á steinaldartímanum, þegar teknar voru ákvarðanir í tengslum við mat og vináttu, voru svokölluð heuristics æðri skynsamlegri hugsun. Með flóknum málum eins og fjárfestingarákvarðanir sem krefjast edrú íhugunar, þá bjó þróunin okkur ekki undir slíkar íhuganir, svo rökfræðin er alltaf betri en innsæið.

Sjá einnig Action Bias (Kafli 43); Upplýsingahlutdrægni (kafli 59)

AF HVERJU SKULDIR ÞÚ OF MIKIÐ (91. KAFLI).

SKIPULAGSVILLA

Á hverjum morgni þegar þú gerir verkefnalistann þinn, nærðu oft árangri í að merkja við allt í lok hvers dags? Hversu oft er þetta raunin hjá flestum? Flestir geta aðeins náð þessu ástandi einu sinni á nokkurra mánaða fresti. Einfaldlega sagt, þú tekur of mikið á þig. Áætlanir þínar eru óraunhæfar metnaðarfullar - eitthvað sem væri fyrirgefið hefði þetta verið í fyrsta skipti sem þú setur saman verkefnalista, en þessi hegðun hefur orðið hluti af rútínu þinni með tímanum. Þannig að þú þekkir hæfileika þína náið og er ólíklegt að þú ofmetir þá daglega. Þetta er ekkert grín: á öðrum sviðum lífsins lærum við af reynslunni - af hverju er það ekki til þegar kemur að skipulagningu? Jafnvel þó að flest fyrri viðleitni þín hafi verið of bjartsýn fyrir raunveruleikann í dag. Daniel Kahneman nefnir þetta fyrirbæri sem skipulagsvillu.

Roger Buehler og rannsóknarteymi hans báðu lokaársbekkinn sinn, undir forystu kanadíska sálfræðingsins Roger Buehler, um að bera kennsl á tvær skiladagsetningar: önnur var raunhæf á meðan sú seinni endurspeglaði ólíklega versta atburðarás. Aðeins 30% uppfylltu raunhæfa fresti á meðan þeir þurftu venjulega 50% aukatíma en upphaflega var áætlað og sjö daga til viðbótar en áætlað var fyrir innsendingardagsetningar sem settar voru undir versta tilvik.

Skipulagsvillan er sérstaklega áberandi þegar fólk vinnur saman, hvort sem það er í viðskiptum, vísindum eða stjórnmálum. Hópar hafa tilhneigingu til að ofmeta tímalengd og ávinning á meðan þeir vanmeta kostnað og áhættu kerfisbundið. Gott dæmi er óperuhúsið í Sydney sem var fyrirhugað árið 1957 og gert var ráð fyrir að það yrði fullbúið árið 1963 með upphaflegum kostnaði upp á 7 milljónir dala en að lokum var opnað fyrir viðskipti á 102 milljónir dala; 14 sinnum hærri en búist var við!

Af hverju virðumst við ekki vera eðlilegir skipuleggjendur? Það geta verið tvær ástæður fyrir árangurslausum skipulagshæfileikum okkar. Ein er óskhyggja: Við leitumst við að ná árangri í öllu sem við tökum að okkur. Tvö: Of oft einbeitum við okkur of einbeitt að verkefninu okkar á meðan við vanrækjum utanaðkomandi áhrif eins og óvænta atburði sem koma upp óvænt (þetta gæti líka gerst með daglegum dagskrárliðum, t.d. þegar dóttir þín vill eitthvað) sem síðan leiða okkur inn á ófyrirsjáanlega braut; eða of lítill gaumur gefinn að þessum atburðum vegna of þröngrar áherslu á þá (þetta gæti jafnvel átt við hér - við skipulagningu). Hundurinn þinn gleypir fiskbein. Bílarafhlaðan þín hættir óvænt hjá þér. Tilboð í hús birtist og þarfnast brýnnar skoðunar á skrifborðinu þínu - áætlanir fara út um þúfur fyrir vikið! Væri skref-fyrir-skref undirbúningur einhver lausn? Nei; skref-fyrir-skref undirbúningur stækkar aðeins skipulagsvillur með því að þrengja fókusinn enn frekar og dregur þannig úr getu þinni til að sjá fyrir óvæntum uppákomum í lífinu.

Svo hvað ættir þú að gera? Breyttu áherslu þinni frá innri hlutum - eins og verkefninu þínu - yfir í ytri hluti eins og svipuð verkefni. Farðu yfir grunnvextina og metðu fyrri viðleitni. Ef svipuð verkefni stóðu yfir í þrjú ár og eyddu 5 milljónum dala, mun það líklega eiga við um verkefnið þitt líka - sama hversu vandlega skipulagt. Þess vegna, áður en ákvarðanir eru teknar um einhverjar ákvarðanir sem tengjast því, er mikilvægt að "fyrirsláttur" fundur (bókstaflega þýðir "fyrir dauða") sé framkvæmdur áður en þessar mikilvægu ákvarðanir eru teknar. Gary Klein stingur upp á því að halda þessa stuttu ræðu fyrir hvaða hóp sem er samankomið: „Ímyndaðu þér að það sé einu ári seinna og að allt hafi gengið samkvæmt áætlun en í staðinn hafi orðið hörmung - taktu fimm eða tíu mínútur að skrifa um þetta stórslys - sögur munu sýna þér hvernig hlutir geta þróast."

Sjá einnig Frestun (kap. 85); Spá blekking (kafli 40); Zeigarnik áhrif (kap. 93); Hóphugsun (kap. 25) fyrir meira.

VILLIHAMAR SJÁ AÐEINS NEGLAR

Einstaklingur tekur lán og stofnar eigið fyrirtæki aðeins til að lýsa sig gjaldþrota skömmu síðar.

Hann upplifir þunglyndi og fremur síðan sjálfsmorð.

Ertu að lesa þessa sögu sem viðskiptafræðingur? Sem slíkur, sem hluti af starfi þínu, ættir þú að reyna að meta hvers vegna þessi hugmynd heppnaðist ekki: Var hann árangurslaus leiðtogi, stefnan röng, markaðurinn of lítill eða samkeppnin of hörð? Sem markaðsmaður gætirðu gert ráð fyrir að herferðirnar hafi verið illa skipulagðar eða að hann hafi ekki náð tilætluðum markhópi sínum. Fjármálasérfræðingar geta efast um hvort lánið sé viðeigandi fjármálagerningur; blaðamenn á staðnum sjá tækifæri í þessari frétt: hversu heppinn að hann svipti sig lífi! Sem rithöfundur gætirðu velt því fyrir þér hvernig atvik gæti orðið að forngrískum harmleik. Bankamenn gætu grunað að villa hafi átt sér stað í lánadeildinni. Sósíalistar hafa tilhneigingu til að kenna bilun kapítalismans um; trúarlegir íhaldsmenn gætu litið á þennan atburð sem guðlega refsingu eða geðlæknar myndu viðurkenna lágt serótónínmagn. Svo hvaða sjónarmið ætti að ráða?

Enginn. Mark Twain sagði einu sinni: "Ef öll verkfæri þín eru hamar, verða öll vandamál þín naglar." Charlie Munger, viðskiptafélagi Warren Buffett og höfundur The Snowball Effect, sagði Charlie Munger eftirfarandi áhrif þess að nota aðeins eina líkan: „En þetta getur verið algjörlega hörmulegur hugsunarháttur og rekstur í heiminum; Þess vegna verða margar fyrirmyndir að koma frá mismunandi sviðum þar sem ekki er öll speki innan einnar fræðadeildar

Hér eru nokkur dæmi um aflögun professionelle: Skurðlæknar leitast við að leysa öll læknisfræðileg vandamál með skurðaðgerð; herir hafa tilhneigingu til að hlynna að hernaðarlausnum fyrst; verkfræðingar sérhæfa sig í burðarvirkjum; þróunargúrúar gefa oft fáránlegar spár - í stuttu máli: þegar spurt er um málefni tengjast flest svör yfirleitt einhverju af sérfræðisviðum þeirra.

Af hverju ættu klæðskerar ekki að æfa sníða eins og þeir vita best? Aflögun fagnelle á sér stað þegar fólk beitir sérhæfðum ferlum sínum á sviðum sem það ætti ekki að gera. Þú hefur eflaust séð það gerast sjálfur?
Kennarar skamma vini eins og nemendur. Nýbakaðar mæður koma fram við eiginmenn sína eins og börn. Eða taktu Excel töflureikna - við notum þá jafnvel þegar notkun þeirra er ekki

skynsamleg, eins og þegar spáð er fjárhagsáætlun fyrir sprotafyrirtæki eða bera saman hugsanlega elskendur sem við fundum í gegnum stefnumótasíður - þeir geta mjög vel verið ein hættulegasta uppfinningin síðan í tölvum .

Jafnvel innan eigin sviðs hafa bókmenntagagnrýnendur tilhneigingu til að ofnota hamarinn. Gagnrýnendur eru þjálfaðir í að greina tilvísanir, tákn og falin skilaboð innan bóka; sem skáldsagnahöfundur sjálfur finnst mér þessi vinnubrögð pirrandi þar sem gagnrýnendur töfra fram slík tæki þar sem engin eru til. Ekki ósvipað því sem viðskiptablaðamenn gera - sem rýna í jafnvel smávægilegar athugasemdir seðlabankastjóra til að fá vísbendingu um breytingar á ríkisfjármálum með því að flokka orð sem þeir hafa talað upphátt.

Ályktun: Þegar þú hefur ráðfært þig við sérfræðing skaltu ekki búast við bestu heildarlausninni; búast frekar við nálgun sem hægt er að leysa með því að nota verkfærakistuna þeirra. Mundu að hugur okkar eru ekki miðlægar tölvur heldur innihalda mörg sérhæfð verkfæri sem gæti þurft að nota á ýmsum stöðum á ferðalagi þeirra. Því miður eru "vasahnífarnir" okkar ófullkomnir. Vegna lífsreynslu og faglegrar sérfræðiþekkingar eigum við nú þegar nokkur blað. En til þess að skerpa á hæfileikum okkar enn frekar er nauðsynlegt að bæta tveimur eða þremur verkfærum - hugrænum líkönum sem falla utan okkar sérfræðisviðs - inn í verkfærakistuna okkar. Undanfarin ár hef ég tileinkað mér líffræðilega sýn á lífið og öðlast nýja innsýn í flókin kerfi. Gerðu úttekt á annmörkum þínum og leitaðu að viðeigandi þekkingu og aðferðafræði til að bregðast við þeim; að gera það tekur um það bil eins árs fyrirhöfn en mun skila arði: vasahnífurinn þinn verður stærri og fjölhæfari, hugurinn skarpari!

Sjá einnig Heimska sjálfboðaliða (kap. 65); Lénsfíkn (kafli 76) og rökvilla fjárhættuspilara (kafli 29)

VERKEFNI UNNIÐ

Zeigarnik áhrif

Berlín, 1927: Nokkrir háskólanemar og prófessorar heimsækja veitingastað þar sem þjónninn tekur við pöntunum eftir pöntun án þess að nein skjöl séu skráð niður og hafa áhyggjur af því að eitthvað slæmt muni örugglega gerast. Hins vegar, eftir aðeins stutta bið, fengu allir matargestir nákvæmlega það sem þeir báðu um. Úti á götu eftir kvöldmat áttaði rússneski sálfræðineminn Bluma Zeigarnik sig hins vegar á því að hún hafði skilið eftir trefilinn sinn á veitingastaðnum. Aftur á veitingastaðnum hittir hún þjóninn sem er þekktur fyrir ótrúlegt minni og spyr hvort hann hafi séð það. Hins vegar er hann enn ókunnugt um hana eða hvar hún hafði setið; sem hún bregst ókvæða við með því að spyrja hvernig það hafi verið mögulegt að hann hafi gleymt hverjum eða hvar þeir sátu þegar minnið hans er svo ótrúlegt! "Hvernig gætirðu gleymt mér?" krefst hún, vantrúuð á skort á meðvitund hans. Svar hans: "Ég geymi hverja pöntun í höfðinu á mér þar til hún er borin fram" hann svaraði stuttlega: "Ég geymi hverja pöntun í höfðinu á mér þar til hún er borin fram" hann svaraði stuttlega: „Ég geymi hverja pöntun þar til hún er borin fram" „Þjónninn svaraði stuttlega: „Ég geymi hverja pöntun í hausnum á mér þar til hún er borin fram" og mundi ekki fyrri pantanir mínar heldur" (c).

Zeigarnik og Kurt Lewin rannsökuðu þessa dularfullu hegðun og komust að þeirri niðurstöðu að fólk virki almennt eins og þjónar: við gleymum aldrei ókláruðum verkefnum; þeir nöldra í meðvitund okkar þar til við gefum þeim athygli; þegar þeim er lokið, hverfa þessi atriði með öllu úr minni.

Vísindamenn kalla nú þetta fyrirbæri sem Zeigarnik áhrifin. Rannsókn hennar leiddi hins vegar í ljós nokkur óvenjuleg tilvik: til dæmis voru sumir einstaklingar algjörlega stressaðir þrátt fyrir að hafa mörg verkefni í gangi. Roy Baumeister og rannsóknarteymi hans við Flórída State University varpaði nýlega ljósi á þetta fyrirbæri. Hann skipti nemendum sem voru nálægt því að taka lokapróf í þrjá hópa; Hópur 1 samanstóð af veislum sem haldnar voru á þessari önn en hópar 2-4 lögðu áherslu á formleg próf. Hópur 2 þurfti að einbeita sér að væntanlegu prófi á meðan hópur 3 þurfti að búa til ítarlega námsáætlun. Baumeister bað þá nemendur í hópum 2, 3 og 4 að ljúka orðum undir tímapressu - sumir sáu „Panic" á meðan aðrir hugsuðu um „Party" eða París. Þessi æfing reyndist einstaklega innsæi; hópur 1 virtist afslappaður við að taka prófið á meðan þeir í hópum 2 gátu ekki hugsað um annað! Hins vegar, það sem stóð upp úr var hópur 3, þar sem árangur þeirra var sannarlega ótrúlegur!

Þrátt fyrir að þessir nemendur hafi þurft að einbeita sér að komandi prófi, var hugur þeirra afslappaður og laus við kvíða. Síðari tilraunir staðfestu þessa athugun: framúrskarandi verkefni hafa tilhneigingu til að naga okkur aðeins þar til við höfum skipulagða áætlun um hvernig við munum takast á við þau; Zeigarnik taldi ranglega að klára verkefni myndi nægja í þessu sambandi; í staðinn ætti stefnumótandi nálgun að duga.

Metsölubók David Allen Getting Things Done (GTD) lýsir því yfir að markmið hans sé eitt af því að hafa huga eins tær og vatn. Til að ná þessu markmiði þarf maður ekki líf í fullkomnu skipulagi heldur þarf að búa til aðgerðaáætlun til að taka á óskipulögðum viðfangsefnum lífsins og skrifa þau niður í skref-fyrir-skref verkefni - aðeins þá getur hugurinn fundið hugarró. Skynsemi í áætlanagerð er í fyrirrúmi; Óljós markmið eins og að „skipuleggja afmælisveislu konunnar minnar" eða „að finna nýja vinnu" geta ekki veitt léttir; Allen neyðir viðskiptavini sína til að skipta þessum verkefnum niður í tuttugu til fimmtíu einstök verkefni áður en slík verkefni hefjast ef mögulegt er til að tryggja árangur og ná friði huga.

Tilmæli Allens kunna að ganga gegn skipulagsvillunni (kafli 91): nákvæm áætlanagerð getur valdið því að við lítum framhjá þáttum utan frá sem geta komið verkefnum í veg fyrir, en þar liggur lykillinn: til að hugarfarið sé valið að nálgun Allen en fyrir nákvæmari kostnaðaráætlanir. , ávinningur, tímalengd og aðrir verkþættir fletta upp svipuðum verkefnum í stað þess að búa til eina ítarlega áætlun. Eða gerðu bæði!

Hins vegar þarftu engar hátækngiræjur til að gera þetta sjálfur - hafðu einfaldlega skrifblokk við rúmið þitt og notaðu það þegar þú getur ekki sofið til að skrifa niður útistandandi verkefni og hvernig þú ætlar að takast á við þau - þetta ætti að hjálpa til við að þagga innra raddir sem halda áfram að kalla: „þú vilt Guð en átt engan kattamat eftir," eins og Allen orðaði það - ráðleggingar hans gilda þó að þú hafir þegar fundið Guð eða eigið engin gæludýr!

Sjá einnig Frestun (kap. 85); Skipulagsvillu (91. kap.) til viðbótarsjónarmiða.

BÁTASMÍÐI ER MIKILVÆGARA EN RÓÐRA

Hvers vegna virðast vera svona fáir raðfrumkvöðlar - viðskiptamenn sem stofna mörg arðbær fyrirtæki í röð? Jú, Steve Jobs og Richard Branson eru til - þeir eru þó fulltrúar lítillar minnihluta. Raðfrumkvöðlar eru innan við eitt prósent allra stofnenda sprotafyrirtækja. En hætta þessir raðfrumkvöðlar allir í einkasnekkjur eftir að hafa náð árangri, eins og Paul Allen, annar stofnandi Microsoft? Glætan. Sannir viðskiptamenn búa yfir of mikilli orku til að sitja bara á strandstól tímunum saman. Kannski er þetta vegna þess að þeir vildu ekki sleppa takinu og níða fyrirtækin sín fyrr en þeir verða 65 ára, þó flestir stofnendur selji hlutabréf sín innan 10 ára frá stofnun þeirra. Maður skyldi halda að fólk með hæfileika, víðáttumikið persónulegt tengslanet og trausta persónuskilríki væri fært um að stofna fjölmörg önnur sprotafyrirtæki - en mörgum tekst það ekki. Hvers vegna hætta þeir? Þeir hættu ekki; þeim tókst bara ekki að gera það með góðum árangri. Heppni gegnir stærra hlutverki en færni þegar kemur að velgengni í viðskiptum, sem engum kaupsýslumanni finnst gaman að heyra um. Ég man að mér fannst óþægilegt þegar ég lærði af þessari hugmynd fyrst; Ég hugsaði strax: „Var árangur minn bara tilviljunarkenndur?“ Í fyrstu kann það að vera móðgandi að heppnin hafi spilað svona stóran þátt.

Við skulum taka heiðarlega, raunhæfa nálgun að velgengni fyrirtækja. Hversu mikið af því kemur niður á vinnusemi og einstaka hæfileika vs heppni? Því miður getur þessi spurning auðveldlega leitt til ranghugmynda; þó að hæfileikar séu mikilvægur þáttur í velgengni sögu hvers fyrirtækis, getur vinnusemi ekki náð árangri ein og sér. Því miður dugar hvorki kunnátta né vinnusemi ein og sér til að ná árangri; báðir þættirnir eru nauðsynlegir - en ekki fullnægjandi - þættir. Hvernig getum við vitað þetta? Það er auðvelt og einfalt próf: þegar einhver nýtur langtímaárangurs samanborið við minna hæfi jafnaldra, verða hæfileikar í fyrirrúmi. Því miður á þetta ekki við um stofnendur fyrirtækja; annars myndu farsælustu frumkvöðlar halda áfram að setja af stað mörg sprotafyrirtæki eftir að upphaflegum árangri var náð.

Hvaða hlutverki gegna leiðtogar fyrirtækja í velgengni fyrirtækis? Rannsakendur bentu á eiginleika sem tengjast því að vera sterkur forstjóri - stjórnunaraðferðir og fyrri stefnumótandi ljómi sem dæmi.
Vísindamenn mældu síðan fylgni milli hegðunar forstjóra annars vegar og virðisaukningar fyrirtækja í starfi hins vegar. Niðurstaða þeirra: Ef tvö fyrirtæki eru borin saman af handahófi, leiðir í 60% tilvika sterkari forstjórinn því öflugra fyrirtæki. Kahneman komst að því að í 40% tilvika leiddu veikari forstjórar sterkari fyrirtæki; þetta var aðeins 10 prósentum meira en ekkert samband. Að lokum tók hann eftir því hvernig fólk kaupir almennt ekki af ákafa bækur skrifaðar um leiðtoga fyrirtækja sem eru aðeins betri en meðaltalið; jafnvel

Warren Buffett sér ekkert vit í því að hækka ákveðna forstjóra; taka hans? „[?...?] Góð stjórnunarferill veltur meira á hvaða bát maður fer í en hversu áhrifaríkan maður stýrir honum"

Ákveðin svæði treysta alls ekki á kunnáttu. Kahneman lýsti í bók sinni Thinking, Fast and Slow heimsókn sinni til eignastýringarfyrirtækis sem sendi töflureikni með frammistöðu hvers ráðgjafa í átta ár sem hluta af kynningarfundi þeirra fyrir hann. Út af þessum gögnum úthlutaði Kahneman hverjum hópi röðun: 1, 2, 3 osfrv í lækkandi röð. Hann reiknaði fljótt út samband þeirra á milli ára. Hann reiknaði síðan út fylgni í röðun frá ári 1 til og með ár 8 - þar sem ráðgjafar voru stundum í hvorum endanum. Það reyndist hreint tilviljunarkennt tilviljun; stundum myndu þeir jafnvel birtast nær toppnum en stundum botninum. Frammistaða ráðgjafa var óháð fyrri eða síðari árum - fylgnin var núll! Og samt fengu þessir ráðgjafar bónusa fyrir árangur sinn. Með öðrum orðum, fyrirtækið var að verðlauna heppni fram yfir kunnáttu.

Ályktun: Ákveðnar starfsstéttir reiða sig mikið á að fólk noti hæfileika sína, svo sem flugmenn, pípulagningamenn og lögfræðingar. Önnur svið krefjast færni en það er ekki mikilvægt - eins og frumkvöðlar og leiðtogar. Og stundum ræður tilviljun öllu, eins og á fjármálamörkuðum; hér getur blekkingin um kunnáttu ríkt. Sýndu því pípulagningamönnum virðingu á meðan þú nýtur farsælla fjármálagalla!
Sjá einnig Byrjendaheppni (kap. 49); Eftirlifandi hlutdrægni (kafli 1), heimildarhlutdrægni (kafli 9), áhrif á sjálfstraust, blekking um stjórn og útkomuhlutdrægni í síðari köflum (20 og 21 í sömu röð.

Við fyrstu sýn virðist röð A nógu einföld. Allar tölur hennar deila einhverju sameiginlegu - 394, 411, 054, 646 eru tengdar með fjórum eiginleikum, sem gerir þessa röð tiltölulega einfalt að leysa. Næst kemur röð B; allar tölur þess nota sex eiginleika á einhverjum tímapunkti. Hvað getur þú lært af þessu? Oft getur verið erfiðara að greina fjarveru en nærveru; við höfum tilhneigingu til að leggja meiri áherslu á hluti sem eru til frekar en það sem er ekki.

Í síðustu viku þegar ég var úti í göngutúr rann upp fyrir mér: ekkert sakaði. Þetta kom nokkuð á óvart þar sem ég upplifi sjaldan sársauka hvort sem er og þegar hann kemur fram er hægt að finna fyrir því mjög; viðurkenna samt sjaldan fjarveru þess; Slík var fegurð hennar að í augnablik vakti hún gleði - aðeins til að allt færi fljótt úr huganum aftur!

Á klassískum tónleikum flutti hljómsveit níundu sinfóníu Beethovens við góðar undirtektir í áhugasömum tónleikasal. Það mátti sjá tár streyma fram í óð sínum í fjórða þætti, sem gerir mann þakklátan fyrir að hann sé til; en er það satt? Eflaust ekki; hefði verkið ekki verið samið myndi enginn missa af því og leikstjórinn myndi ekki fá reiðileg símtöl þar sem hann krafðist þess að þetta listaverk yrði skrifað og flutt strax - þetta fyrirbæri sem kallast eiginleika-jákvæð áhrif er það sem gerir okkur virkilega hamingjusöm í dag.

Forvarnarherferðir nýta þessa stefnu á áhrifaríkan hátt; til dæmis er „Reykingar valda lungnakrabbameini" mun sannfærandi en „Að reykja ekki leiðir til lífs laust við lungnakrabbamein". Endurskoðendur og aðrir sérfræðingar sem reiða sig á gátlista falla oft fyrir þessum eiginleika jákvæðu áhrifum: útistandandi skattskýrslur birtast strax á listum þeirra á meðan sviksamleg starfsemi eins og hjá Enron eða Ponzi kerfi Bernie Madoff gerir það ekki. Á slíka lista vantar einnig fyrirtæki „svikakaupmanna" eins og Nick Leeson og Jerome Kerviel sem ollu fjárhagslegum duttlungum á borð við þessa - þannig að slík starfsemi leyndist opinberri skoðun.
Enginn gátlisti er til til að fylgjast með gengisfellingum; og þótt ólöglegt athæfi gæti komið til skoðunar hjá veðbanka, getur gengisfelling vegna brennslustöðva átt sér stað án þess að eftirlit þeirra verði vart.

Ímyndaðu þér að búa til óæskilega vöru eins og salatsósu með hækkuðu kólesterólinnihaldi, en þú vilt að neytendur séu öruggir með notkun hennar? Þegar þú merkir slíka vöru skaltu draga fram alla jákvæða eiginleika hennar í staðinn. Viðskiptavinir munu ekki taka eftir fjarveru þess; en jákvæðir eiginleikar munu tryggja að neytendur séu upplýstir.

Fræðilegar rannsóknir sýna oft eiginleika-jákvæð áhrif. Staðfesting á tilgátum leiðir venjulega til útgáfu og getur jafnvel unnið Nóbelsverðlaun; á meðan falsanir á tilgátum, þó að þær séu vísindalega gagnlegar, er mun erfiðara að birta og hefur aldrei hlotið þessa virtu viðurkenningu. Önnur afleiðing af eiginleika jákvæðu áhrifunum er tilhneiging okkar til að samþykkja jákvæð ráð - eins og að gera X - umfram neikvæð ráð (gleyma Y). Þetta gerir okkur mun móttækilegri fyrir jákvæðum ráðleggingum en neikvæðum tillögum (eins og að gleyma Y).

Ályktun: Manneskjur eiga oft í erfiðleikum með að skynja ekki atburði nákvæmlega. Okkur hættir til að hunsa það sem ekki er til. Til dæmis, við gerum okkur grein fyrir því hvort það er stríð en kunnum ekki að meta fjarveru þess á friðartímum; á sama hátt íhugum við sjaldan að vera veik þegar við erum heilbrigð; svipað eftir að hafa komið til Cancun án þess að hafa lent í flugslysi! Með því að rækta meiri núvitund í kringum fjarveru gætum við vel orðið hamingjusamari; þó að gera þetta krefst mikillar andlegrar vinnu og hugsunar - eitt gagnlegt tæki er að spyrja hvers vegna eitthvað sé til frekar en ekkert þar sem þessi spurning þjónar sem gagnleg leið til að berjast gegn jákvæðum áhrifum!

Sjá einnig Forer Effect (kafli 64); Staðfestingarhlutdrægni (kap. 7-8); Sjálfsvalshlutdrægni (kafli 47); Tilboðshlutdrægni (kafli 11); Blekking athygli (ch. 88)

STAÐFESTINGARSHENDING Á MILLI ÖR OG SPÖR

KIRSUBERJATÍNSLA

Hótel sýna sig í sínu besta ljósi á netinu. Myndir sem sýna fallegar, tignarlegar myndir eru vandlega valdar; hvers kyns ósmekkleg horn, lekar rör eða óaðlaðandi morgunverðarsalir eru einfaldlega falin af slitnum teppum - auðvitað veistu að þetta er satt þegar þú stendur frammi fyrir óásjálegu anddyri í fyrsta skipti; í staðinn yppirðu bara öxlum og ferð í átt að skráningarborðinu eins fljótt og auðið er.

Kirsuberjatínsla, eins og hún er stunduð af hótelum, felur í sér að velja og leggja áherslu á aðeins aðlaðandi eiginleika en leyna öðrum. Þú ættir að nálgast aðra upplifun á svipaðan hátt: bæklingar fyrir bíla, fasteignir eða lögfræðistofur eru eitthvað annað sem þú þarft að nálgast með varúð - að vita hvernig þeir virka festir okkur ekki í vímu!

En þú hefur tilhneigingu til að bregðast öðruvísi við þegar þú lest ársskýrslur fyrirtækja, stofnana og ríkisstofnana. Hér hefur þú tilhneigingu til að búast við hlutlægum lýsingum; Því miður hefur þú rangt fyrir þér: þessir líkamar velja oft kirsuber: markmiðum sem náðst er fagnað á meðan áföll eru ekki tekin fyrir.

Ímyndaðu þér að þú sért yfirmaður deildar. Stjórnin þín býður þér að kynna stöðu liðsins þíns. Hvernig myndir þú nálgast þessa kynningu? Með því að leggja áherslu á sigra þess en innihalda nokkrar glærur sem draga fram áskoranir. Öll óuppfyllt afrek gleymast auðveldlega.

Frásagnir bjóða upp á einstaka áskorun þegar kemur að kirsuberjatínslu. Ímyndaðu þér að vera framkvæmdastjóri fyrirtækis sem framleiðir tæknibúnað. Eftir að hafa gert ánægjukönnun viðskiptavina kemur í ljós að flestir viðskiptavinir geta ekki notað græjuna þína vegna flókins eðlis. Nú heyrir starfsmannastjórinn: „Tengdapabbi fékk þetta í gær og lærði strax hvernig á að vinna þetta. Hversu mikla þyngd myndir þú gefa þessu tiltekna kirsuber? Nálægt núlli." Það getur verið krefjandi að hrekja sögusagnir vegna þess að hún felur í sér smásögur sem höfða til heila okkar. Til að vinna gegn þessum áhrifum þjálfa hæfileikaríkir leiðtogar sig í gegnum ferilinn í að verða ofnæmir fyrir sögum sem verða á vegi þeirra og bregðast strax við með skotum. gegn hvers kyns slíkum sögum sem upp koma. Kirsuberjatínsla verður meira áberandi eftir því sem við erum á kafi í hærra eða úrvalssviðum. Í Antifragile greinir Taleb frá því hvernig öll svið rannsókna - allt frá heimspeki til læknisfræði og hagfræði - státa sig af niðurstöðum sínum: „Eins og stjórnmálamenn eru fræðimenn duglegir að segja okkur hvað þeir gerðu fyrir okkur í stað þess sem gerði það ekki; þannig sanna þær ómissandi aðferðir sínar. ." Þetta gæti vel verið kirsuberjatínsla en virðing okkar fyrir fræðimönnum gerir okkur ómögulegt að greina þetta.

Eða íhugaðu læknastéttina: að segja fólki að reykja ekki er mesta læknisfræðilega afrek síðan seinni heimsstyrjöldinni lauk, að sögn læknisins Druin Burch í bók sinni Taking the Medicine. Nokkur kirsuberjalík sýklalyf þjóna sem truflun og því hafa lyfjafræðingar tilhneigingu til að vera fagnaðar á meðan aðgerðasinnar gegn reykingum gera það ekki.

Stjórnsýsludeildir hjá stórum fyrirtækjum hafa tilhneigingu til að haga sér eins og hótelrekendur með því að upphefja sjálfa sig með því að sýna allt sem þeir hafa áorkað en koma aldrei á framfæri því sem ekki hefur verið áorkað fyrir fyrirtækið. Hvað getur þú gert í þessu? Þegar þú situr í bankaráði stofnunar, vertu viss um að spyrja um "kirsuberafganga" eins og misheppnuð verkefni eða ekki markmið - þú munt læra miklu meira af þessu en af árangri! Það kemur á óvart hversu sjaldan slíkar spurningar eru bornar upp! Í öðru lagi: Í stað þess að ráða her fjármálaeftirlita til að reikna kostnað niður í síðasta cent, gefðu þér tíma til að endurskoða markmið reglulega. Þú gætir verið undrandi að komast að því að með tímanum hafa sum upphafleg markmið orðið minna áþreifanleg og hefur verið skipt út fyrir sjálfskipuð markmið sem eru alltaf hægt að ná; hvenær sem slík skotmörk koma upp ættu þau að draga upp rauða fána; það væri jafngilt því að skjóta ör og búa til nauts auga þar sem það lendir!

Skýringar um hlutdrægni (kafli 13); Sjálfsafgreiðsluhlutdrægni (kafli 45);

STEINALDARVEIÐIN AÐ FRÆÐA

BILUN Í GREININGU Á STAKRI ÁSTÆÐU

Chris Matthews er einn af fremstu blaðamönnum MSNBC. Í fréttaþætti hans er rætt við stjórnmálafræðinga. Ég skildi aldrei hvað starf þeirra fól í sér eða hvers vegna slík störf eru til, þó að árið 2003 hafi innrás Bandaríkjanna í Írak verið fremst í flokki. Chris Matthews spurði sérfræðing eftir sérfræðing um hvatir þess - frá 9/11 endurgreiðslukenningum til gereyðingarvopna sem liggja að baki þessum átökum - svo mikilvægar voru spurningar hans: „Hver er hvatinn að stríði? ', að "af hverju réðumst við inn í Írak, fyrir utan sölutilkynningar." Og áfram og svo framvegis ... og svo framvegis ... og svo framvegis ... og svo framvegis ...

Svona spurningar falla ekki lengur vel í mig; þær endurspegla eina af algengustu andlegu mistökunum - eitthvað sem það er ekkert hversdagslegt orð fyrir; þannig mun ég nota óþægilegt orðalag eins og "villuleysi einnar sakar" í staðinn.

Fimm árum síðar, árið 2008, ríkti aftur skelfing á fjármálamörkuðum og bankar hrundu, sem neyddi skattgreiðendur til að bjarga þeim með skattpeningum. Fjárfestar, stjórnmálamenn og blaðamenn rannsökuðu alla þætti þessarar fjármálahruns: lauslegri peningastefnu Greenspans? Fjárfestaheimska? Vafasöm matsfyrirtæki? Spilltir endurskoðendur? Slæm áhættulíkön eða hrein græðgi voru allar mögulegar orsakir - allar voru ásakanlegar að sama skapi. Enginn einn þáttur getur lýst yfir ábyrgð en allir geta lagt mikið af mörkum.

Friðsælt indíánasumar, vinaskilnaður, fyrri heimsstyrjöldin, krabbamein, skotárás í skóla, velgengni fyrirtækis um allan heim eða jafnvel skrifin sjálf eru atburðir af völdum margra þátta sem stuðla að þeim - samt sem áður reynum við að kenna öllum sökum einn einstaklingur eða hlutur einn.

Hvað veldur því að epli þroskast og fellur er ekki ljóst: hvort þyngdaraflið dregur það til jarðar, er stilkur þess að visna undir þurrkandi geislum sólarljóss, að þyngd þess hafi aukist, að vindhviður valda því að það velti eða að ákaft barn sem stendur undir vill. að snæða það? Enginn stakur þáttur skýrir fall þess.' Í Stríð og friður eftir Tolstoy lýsir þessi texti þetta vel. Ímyndaðu þér að vera vörustjóri fyrir helgimynda vörumerki fyrir morgunkorn og hafa nýlega kynnt lífrænt, sykurlítið afbrigði sem reynist yfirþyrmandi mistök eftir eins mánaðar sölu. Hvernig myndir þú fara að því að rannsaka orsakir þess? Í fyrsta lagi skaltu skilja að enginn einn þáttur mun skýra þessa bilun; hver þáttur gegnir sínu hlutverki. Taktu blað og teiknaðu upp allar hugsanlegar ástæður, ásamt rótum þeirra. Þegar því er lokið muntu hafa búið til vandað net mögulegra áhrifavalda. Næst skaltu auðkenna þá sem þú getur breytt (eins og mannlegt eðli) á meðan þú fargar þeim sem ekki geta það. Að lokum skaltu framkvæma reynslupróf með því að skipta um hápunkta á milli markaða - þetta tekur tíma og peninga en það er nauðsynlegt ef við viljum fara út fyrir yfirborðslegar forsendur.

Rökvillan um eitt orsakasamband er bæði fornt og hættulegt. Í gegnum árþúsundin höfum við trúað því að fólk sé herra yfir eigin örlögum - Aristóteles fullyrti þessa fullyrðingu fyrir meira en tveimur árþúsundum síðan! Nú skiljum við að þetta er rangt og að frjáls vilji er opin spurning. Aðgerðir okkar ákvarðast af flóknum vef þátta, allt frá erfðafræðilegri tilhneigingu og umhverfi, menntun, hormónastyrk innan heilafrumna og enn höldum við okkur fast við úrelta mynd af sjálfsstjórn. Þessi framkvæmd er bæði skaðleg og siðferðilega vafasöm. Svo lengi sem við trúum á einstaka ástæður fyrir atburðum eða hamförum, þá verður alltaf hægt að kenna einstaklingum um. Ennfremur hefur fólk lengi leikið þennan leik að finna einhvern eða eitthvað sem það kennir um - skapa þá skynjun að valdi verði að beita í gegnum einn einstakling eða hóp yfir öðrum.

Samt gat Tracy Chapman byggt allan árangur sinn um allan heim á því - sérstaklega með laginu 'Give Me One Reason'. En voru ekki aðrir þættir sem komu líka til greina?

Sjá einnig „Vegna þess að" réttlæting (kafli 52); Sögufölsun (kap. 78); Hindsight Bias (kafli 14) og Fundamental Attribution Error (kafli 36) til frekari skýringar.

Þó að það gæti verið erfitt að trúa því, þá keyra hraðapúkar öruggari en svokallaðir „varkárir" ökumenn. Hugleiddu þetta: frá Miami til West Palm Beach er um það bil 75 mílur. Ökumenn sem keyra vegalengd á innan við klukkustund flokkum við sem kærulausa vegna þess að meðalhraði þeirra fer yfir 75 mph; allir aðrir falla í hóp varkárra ökumanna okkar. Hvaða hópur verður fyrir minni slysum? Það þyrftu að vera kærulausu ökumennirnir. Allir ökumennirnir þrír luku ferðinni innan klukkustundar og áttu því ekki að hafa lent í neinum slysum; allir sem lentu í slysum falla sjálfkrafa í flokk hægfara ökumanna. Þetta dæmi sýnir skaðleg rökvillu sem nefnd er ásetningsvilla sem því miður vantar aðlaðandi nafn.

Þetta gæti hljómað svipað og eftirlifandi hlutdrægni (kafli 1), en það er mikilvægur munur. Með hlutdrægni í lífinu sérðu aðeins árangursrík verkefni eða bíla sem taka þátt í slysum á meðan með ásetningi til að meðhöndla villu birtast þessi misheppnuðu verkefni eða bílar áberandi en einfaldlega undir óviðeigandi flokki.

Nýlega var mér sýnd áberandi rannsókn sem gerð var af bankamanni sem leiddi í ljós áhugaverða staðreynd: fyrirtæki með skuldir á efnahagsreikningi þeirra hafa tilhneigingu til að vera umtalsvert arðbærari en fyrirtæki sem aðeins eiga eigið fé sem fjármálagerninga (þ.e. engar skuldir á efnahagsreikningi) . Bankastjórinn krafðist þess að hvert fyrirtæki ætti að taka lán að vild, þar sem banki hans væri besti staðurinn í þessu skyni. Ég skoðaði rannsókn hans nánar. Hvernig gæti það mögulega verið? Frá 1.000 fyrirtækjum sem voru valin af handahófi skiluðu þau sem fengu stór lán hærri ávöxtun bæði af eigin fé og heildarfjármagni en fyrirtæki sem voru fjármögnuð með sjálfstæðum hætti. Þeir voru allir farsælli. Fljótlega varð ljóst: óarðbær fyrirtæki eiga ekki rétt á lánum til fyrirtækja og falla því í hóp „aðeins hlutabréfa", þar sem fyrirtæki með stærri peningapúða hafa tilhneigingu til að halda sér lengur á floti og eru áfram hluti af þessari rannsókn þrátt fyrir heilsufarsvandamál sem þau kunna að hafa í för með sér. Á hinn bóginn hafa fyrirtæki sem taka mikið lán tilhneigingu til að mistakast hraðar. Þegar þeir geta ekki lengur greitt niður vextina af skuldum sínum taka bankar yfir og selja þessi fyrirtæki; þeir sem eftir eru innan „skuldahópsins" haldast tiltölulega heilir óháð því hversu miklar skuldir eru á efnahagsreikningi þeirra.
Vertu á varðbergi ef þú heldur að þú skiljir. Það getur verið krefjandi að viðurkenna villu sem ætlunin er að meðhöndla; tökum lyf sem dæmi: Lyfjafyrirtæki hefur búið til nýtt lyf til að berjast gegn hjartasjúkdómum. Rannsókn „sannar" að þetta lyf dregur verulega úr dánartíðni sjúklinga samanborið við að taka lyfleysutöflur eingöngu; meðal venjulegra notenda lækkar fimm ára dánartíðni úr 15% í 11% innan fimm ára og tvöfalt hærri meðal óreglulegra notenda sem tóku það í mismunandi magni; svo gæti það virkilega talist vel eða mistókst?

Vandasamt er að pillur mega ekki vera ráðandi þáttur; frekar er það þolinmæðishegðun sem skiptir á endanum máli. Kannski hættu sjúklingar meðferð vegna alvarlegra aukaverkana og

lentu í "óreglulegri inntöku" flokki eða voru of veikir til að halda áfram að taka það
reglulega; hvort sem er, aðeins tiltölulega heilbrigðir einstaklingar voru áfram innan hópsins
"regluleg inntaka", sem gerir lyfið mun áhrifaríkara en það er í raun; þessir raunverulega
veiku sjúklingar sem gátu ekki tekið reglulega skammta voru þeir sem bjuggu í hópunum sem
voru „óregluleg inntaka".

Virtar rannsóknir gera læknisfræðilegum vísindamönnum kleift að greina gögn um alla
sjúklinga sem þeir ætluðu upphaflega að meðhöndla; sama hvort þeir tóku þátt í
réttarhöldunum eða ekki. Því miður, þó, margar rannsóknir hunsa þessa reglu annaðhvort
viljandi eða óvart; vertu á varðbergi: Athugaðu alltaf hvort prófunaraðilar - ökumenn sem
taka þátt í slysum, gjaldþrota fyrirtæki og alvarlega veikir sjúklingar hafi af einhverjum
ástæðum horfið úr úrtakshópnum þínum og skráðu rannsóknina þar sem hún á heima: í
ruslatunnu.

Sjá einnig: Survivorship Bias (1 kap.); Will Rogers Phenomenon (kafli 58);

Fréttir Illusion Earthquake in Sumatra. Flugslys í Rússlandi. Maður heldur dóttur fanginni í kjallara í 30 ár; Heidi Klum skilur við Seal; metlaun hjá Bank of America; árás í Pakistan; afsögn forseta Malí; nýtt heimsmet í kúluvarpi.

Þarftu virkilega þessa þekkingu?

Við erum óvenju vel upplýst en erum samt mjög fáfróð. Það er vegna þess að fyrir tveimur öldum fundum við upp eitrað form þekkingar sem kallast fréttir sem höfða til hugans eins og sykur gerir við líkamann - ljúffengt en hugsanlega eyðileggjandi með tímanum.

Fyrir þremur árum gerði ég tilraun. Ég hætti að lesa og hlusta á fréttir og sagði upp öllum blaða- og tímaritaáskriftum; sjónvarps- og útvarpsrásir voru skornar úr uppstillingu minni; fréttaforritum frá iPhone mínum var eytt með öllu. Í fyrstu var það erfitt, þar sem ég fann fyrir stöðugum kvíða yfir því að eitthvað mikilvægt gæti runnið í gegnum fangið á mér; en eftir að nokkur tími var liðinn fékk ég aðra skoðun. Þremur árum síðar skilaði viðleitni minni árangri með skýrari hugsunum, dýpri innsýn, betri ákvörðunum og miklu meiri frítíma. Það besta af öllu - engu mikilvægu var saknað vegna þess að raunverulegt samfélagsnet mitt virkaði sem upplýsingasía og hélt mér uppfærðum.

Í fyrsta lagi bregst heilinn okkar óhóflega við ýmsum tegundum upplýsinga: hneykslisleg, átakanleg smáatriði örva okkur; óhlutbundin, flókin eða óunnin smáatriði hafa lítil áhrif. Fréttaframleiðendur skilja þessa krafta fullkomlega - grípandi sögur þeirra, skrautlegar myndir og tilkomumikil „staðreyndir" fanga athygli okkar á meðan auglýsendur kaupa pláss svo auglýsingar þeirra sjáist; Þess vegna verður að sía vandlega út allar fíngerðar, flóknar eða djúpstæðar sögur, jafnvel þó þær gætu haft mun áhrifameiri fyrir samfélagið í heild. Fréttaneysla skekkir skilning okkar á heiminum, sem leiðir til þess að við búum við ónákvæma framsetningu á áhættu og ógnum sem við stöndum frammi fyrir.

Í öðru lagi skipta fréttir engu máli. Undanfarna tólf mánuði gætir þú hafa neytt um það bil 10.000 fréttabúta (kannski allt að þrjátíu á dag). Vertu heiðarlegur: Nefndu einn sem hjálpaði þér að taka betri ákvarðanir í lífinu, starfi eða viðskiptum samanborið við að hafa ekki þessa frétt samanborið við að hafa hana ekki - af 10.000 fréttum sem notaðar eru. Enginn sem ég spurði gat nefnt meira en tvo gagnlega hluti af öllu því sem var neytt - ömurleg niðurstaða fréttastofnana sem fullyrða að upplýsingar þeirra hafi samkeppnisforskot þegar neysla er í raun efnahagslegur ókostur; hefðu þeir hjálpað fólki að komast lengra með starfsframa myndu blaðamenn vera efstir í tekjupýramídanum - hið gagnstæða er satt

Fréttir eru líka óhagkvæm tímanotkun: að meðaltali eyðir hver maður hálfum degi í hverri viku í að lesa sér til um málefni líðandi stundar, sem leiðir til mikils framleiðniats um allan heim. Tökum sem dæmi hryðjuverkaárásirnar í Mumbai 2008: af óslökkvandi þorsta eftir viðurkenningu einni saman drápu hryðjuverkamenn 200 saklaus líf eingöngu til að öðlast frægð og viðurkenningu. Segjum að einn milljarður manna hafi eytt einni klukkustund í kjölfarið: að skoða uppfærslur frá mínútu fyrir mínútu og hlusta á athugasemdir sérfræðinga og greiningaraðila - afar líkleg atburðarás þar sem Indland hefur yfir einn milljarð íbúa. Þess vegna, íhaldssamur útreikningur okkar: einn milljarður manna margfaldaður með klukkutíma truflun jafngildir einum milljarði klukkustunda vinnustöðvun. Ef við breytum þessari tölu í mannslíf sem tapast vegna fréttaneyslu á móti tapi árása, þá stendur þessi tala í um það bil 2.000 dauðsföllum sem eru sóað af neyslu einni saman - nákvæm en samt nákvæm athugun.

Að snúa sér frá fréttum getur leitt til jafn djúpstæðra afleiðinga og að hreinsa einhverja af hinum níutíu og átta slæmu venjum sem við höfum lýst hér. Brjóttu fréttavenju þína algjörlega; lestu langar bakgrunnsgreinar eða bækur í staðinn - ekkert jafnast á við bækur til að skilja heiminn okkar!

Sjá einnig Fundamental Attribution Error (kafli 36); Svefnáhrif (kap. 70); Staðfestingarhlutdrægni (chs 7-8); Upplýsingahlutdrægni (kafli 59); Persónugerð (kafli 87) og söguhlutdrægni (kafli 13) sem skyld fyrirbæri.

EÐALÁR

Páfinn spurði Michelangelo: „Segðu mér leyndarmál snilli þinnar. Hvernig hefur þú búið til þessa styttu af Davíð, meistaraverkið meðal allra meistaraverka?' Michelangelo svaraði einfaldlega með því að taka allt sem var ekki Davíð.

Við skulum hafa það á hreinu. Enginn veit í raun með vissu hvað gerir okkur farsæl eða hamingjusöm, samt skiljum við hvað dregur úr annað hvort velgengni eða hamingju. Neikvæð þekking (hvað á ekki að gera) er miklu meiri styrkleiki en jákvæð þekking (hvað ætti að gera).

Michelangelo notaði aðferð Michelangelo til að hugsa skýrar og bregðast skynsamlega við: í stað þess að horfa eingöngu á Davíð, einbeittu þér að öllu sem stendur í vegi hans og fjarlægðu þau í sundur; svipað í okkar tilviki: útrýma villum til að bæta hugsun!

Grískir, rómverskir og miðaldahugsendur bjuggu til hugtak fyrir þessa nálgun sem kallast via negativa - bókstaflega „neikvæð leið", nálgun á afneitun, útilokun og minnkun. Guðfræðingar voru snemma brautryðjendur via negativa: við getum ekki sagt hvað Guð er; í staðinn getum við aðeins skilgreint fjarveru hans; beitt á nútímalíf: árangur er ekki hægt að skilgreina beint; aðeins það sem hindrar leit þess er hægt að bera kennsl á og útrýma - í raun allt sem við þurfum að vita!

Þessi heita kenning um rökleysuna blaðraði um aldir. John Calvin, stofnandi strangs mótmælendatrúar á 1540, trúði því að slíkar tilfinningar táknuðu illsku og að aðeins með því að snúa sér að Guði væri hægt að hrinda þeim frá. Fólk sem upplifði eldgos tilfinninga var talið fylgjendur Satans; því urðu pyntingar og dráp í kjölfarið. Samkvæmt kenningu austurríska sálgreinandans Sigmund Freud, sem bendir til þess að sjálf okkar og siðferðislega yfirsjálf stjórni hvatvísu auðkenni okkar og bæli það niður með skyldu eða aga er eitthvað sem getur ekki gerst. Gleymdu skyldu eða aga - hugsun ein getur ekki stjórnað tilfinningum okkar í meiri mæli en að reyna að láta hárið vaxa út með viljastyrk einum!

Hins vegar er hin köldu rökleysukenning enn ung. Eftir seinni heimsstyrjöldina reyndu margir að útskýra rökleysi nasista sem virtist vera rökleysa - hvorki heyrðust tilfinningaþrungnir né eldheitar ræður frá Hitler sjálfum í leiðtogaóðinni; meira að segja eldheitar ræður hans voru bara meistaralegir gjörningar - það var fremur kalt útreikningur en skyndileg eldgos sem leiddu þá inn á myrku brautina; sama gildir um Stalín eða Rauðu khmerana.

Sálfræðingar byrjuðu að hverfa frá fullyrðingum Freuds á sjöunda áratugnum og skoða vísindalega hugsun okkar, ákvarðanir og gjörðir. Það sem kom fram var köld kenning um rökleysu sem hélt því fram að hugsunin sjálf væri langt frá því að vera hrein; jafnvel mjög gáfað fólk verður vitsmunalegum gildrum að bráð sem leiða til villna. Ennfremur er villum ekki dreift af handahófi: villur hafa tilhneigingu til að flokkast í fyrirsjáanleg mynstur - gera mistök fyrirsjáanlegri en aldrei hægt að laga - en uppspretta þeirra var óþekkt í áratugi - á meðan allt annað í líkama okkar virtist tiltölulega áreiðanlegt miðað við heila okkar. Hvers vegna þarf heilinn okkar að verða fyrir stöðugum áföllum?

Hugsun er líffræðilegt fyrirbæri, þar sem þróunin hefur átt sinn þátt í að móta hana eins og hver annar þáttur náttúrunnar. Ímyndaðu þér að fara 50.000 ár aftur í tímann og taka einn af forfeðrum okkar aftur með okkur inn í nútímann - senda hann í hárgreiðslu, senda honum ökukennslu eða kenna honum hvernig á að nota farsíma, en eflaust myndi hann passa vel inn; þegar öllu er á botninn hvolft hefur líffræðileg þróun gefið okkur alla þessa hæfileika sem veiðimenn og safnara sem klæðast Hugo Boss (eða H&M í sumum tilfellum) jakkafötum! Ef við gætum gert þetta, ímyndaðu þér að fara 50.000 ár aftur í tímann, taka forföður út og koma honum/henni/þeim í tímaferðalög nútímans; þá kannski, í stað þess að vera útskúfaður á götu, og senda hann/hana/þau frá þeim tíma í nútíma föt; senda hann/hana í klippingu/klippingu/klæða sig á hárgreiðslustofu/dressa/klæða þau/þeim/okkur til að farða í nútímalegum kjól/fatnaði? Nei; Líffræðin hefur afsannað allan vafa; líkamlega, þar með talið vitsmunalega, erum við veiðimenn og safnarar klæddir í Hugo Boss (eða H&M fyrir það mál).

Það sem hefur breyst verulega frá fornu fari er lífsumhverfi okkar. Hlutirnir voru einfaldir og stöðugir þá - fólk bjó í allt að fimmtíu manna hópum án þess að verulegar tæknilegar eða félagslegar framfarir áttu sér stað. Aðeins á síðustu 10.000 árum hefur heimurinn okkar tekið stórkostlegum breytingum, þar sem uppskera, búfé, þorp, borgir, alþjóðleg viðskipti og fjármálamarkaðir eru allir að koma fram sem stórir kraftar í þróun hans. Frá iðnvæðingu hefur margt af því sem var ákjósanlegt fyrir heilastarfsemi mannsins horfið. Eyddu 15 mínútum í hvaða verslunarmiðstöð sem er og þú munt fara framhjá fleiri fólki en forfeður okkar sáu alla ævi. Allir sem halda því fram að þeir viti hvernig heimurinn muni líta út eftir 10 ár verða venjulega útskúfaðir innan nokkurra mánaða eftir að hafa gert slíkar spár. Síðan 10.000 ár höfum við skapað heim sem við skiljum ekki lengur. Allt er orðið flóknara en samt flóknara tengt. Fyrir vikið hefur efnahagsleg velmegun aukist upp úr öllu valdi en einnig lífsstílssjúkdómar (eins og sykursýki af tegund tvö, lungnakrabbamein og þunglyndi) og hugsanavillur hafa aukist upp úr öllu valdi þar sem margbreytileikinn hefur aðeins haldið áfram að aukast - þetta mun aðeins auka enn frekar villur þeirra og magna þær enn frekar.

Við rætur okkar veiðimanna og safnara reyndist athöfnin oft arðbærari en íhugun. Eldingarhröð viðbrögð voru nauðsynleg en langvarandi umhugsanir reyndust banvænar. Ef einn af veiðifélaga þínum brá skyndilega við, þá var skynsamlegt að fylgja í kjölfarið; sama hvort tígrisdýr eða svítur hafi brugðið þér. Að hlaupa ekki í burtu gæti kostað lífið; aftur á móti ef bara að hlaupa frá villi olli villu gæti það kostað aðeins hitaeiningar; að hafa rangt fyrir sér í svipuðum málum borgaði sig: allir sem voru með snúruna á annan hátt hættu áður en kynni áttu sér stað - sem gerir okkur öll að afkomendum þessara homines sapientes sem hafa tilhneigingu til að grípa til aðgerða fljótt af fyrstu kynslóðum sem leiddu. Við erum afkomendur þeirra í dag.

Nútímasamfélag er hlynnt einstökum íhugun og sjálfstæðum aðgerðum - allir sem hafa fallið fyrir efla hlutabréfamarkaðarins vita þetta af eigin raun.

Þróunarsálfræði er að mestu leyti tilgáta, en er samt mjög sannfærandi við að útskýra marga galla; þó ekki allir. Tökum sem dæmi þessa fullyrðingu: „Sérhver Hershey bar kemur í brúnum umbúðum; Þess vegna hljóta allir sælgætisstangir sem deila þessum eiginleika líka að vera Hershey-barir.' Jafnvel greindir einstaklingar geta orðið fórnarlamb þessarar gildru - eins og innfæddir ættbálkar sem lifa óáreittir af siðmenningu - rétt eins og forfeður okkar veiðimanna og safnara gætu enn upplifað villur í rökfræði sem hafa ekkert með umhverfisbreytingar að gera.

Afhverju er það? Þróun skapar ekki fullkomna menn; svo framarlega sem við komumst lengra en keppinautarnir (þ.e. sigrum Neanderdalsmenn), þá þolir þróunin villuhlaðna hegðun. Tökum kúkfuglinn sem dæmi - í milljónir ára hafa þeir verpt eggjum í söngfuglahreiðrum þar sem smærri fuglar ræktuðu síðan og fóðruðu ungana sem fæddust af þessum eggjum - athöfn sem táknar hegðunarvillu sem þróuninni hefur ekki tekist að leiðrétta vegna þess að það var Ekki talið nógu alvarlegt af smærri fuglum.

Viðbótarskýring á mistökum okkar kom fram seint á tíunda áratugnum: heilinn okkar er tengdur við æxlun frekar en að leita að sannleika; það er að segja, við notum hugsanir okkar fyrst og fremst til að sannfærast frekar en að leita sannleika; Sá sem getur sannfært aðra öðlast völd og auðlindir - eignir sem veita verulegt forskot við pörun og uppeldi afkvæma. Skáldsögur seljast yfirleitt betur en fræðititla þrátt fyrir meiri hreinskilni.

Að lokum geta leiðandi ákvarðanir - jafnvel þær sem eru lausar við rökfræði - verið gagnlegar við ákveðnar aðstæður. Svokallaðar heuristic rannsóknir kanna þetta fyrirbæri. Þar sem okkur skortir oft allar nauðsynlegar upplýsingar þegar við tökum mikilvægar ákvarðanir, verða andlegar flýtileiðir eða þumalputtareglur (heuristics) ómissandi. Til dæmis, þegar þú velur rómantískan maka sem þú laðast að, þá væri eina skynsamlega ákvörðunin að treysta eingöngu á rökfræði; að nota innsæi í staðinn leiðir oft til betri árangurs í þessu tilfelli. Margar ákvarðanir verða líka að réttlæta síðar með ástæðum eða rökstuðningi af einhverju tagi - eitthvað sem rökfræði getur einfaldlega ekki.

Ákvarðanir (ferill, lífsförunautur og fjárfestingar) gerast oft ómeðvitað. Við mótum síðar rökstuðning svo okkur finnst eins og val okkar hafi verið meðvitað, þó að þetta líti oft ekki út eins og vísindalegar aðferðir: Þess í stað finnum við upp ástæður til að réttlæta fyrirfram ákveðnar niðurstöður frekar en hlutlægar staðreyndir.

Þess vegna gleymdu tvískiptingu vinstri og hægri heila sem lýst er í sjálfshjálparbókum; miklu mikilvægari er greinarmunurinn á innsæi og skynsamlegri hugsun - hvort tveggja hefur gilda notkun; innsæi hugur hefur tilhneigingu til að vera fljótari, sjálfkrafa og orkusparandi á meðan skynsamleg hugsun krefst miklu meiri orku en innsæi hliðstæða hennar. Daniel Kahneman útskýrði þetta fyrirbæri fræga í Hugsa hratt og hægt.

Fólk spyr oft hvernig mér tekst að lifa villulausu lífi frá því að vitsmunalegar villur mínar byrjuðu að safnast upp, en sannleikurinn er sá að ég geri það ekki. Og svarið? Neibb; ekki einu sinni nálægt því. Eins og allir aðrir tek ég skyndiákvarðanir með því að ráðfæra mig ekki við hugsanir mínar heldur tilfinningar í staðinn; þegar ákvarðanir eru teknar hratt er spurningin 'Hvað finnst mér um þetta?' er oft skipt út fyrir "Hvernig finnst mér þetta?" Að sjá fyrir og forðast rangfærslur er dýr viðleitni;

Til að hafa hlutina á hreinu og á hreinu hef ég sett mér eftirfarandi reglur um ákvarðanatöku í aðstæðum sem hafa miklar mögulegar afleiðingar (þ.e. að taka lykil persónulega eða viðskiptalega val), ég reyni að vera eins sanngjarn og skynsamur og hægt er þegar ég vel á milli valkosta . Aðkoma mín er svipuð og flugmaður: Ég tek út villulistann minn og haka við þær eina í einu, eins og flugmaður myndi gera. Til að hjálpa sjálfum mér að taka upplýstar ákvarðanir á skilvirkari hátt (þ.e. venjulegt Pepsi eða mataræði, freyðivatn eða flatvatn?), nota ég líka frábært ákvarðanatré gátlista. Í aðstæðum með lágmarks afleiðingar (þ.e. glitrandi vs flatt vatn?), hjálpar ákvörðunartréð gríðarlega - til dæmis þegar þú velur á milli venjulegs mataræðis á móti Pepsi eða freyðivatns eða flatvatns). Ég hætti oft við skynsamlega hagræðingu og læt innsæi mitt ráða í staðinn. Hugsun getur verið þreytandi; þess vegna, ef hugsanlegur skaði er í lágmarki, þá skaltu ekki beita þér fyrir léttvægum málum; slíkar villur munu ekki hafa varanlegar afleiðingar og þessi lífstíll getur leitt til betri upplifunar þegar á heildina er litið. Náttúran virðist ekki hafa áhyggjur af því hvort ákvarðanir okkar séu fullkomnar eða ekki; það eina sem skiptir máli er að við förum okkur í gegnum lífið á farsælan hátt - svo framarlega sem við erum tilbúin að bregðast við af skynsemi þegar hlutirnir verða erfiðir. Að auki treysti ég oft á innsæi mitt þegar ég starfa innan hæfnisviðs míns. Æfðu á hljóðfæri og fingurnir læra að spila nótur þess. Með tímanum verða fingurgómarnir færir í að vinna með lykla eða strengi; nótur birtast og tónar spila sig nánast sjálfkrafa - Warren Buffett notar efnahagsreikninga eins og atvinnutónlistarmenn gera nótur! Finndu hæfnihringinn þinn - það svæði þar sem þú skilur innsæi og skarar framúr - og náðu traustum tökum. Ábending: það gæti verið minna en þú gerir þér grein fyrir! Þegar teknar eru afleiðingar ákvarðanir utan þessa hrings, notaðu harða skynsamlega hugsunaraðferðir á meðan fyrir minna aðkallandi ákvarðanir notaðu innsæið frjálslega.

ENDIRINN